பேரழிவுகள்

(நிலம்)

ஜெகாதா

சதியா

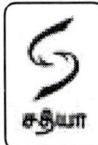

Title
Peralivugal - 1
(Land)
Jakatha
ISBN: 978-93-6666-549-8
Title Code : Sathyaa - 134

நூல் தலைப்பு
பேரழிவுகள் – 1
(நிலம்)

நூல் ஆசிரியர்
ஜெகாதா

முதற்பதிப்பு
டிசம்பர் 2024

விலை : ₹ 240

பக்கம் : 195

Printed in India

Published by

Sathyaa Enterprises
No.134, First Floor,
Choolaimedu high road, Choolaimedu,
Chennai - 600 094.
044 - 4507 4203

Email
sathyaabooks@gmail.com

உள்ளே...

#		
1.	இயற்கையும் மனிதனும் உருவாக்கியதே பேரிடர்	5
2.	பூகம்பங்கள்	13
3.	நீங்கள் சந்திக்கும் நிலச்சரிவுகள்	17
4.	நிலநடுக்கம் – பேரிடர் மேலாண்மை எச்சரிக்கையும் செயல்பாடுகளும்	29
5.	உலகின் முக்கிய நிலநடுக்கங்கள்	38
6.	சேற்றுப் பாய்ச்சல்	44
7.	பாறை சரிவு	49
8.	இயற்கையின் அழிவு மனிதகுலத்தின் அழிவு	61
9.	பேரிடர் மீட்புத் திட்டம்	66
10.	புவி சூடாதல்	71
11.	வயநாடு நிலச்சரிவுகள் 2024	80
12.	பல்வேறு நாடுகளில் ஏற்பட்ட நிலநடுக்கங்கள்	102
13.	மின்னல் இடிதாக்குதல் – பாதுகாப்பு அம்சங்கள்	108

14.	பேரழிவை ஏற்படுத்தும் போர்கள்	111
15.	லெபனான் உள்நாட்டுப் போர்	118
16.	இங்கிலாந்து உள்நாட்டுப் போர்	121
17.	பல்வேறு சூழ்நிலைகளால் ஏற்பட்ட பலி	123
18.	பேரழிவை நிர்வகிக்கும் நடவடிக்கைகள்	129
19.	காபூல் தற்கொலைப்படை தாக்குதல்	146
20.	மண்டையோடு பஞ்சம்	148
21.	அழிவை நோக்கிய நகர்வு	150
22.	பேரழிவை ஏற்படுத்தும் கொள்ளை நோய்கள்	154
23.	நிலநடுக்க பாதிப்புகளை எதிர்கொள்ளும் இயற்கை பேரிடர் மேலாண்மை	167
24.	இயற்கைப் பேரிடர்களை வெல்வது எப்படி?	181
25.	பேரழிவு பாதுகாப்பு நடவடிக்கையில் உலக வங்கியும், தேசிய அமைப்புகளும்	185

I. இயற்கையும் மனிதனும் உருவாக்கியதே பேரிடர்

ஒரு பேரழிவை எந்த அளவிலும் ஒரு சமூகம் அல்லது சமூகத்தின் செயல்பாட்டின் தீவிரமான சீர்குலைவு என்று ஐ.நா வரையறுக்கிறது. சில மனித தோல்விகள் சமூகங்களை காலநிலை அபாயங்களுக்கு ஆளாக்குகின்றன. இவை மோசமான திட்டமிடல் அல்லது மேம்பாடு அல்லது தயாரிப்பின் பற்றாக்குறை.

பேரழிவுகள் மக்கள் மீது தாக்கத்தை ஏற்படுத்தும் நிகழ்வுகள். ஒரு சமூகத்தை மூழ்கடிக்கும் அல்லது காயப்படுத்தும் ஆபத்து பேரழிவாக கருதப்படுகிறது. சர்வதேச பேரிடர் தரவுத்தளமான EM-DAT ஒரு பேரழிவை உள்ளூர் திறனைக் குறைக்கும் ஒரு சூழ்நிலை அல்லது நிகழ்வு, தேசிய அல்லது சர்வதேச அளவில் வெளிப்புற உதவிக்கான கோரிக்கையை அவசியமாக்குகிறது; இது ஒரு எதிர்பாராத மற்றும் பெரும்பாலும் திடீர் நிகழ்வாகும், இது பெரும் சேதம், அழிவு மற்றும் மனித துன்பங்களை ஏற்படுத்துகிறது. ஒரு பேரழிவின் விளைவுகள் அனைத்து மனித, பொருள், பொருளாதார மற்றும் சுற்றுச்சூழல் இழப்புகள் மற்றும் தாக்கங்கள் அடங்கும்.

பேரழிவின் அளவு முக்கியமானது. சிறிய அளவிலான பேரழிவுகள் உள்ளூர் சமூகங்களை மட்டுமே பாதிக்கின்றன. ஆனால் பாதிக்கப் பட்ட சமூகத்திற்கு அப்பால் உதவி தேவை. பெரிய அளவிலான பேரழிவுகள் பரந்த சமுதாயத்தை பாதிக்கின்றன மற்றும் தேசிய அல்லது சர்வதேச உதவி தேவை.

பேரிடர்களை இயற்கை அல்லது மனிதனால் உருவாக்கப்பட்டவை என்று பிரிப்பது வழக்கம். சமீபகாலமாக இயற்கை, மனிதனால் உருவாக்கப்பட்ட மற்றும் மனிதனால் துரிதப்படுத்தப்பட்ட பேரழிவுகளுக்கு இடையேயான பிளவை வரைய கடினமாக உள்ளது. புகை மற்றும் அமில மழை போன்ற சில உற்பத்தி பேரழிவுகள் இயற்கையால் தவறாகக் கூறப்பட்டுள்ளன.

எந்த ஒரு மூல காரணமும் இல்லாத சிக்கலான பேரழிவுகள் வளரும் நாடுகளில் மிகவும் பொதுவானவை. ஒரு குறிப்பிட்ட ஆபத்து, பாதிப்பை அதிகரிக்கும் இரண்டாம் நிலை பேரழிவையும் ஏற்படுத்த லாம். ஒரு சிறந்த உதாரணம் சுனாமியை ஏற்படுத்தும் நிலநடுக்கம். இதன் விளைவாக கடலோர வெள்ளம், கடற்கரையில் உள்ள அணுமின் நிலையம் சேதமடைகிறது. ஃபுகுஷிமா அணுசக்தி பேரழிவு ஒரு உதாரணம். ஆபத்துகள் மற்றும் தாக்கங்கள் எவ்வாறு பெருகலாம் மற்றும் பரவலாம் என்பதைப் பார்க்க வல்லுநர்கள் இந்த அடுக்கை நிகழ்வுகளை ஆராய்கின்றனர். காலநிலை அபாயங்கள் அதிகரிப்பதால் இது மிகவும் முக்கியமானது.

சில ஆராய்ச்சியாளர்கள் பருவகால வெள்ளம் மற்றும் கணிக்க முடியாத ஒரு முறை நிகழ்வுகள் போன்ற தொடர்ச்சியான நிகழ்வுகளை வேறுபடுத்துகின்றனர். மீண்டும் நிகழும் நிகழ்வுகள் அவை எவ்வளவு அடிக்கடி நிகழும் என்பதை மதிப்பிடும். வல்லுநர்கள் இதை திரும்பும் காலம் என்று அழைக்கிறார்கள்.

இயற்கைப் பேரிடர்களுடன் தொடர்புடைய பேரழிவுகள் பொது வாக இயற்கைப் பேரழிவுகள் என்று அழைக்கப்படுகின்றன. இருப்பினும் வல்லுநர்கள் இந்த வார்த்தையை நீண்ட காலமாக கேள்வி எழுப்பியுள்ளனர்.

ஒரு இயற்கை பேரழிவு என்பது ஒரு இயற்கை ஆபத்து நிகழ்வுக்குப் பிறகு ஒரு சமூகம் அல்லது சமூகத்தின் மீது மிகவும் தீங்கு விளைவிக்கும். பனிச்சரிவுகள், வறட்சிகள், பூகம்பங்கள், வெள்ளம், வெப்ப அலைகள், நிலச்சரிவுகள், வெப்பமண்டல சூறாவளிகள், எரிமலை செயல்பாடு மற்றும் காட்டுத்தீ போன்ற இயற்கை அபாய நிகழ்வுகளின் சில எடுத்துக்காட்டுகள். கூடுதல் இயற்கை ஆபத்துகளில் பனிப்புயல்கள், தூசிப்புயல்கள், தீப் புயல்கள், ஆலங்கட்டிகள், பனிப்புயல்கள், மூழ்கும் குழிகள், இடி யுடன் கூடிய மழை, சூறாவளி மற்றும் சுனாமி ஆகியவை அடங்கும்.

ஒரு இயற்கை பேரழிவு உயிர் இழப்பு அல்லது சொத்து சேதத்தை ஏற்படுத்தும். இது பொதுவாக பொருளாதார சேதத்தை ஏற்படுத்து கிறது. சேதம் எவ்வளவு மோசமானது என்பது பேரழிவுகளுக்கு மக்கள் எவ்வளவு நன்றாக தயாராக இருக்கிறார்கள் மற்றும் கட்டிடங்கள், சாலைகள் மற்றும் பிற கட்டமைப்புகள் எவ்வளவு வலிமையானவை என்பதைப் பொறுத்தது. இயற்கை பேரழிவு என்ற சொல் பொருத்தமற்றது மற்றும் கைவிடப்பட வேண்டும் என்று அறிஞர்கள் கூறி வருகின்றனர். அதற்கு பதிலாக, பேரழிவு என்ற எளிய சொல் பயன்படுத்தப்படலாம். அதே நேரத்தில் ஆபத்து வகை குறிப்பிடப்படும். ஒரு இயற்கை அல்லது மனிதனால் உருவாக்கப் பட்ட ஆபத்து பாதிக்கப்படக்கூடிய சமூகத்தை பாதிக்கும்போது ஒரு பேரழிவு ஏற்படுகிறது. இது ஆபத்து மற்றும் பாதிக்கப்படக்கூடிய சமூகத்தின் வெளிப்பாடு ஆகியவற்றின் கலவையிலிருந்து விளை கிறது.

இன்று இயற்கை மற்றும் மனிதனால் ஏற்படும் பேரழிவுகளை வேறுபடுத்துவது கடினம். இயற்கை பேரழிவு என்ற சொல் ஏற்கனவே 1976இல் சவால் செய்யப்பட்டது. கட்டிடக்கலையில் மனித தேர்வுகள், தீ ஆபத்து, மற்றும் வள மேலாண்மை இயற்கையை ஏற்படுத்தலாம் அல்லது மோசமாக்கலாம். பேரழிவுகள் காலநிலை மாற்றம், தீவிர வானிலை அபாயங்களால் ஏற்படும் பேரழிவுகளை யும் பாதிக்கிறது. இந்த காலநிலை அபாயங்கள் வெள்ளம், வெப்ப அலைகள், காட்டுத்தீ, வெப்பமண்டல சூறாவளிகள் மற்றும் பல.

சில விஷயங்கள் இயற்கை பேரழிவுகளை மோசமாக்கலாம். எடுத்துக்காட்டுகள் போதிய கட்டிட விதிமுறைகள், மக்களை ஓரங்கட்டுதல் மற்றும் நில பயன்பாட்டு திட்டமிடலில் மோசமான தேர்வுகள். பல வளரும் நாடுகளில் சரியான பேரிடர் அபாயக் குறைப்பு அமைப்புகள் இல்லை. இது அதிக வருமானம் பெறும் நாடுகளை விட இயற்கை பேரழிவுகளுக்கு அவர்களை அதிகம் பாதிக்கக் கூடியதாக ஆக்குகிறது. ஒரு பாதகமான நிகழ்வு பாதிக்கப்படக் கூடிய மக்கள்தொகை கொண்ட ஒரு பகுதியில் ஏற்பட்டால் மட்டுமே அது பேரழிவாக மாறும்.

மனிதனால் உருவாக்கப்பட்ட பேரழிவுகள் மனித நடவடிக்கைகள் மற்றும் சமூக செயல்முறைகளால் ஏற்படும் கடுமையான தீங்கு விளைவிக்கும் நிகழ்வுகள். தொழில்நுட்ப அபாயங்களும் இந்த வகைக்குள் அடங்கும். ஏனென்றால் அவை மனித தூண்டுதலால் பேரழிவுகளை ஏற்படுத்துகின்றன. மனிதனால் உருவாக்கப்பட்ட ஆபத்துகள் சில நேரங்களில் மானுடவியல் அபாயங்கள் என்று அழைக்கப்படுகின்றன. எடுத்துக்காட்டுகளில் குற்றவியல், சமூக அமைதியின்மை, கூட்ட நெரிசல், தீ, போக்குவரத்து விபத்துக்கள், தொழில்துறை விபத்துக்கள், மின் தடைகள், எண்ணெய் கசிவுகள், பயங்கரவாத தாக்குதல்கள் மற்றும் அணு வெடிப்புகள் / அணு கதிர் வீச்சு ஆகியவை அடங்கும். பேரழிவு தரும் காலநிலை மாற்றம், அணுசக்தி போர் மற்றும் உயிரி பயங்கரவாதம் ஆகியவையும் இந்த வகைக்குள் அடங்கும்.

காலநிலை மாற்றம் மற்றும் சுற்றுச்சூழல் சீரழிவு சில நேரங்களில் சமூக-இயற்கை ஆபத்துகள் என்று அழைக்கப்படுகின்றன. இவை இயற்கை மற்றும் மனித காரணிகளின் கலவையை உள்ளடக்கிய அபாயங்கள். அனைத்து பேரழிவுகளும் மனிதனால் உருவாக்கப்பட்டதாக கருதப்படலாம், ஏனெனில் சரியான அவசர கால மேலாண்மை நடவடிக்கைகளை அறிமுகப்படுத்தத் தவறியது.

வறட்சி, வெள்ளம், தீ அல்லது கொள்ளைநோய் போன்றவற்றால் பஞ்சங்கள் உள்நாட்டில் ஏற்படலாம். நவீன காலத்தில் உலக அளவில் உணவு அதிகம் உள்ளது. நீண்டகால உள்ளூர் பற்றாக்

குறைகள் பொதுவாக அரசாங்கத்தின் தவறான நிர்வாகம், வன்முறை மோதல்கள் அல்லது தேவைப்படும் இடங்களில் உணவை விநியோகிக்காத பொருளாதார அமைப்பு ஆகியவற்றால் ஏற்படு கிறது.

1969இல் ஷீஹான் மற்றும் ஹெவிட் ஆகியோரின் ஆய்வு இறப்புகள் அல்லது சேதங்களின் அளவு அடிப்படையில் பின்வரும் அளவுகோல்களுக்கு இணங்க பெரிய பேரழிவுகளை வரையறுத்தது.

- குறைந்தது 100 பேர் இறந்தனர்
- குறைந்தது 100 பேர் காயமடைந்தனர் அல்லது
- குறைந்தது மில்லியன் சேதம்

இந்த வரையறையில் பேரழிவின் ஆரம்ப தொடக்கத்திற்குப் பிறகு ஏற்படும் மறைமுக உயிர் இழப்புகள் அடங்கும். பேரழிவில் இருந்து எழும் காலரா அல்லது வயிற்றுப்போக்கு போன்ற நோய்களின் விளைவுகளாக இவை இருக்கலாம். இந்த வரையறை இன்னும் பொதுவாக பயன்படுத்தப்படுகிறது. இருப்பினும் இது பண அடிப்படையில் இறப்பு, காயங்கள் மற்றும் சேதங்களின் எண்ணிக்கைக்கு மட்டுப்படுத்தப்பட்டுள்ளது.

ஒரு நிகழ்வு, நேரம் மற்றும் இடத்தில் குவிந்துள்ளது. இதில் ஒரு சமூகம் கடுமையான ஆபத்தை எதிர்கொள்கிறது மற்றும் அதன் உறுப்பினர்களுக்கும், உடல் உபகரணங்களுக்கும் இத்தகைய இழப்புகளை ஏற்படுத்துகிறது. இது சமூக கட்டமைப்பை சீர்குலைக் கிறது மற்றும் சமூகத்தின் அனைத்து அல்லது சில அத்தியாவசிய செயல்பாடுகளை நிறைவேற்றுவது தடுக்கப்படுகிறது.

மற்ற வரையறைகளைப் போலவே இதுவும் பேரழிவு தாக்கங்களின் சமூக அம்சங்களைத் தாண்டியதாக இருக்கிறது. இது இழப்புகளிலும் கவனம் செலுத்துகிறது. இது பேரழிவின் ஒரு அம்சமாக அவசரகால நடவடிக்கையின் அவசியத்தை எழுப்புகிறது. இது சேதம், இறப்பு அல்லது காயம் ஆகியவற்றிற்கான அளவு வரம்புகள் அல்லது அளவு களை அமைக்கவில்லை.

ஒரு பேரழிவின் விளைவுகளில் அனைத்து மனித, பொருள், பொருளாதார மற்றும் சுற்றுச்சூழல் இழப்புகள் மற்றும் தாக்கங்கள் அடங்கும்.

அவசரகால நிகழ்வுகள் தரவுத்தளம் (EM-DAT) இயற்கை அபாயங்கள் தொடர்பான பேரழிவுகள் பற்றிய புள்ளி விவரங்களை பதிவு செய்கிறது. 2023 இல், EM-DAT 399 பேரழிவுகளைப் பதிவு செய்தது, இது 20 ஆண்டு சராசரியான 369 ஐ விட அதிகமாகும்.

2016 மற்றும் 2020 க்கு இடையில் மொத்த பொருளாதார இழப்புகள் 293 பில்லியன் டாலர்கள். இந்த எண்ணிக்கை குறைத்து மதிப்பிடப்பட்டதாக இருக்கலாம். பேரழிவுகளின் செலவுகளை துல்லியமாக அளவிடுவது மிகவும் சவாலானது. மேலும் பல நாடுகளில் அதற்கான வளங்களும் தொழில்நுட்ப திறனும் இல்லை. 1980 முதல் 2020 வரையிலான 40 ஆண்டு காலப்பகுதியில் இழப்புகள் $ 5.2 டிரில்லியன் என மதிப்பிடப்பட்டுள்ளது.

2023 ஆம் ஆண்டில், இயற்கை ஆபத்து தொடர்பான பேரழிவு களால் 86,473 பேர் உயிரிழந்தனர் மற்றும் 93.1 மில்லியன் மக்கள் பாதிக்கப்பட்டனர். இறப்புகளின் எண்ணிக்கை 20 ஆண்டு சராசரி யான 64,148 ஐ விட அதிகமாக இருந்தபோதும், பாதிக்கப்பட்ட எண்ணிக்கை 20 ஆண்டு சராசரியான 175.5 மில்லியனை விட மிகக் குறைவாக இருந்தது.

ஐக்கிய நாடுகள் சபையின் அறிக்கையின்படி, 1970 முதல் 2019 வரையிலான காலக்கட்டத்தில் 91% இறப்புகள் வளரும் நாடுகளில் நிகழ்ந்தன. இந்த நாடுகளில் ஏற்கனவே இந்த நிகழ்வுகளுக்கு அதிக பாதிப்பு மற்றும் குறைந்த பின்னடைவு உள்ளது, இது ஆபத்துகளின் விளைவுகளை மோசமாக்குகிறது.

வறட்சி, வெள்ளம் மற்றும் சூறாவளி போன்ற ஆபத்துகள் இயற்கை யாக நிகழும் நிகழ்வுகள். இருப்பினும், காலநிலை மாற்றம் இந்த ஆபத்துக்களை மேலும் நம்பமுடியாததாகவும், அடிக்கடி மற்றும் கடுமையானதாகவும் மாற்றியுள்ளது. இதனால் அவை பேரிடர் அபாயங்களுக்கு பங்களிக்கின்றன. காலநிலை மாற்றத்திற்கு அதிக

பங்களிப்பை வழங்கும் நாடுகள் பெரும்பாலும் விளைவுகளை உணரும் மிகக் குறைந்த ஆபத்தில் உள்ளன. 2019ஆம் ஆண்டு நிலவரப்படி, தனிநபர் பாதிப்பு அதிகம் உள்ள நாடுகள் தனிநபர் குறைந்த அளவு உமிழ்வை வெளியிடுகின்றன, இன்னும் அதிக வறட்சி மற்றும் தீவிர மழைப்பொழிவை அனுபவிக்கின்றன.

பேரிடர் அபாயக் குறைப்பு என்பது பேரழிவுகள் நிகழும் வாய்ப்பைக் குறைப்பதை நோக்கமாகக் கொண்டுள்ளது. DRR அல்லது பேரழிவு இடர் மேலாண்மை என்றும் அழைக்கப்படும் அணுகுமுறை, பேரழிவுகள் நிகழும்போது அவை குறைவான சேதத்தை ஏற்படுத்துவதை நோக்கமாகக் கொண்டுள்ளது. DRR ஆனது சமூகங்களை வலுவாகவும், பேரிடர்களை கையாளுவதற்கு சிறப்பாக தயாராகவும் மாற்றுவதை நோக்கமாகக் கொண்டுள்ளது. தொழில்நுட்ப அடிப்படையில், இது அவர்களை அதிக மீள்தன்மை கொண்டதாக அல்லது குறைவாக பாதிக்கப்படக்கூடியதாக மாற்றுவதை நோக்கமாகக் கொண்டுள்ளது. DRR வெற்றிகரமாக இருக்கும் போது, அது பேரழிவுகளின் விளைவுகளைத் தணிப்பதால், சமூகங் களை பாதிக்கப்படக்கூடியதாக ஆக்குகிறது.

இதன் பொருள் DRR அபாயகரமான நிகழ்வுகளைக் குறைக்கும் மற்றும் குறைவான தீவிரத்தை ஏற்படுத்தும். காலநிலை மாற்றம் கால நிலை அபாயங்களை அதிகரிக்கலாம். எனவே வளர்ச்சி முயற்சிகள் பெரும்பாலும் டிஆர்ஆர் மற்றும் காலநிலை மாற்ற தழுவல் ஆகியவற்றை ஒன்றாக கருதுகின்றன. வளர்ச்சி மற்றும் மனிதாபி மானப் பணிகளில் கிட்டத்தட்ட அனைத்துப் பகுதிகளிலும் DRRஐச் சேர்க்க முடியும். உள்ளூர் சமூகங்கள், ஏஜென்சிகள் அல்லது மத்திய அரசாங்கங்களைச் சேர்ந்தவர்கள் அனைவரும் DRR உத்திகளை முன்மொழியலாம். DRR கொள்கைகள் வெவ்வேறு கால அளவுகள் மற்றும் உறுதியான இலக்குகள், குறிகாட்டிகள் மற்றும் நேர பிரேம் களில் இலக்குகள் மற்றும் நோக்கங்களை வரையறுப்பதை நோக்க மாகக் கொண்டுள்ளன.

பேரிடர் பதில் என்பது ஒரு பேரிடருக்கு முன், போது அல்லது உடனடியாக எடுக்கப்பட்ட செயல்களைக் குறிக்கிறது. உயிர்களைக்

காப்பாற்றுதல், ஆரோக்கியம் மற்றும் பாதுகாப்பை உறுதி செய்தல் மற்றும் பாதிக்கப்பட்ட மக்களின் வாழ்வாதாரத் தேவைகளைப் பூர்த்தி செய்வதே இதன் நோக்கமாகும். தற்காலிக புயல் வடிகால் அல்லது மாற்று அணைகளை கட்டுவது இதற்கு உதாரணம்.

அவசரகால பதில் மக்களை உயிருடன் வைத்திருக்கவும், அவர்களின் ஆரோக்கியத்தை மேம்படுத்தவும், அவர்களின் மனஉறுதியை ஆதரிப்பதற்கும் உடனடி உதவியை வழங்குவதை நோக்கமாகக் கொண்டுள்ளது. அகதிகளுக்கு போக்குவரத்து, தற்காலிக தங்கு மிடம் மற்றும் உணவு போன்ற குறிப்பிட்ட ஆனால் வரையறுக்கப் பட்ட உதவிகளை உள்ளடக்கியிருக்கலாம். அல்லது முகாம்கள் மற்றும் பிற இடங்களில் அரை நிரந்தர குடியேற்றங்களை ஏற்படுத்து வது இதில் அடங்கும். இது உள்கட்டமைப்பிற்கு சேதம் ஏற்படுவதற் கான ஆரம்ப பழுது அல்லது அதைத் திசை திருப்புவதையும் உள்ளடக்கியிருக்கலாம்.

பதிலளிப்பு கட்டமானது மக்களைப் பாதுகாப்பாக வைத்திருப்பது, அடுத்த பேரழிவுகளைத் தடுப்பது மற்றும் நிரந்தரமான மற்றும் நிலையான தீர்வுகள் கிடைக்கும் வரை மக்களின் அடிப்படைத் தேவைகளைப் பூர்த்தி செய்வதில் கவனம் செலுத்துகிறது. பேரிடர் நடந்த அரசாங்கங்களுக்கு இந்த தேவைகளை நிவர்த்தி செய்யும் முக்கிய பொறுப்பு உள்ளது. பேரிடர் மேலாண்மை சுழற்சியின் இந்த கட்டத்தில் மனிதாபிமான அமைப்புகள் பெரும்பாலும் உள்ளன. முழுமையான பதிலளிப்பதற்கான ஆதாரங்கள் அரசாங்கத்திடம் இல்லாத நாடுகளில் இது குறிப்பாக உள்ளது.

பேரழிவு என்ற சொல் பழைய இத்தாலிய பேரழிவிலிருந்து வந்த மத்திய பிரஞ்சு ésastre என்பதிலிருந்து பெறப்பட்டது. இது பண்டைய கிரேக்க இழிவான முன்னொட்டு கெட்ட மற்றும் (ஆஸ்டர்) நட்சத்திரம் ஆகியவற்றிலிருந்து வருகிறது. எனவே பேரழிவு (கிரேக்கத்தில் 'மோசமான நட்சத்திரம்') என்ற வார்த்தை யானது, கிரகங்களின் நிலைப்பாட்டில் குற்றம் சாட்டப்படும் பேரழிவின் ஜோதிட அர்த்தத்தில் இருந்து வந்தது.

∎

2. பூகம்பங்கள்

டெக்டோனிக் தகடுகள் பிரிந்து செல்லும் போது ஆற்றலின் வெளியீட்டைத் தொடர்ந்து பூகம்பங்கள் ஏற்படுகின்றன. இந்த தட்டுகள் பூமியின் லித்தோஸ்பியரில் நீரோட்டங்களில் நகர்கின்றன மற்றும் விளிம்புகள், தவறான கோடுகளுக்கு வரைபடமாக்கப் பட்டுள்ளன. சில நேரங்களில் மோதுகின்றன. தட்டுகள் சந்தித்து சிக்கிக்கொள்ளும் போது, மின்னோட்டத்திலிருந்து உருவாகும் ஆற்றல் தட்டுகள் பிரிந்து செல்லும் வரை மற்றும் நில அதிர்வு அலைகள் உருவாகும் வரை சிக்கியிருக்கும். இந்த அலைகள் பூகம்பங்களை ஏற்படுத்துகின்றன. ஏனெனில் அவை வெளிப்புறமாக வெளிப்படும்போது பூமியை உண்மையில் அசைத்து, பூமியை அடைந்தவுடன் பூமியின் மேற்பரப்பிலும் அவ்வாறே செய்கின்றன.

நிலநடுக்கத்தை முன்னறிவிப்பதற்கு தற்போது எந்த வழியும் இல்லை. மேலும் அவை எந்த எச்சரிக்கையும் இல்லாமல் தாக்குகின்றன. மிகவும் சக்திவாய்ந்த பூகம்பங்கள் முழு நகரங்களுக்கும் பேரழிவை ஏற்படுத்தக்கூடும், அவை இடிபாடுகளாகி விடுகின்றன மற்றும் மீட்க பல ஆண்டுகள் தேவைப்படும்.

பூகம்பத்தை வகைப்படுத்த இரண்டு வழிகள் உள்ளன :

- அளவு என்பது பூகம்பத்தின் தோராயமான அளவு அல்லது வலிமை. நிலநடுக்கத்தின் அளவைக் கண்டறிவது கடினம், ஏனெனில் அதன் விளைவு பல கிலோமீட்டர் தொலைவில் உணரப்படலாம், எனவே அதன் அளவு ஒப்பீட்டு தாக்கத்தின் அடிப்படையில் மதிப்பிடப்படுகிறது.

- தீவிரம் என்பது ஒரு குறிப்பிட்ட இடத்தில் குலுக்கலின் வலிமையின் மதிப்பீடாகும். அதிகபட்ச தீவிரம் பொதுவாக பூகம்பத்தின் மையப்பகுதியிலோ அல்லது அதற்கு அருகிலோ நிகழ்கிறது மற்றும் தொலைவில் பலவீனமாக வளர்கிறது.

நிலநடுக்கம் என்பது நில அதிர்வு செயல்பாட்டின் தனிமைப்படுத்தப்பட்ட தருணம் அல்ல, மேலும் பூமியின் மேலோட்டத்தில் உள்ள தவறு ஆற்றல் வெளியீட்டைத் தொடர்ந்து மறுசீரமைக்கப்படுவதால் அடிக்கடி பின்அதிர்வுகள் ஏற்படுகின்றன. பின் அதிர்வுகள் பொதுவாக முக்கிய நிகழ்வை விட குறைவான தீவிரம் கொண்டதாக இருக்கும். ஆனால் சில சமயங்களில் ஒரு பின்னடைவு அதற்கு முந்தைய நில அதிர்வு செயல்பாட்டை விட அதிக சக்தி வாய்ந்ததாக இருக்கலாம், எனவே பின்அதிர்வு பூகம்பம் என மறுபெயரிடப்படுகிறது மற்றும் அதற்கு முந்தைய எதையும் முன்அதிர்வு என வகைப்படுத்தப்படுகிறது.

நிலநடுக்கம் ஏற்படுவதற்கு முன் அதை அடையாளம் காண வழி இல்லை என்பதால், அதன் பின்விளைவுகளை மதிப்பிடுவதற்கு மட்டுமே செயற்கைக்கோள்களைப் பயன்படுத்த முடியும். ஆப்டிகல் மற்றும் ரேடார் தரவு, சேதத்தை மதிப்பிடுவதற்கும் வரைபடமாக்குவதற்கும் முதல் பதிலளிப்பவர்களுக்கு விரைவாக உதவலாம், உயிர் பிழைத்தவர்கள் அதிகம் தேவைப்படும் பகுதிகளை அடையாளம் காண உதவுகிறது மற்றும் தரையில் அணுக முடியாத தளங்களில் மதிப்புமிக்க நுண்ணறிவை வழங்குகிறது.

பேரழிவு என்பது மக்கள், கட்டிடங்கள், பொருளாதாரங்கள் அல்லது சுற்றுச்சூழலுக்கு கடுமையான தீங்கு விளைவிக்கும் ஒரு நிகழ்

வாகும், மேலும் பாதிக்கப்பட்ட சமூகம் அதை தனியாக கையாள முடியாது. பனிச்சரிவுகள், வெள்ளம், பூகம்பங்கள் மற்றும் காட்டுத்தீ போன்ற இயற்கை பேரழிவுகள் இயற்கை ஆபத்துகளால் ஏற்படு கின்றன. எண்ணெய் கசிவுகள், பயங்கரவாத தாக்குதல்கள் மற்றும் மின்வெட்டு போன்ற மனிதனால் உருவாக்கப்பட்ட பேரழிவுகள் மக்களால் ஏற்படுகின்றன. இப்போதெல்லாம், இயற்கை மற்றும் மனிதனால் உருவாக்கப்பட்ட பேரழிவுகளை பிரிப்பது கடினம், ஏனெனில் மனித நடவடிக்கைகள் இயற்கை பேரழிவுகளை மோச மாக்கும். காலநிலை மாற்றம் தீவிர வானிலை அபாயங்களால் ஏற்படும் பேரழிவுகளையும் பாதிக்கிறது.

பேரழிவுகள் பொதுவாக பணக்கார நாடுகளில் உள்ள மக்களை விட வளரும் நாடுகளில் உள்ள மக்களை கடுமையாக பாதிக் கின்றன. பேரழிவுகளால் ஏற்படும் இறப்புகளில் 95% அதிகமானவை குறைந்த வருமானம் கொண்ட நாடுகளில் நிகழ்கின்றன, மேலும் அந்த நாடுகள் பணக்கார நாடுகளுடன் ஒப்பிடும்போது அதிக பணத்தை இழக்கின்றன. உதாரணமாக, தொழில்மயமான நாடு களை விட வளரும் நாடுகளில் இயற்கை பேரழிவுகளால் ஏற்படும்

சேதம் 20 மடங்கு அதிகம். இதற்குக் காரணம், குறைந்த வருமானம் கொண்ட நாடுகளில் பெரும்பாலும் நன்றாகக் கட்டப்பட்ட கட்டிடங்கள் அல்லது அவசரநிலைகளைக் கையாளும் நல்ல திட்டங்கள் இல்லை.

பேரிடர்களால் ஏற்படும் சேதங்களைக் குறைக்க, தயாராக இருப்பது, உள்கட்டமைப்பிற்கு ஏற்றவாறு இருப்பது முக்கியம். பேரிடர் அபாயக் குறைப்பு (DRR) சமூகங்களை வலுவாகவும், பேரிடர்களைக் கையாளவும் சிறப்பாகத் தயாராகவும் செய்வதை நோக்கமாகக் கொண்டுள்ளது. நிகழ்விற்குப் பிறகு பதில் மற்றும் மீட்புக்குப் பதிலாக, பேரழிவு ஏற்படும் முன் அபாயத்தைக் குறைப்பதற்கான நடவடிக்கைகளில் இது கவனம் செலுத்துகிறது. DRR மற்றும் காலநிலை மாற்றம் தழுவல் நடவடிக்கைகள் ஒரே மாதிரியானவை, அவை இயற்கை ஆபத்துக்களுக்கு மக்கள் மற்றும் இடங்களின் பாதிப்பைக் குறைப்பதை நோக்கமாகக் கொண்டுள்ளது.

பேரழிவு ஏற்படும்போது, மக்களை எச்சரித்தல் மற்றும் வெளியேற்றுதல், ஆபத்தில் இருப்பவர்களை மீட்பது மற்றும் உணவு, தங்குமிடம் மற்றும் மருத்துவ உதவிகளை விரைவாக வழங்குதல் போன்ற செயல்கள் பதிலில் அடங்கும். உயிர்களைக் காப்பாற்றுவதும், மக்கள் விரைவில் குணமடைய உதவுவதும் இலக்கு. சில நேரங்களில், மீட்புக்கு ஆதரவளிக்க தேசிய அல்லது சர்வதேச உதவி தேவைப்படலாம். உதாரணமாக, மனிதாபிமான அமைப்புகளின் வேலை மூலம் இது நிகழலாம்.

∎

3. நீங்கள் சந்திக்கும் நிலச்சரிவுகள்

நிலச்சரிவுகள் என்பது பாறை, மண் அல்லது குப்பைகளின் வெகுஜனங்கள் புவியீர்ப்பு செல்வாக்கின் கீழ் ஒரு சரிவில் நகரும் போது ஏற்படும் இயற்கையான ஆபத்துகள் ஆகும். புவியியல் நிலைமைகள், மழைப்பொழிவு முறைகள் மற்றும் மனித நடவடிக்கைகள் உள்ளிட்ட பல்வேறு காரணிகளால் அவை தூண்டப்படலாம். நிலச்சரிவுகளின் காரணங்களையும், வகைகளை யும் புரிந்து கொள்வது அவற்றின் தாக்கங்களைத் தடுப்பதிலும் தணிப்பதிலும் முக்கியமானது.

நிலச்சரிவு நிகழ்வில் புவியியல் நிலைமைகள் முக்கிய பங்கு வகிக் கின்றன. ஷேல் அல்லது மணற்கல் போன்ற பலவீனமான அல்லது நிலையற்ற பாறைகளைக் கொண்ட சரிவுகள் நிலச்சரிவுகளுக்கு அதிக வாய்ப்புள்ளது. செங்குத்தான சரிவுகள் கூட பொருட்களின் மீது செயல்படும் அதிகரித்த ஈர்ப்பு விசைகளால் அதிக ஆபத்தில் உள்ளன. கூடுதலாக, அடித்தளத்தில் உள்ள பாறைகளில் தவறுகள் அல்லது எலும்பு முறிவுகள் இருப்பது சரிவின் நிலைத்தன்மையை பலவீனப்படுத்தும்.

மழைப்பொழிவு முறைகள் நிலச்சரிவைத் தூண்டலாம், குறிப்பாக அதிக மழைப்பொழிவு தீவிரம் உள்ள பகுதிகளில் அல்லது அதிக மழை நீடிக்கும் பகுதிகளில். அதிகப்படியான நீர் மண் அல்லது பாறை அடுக்குகளில் ஊடுருவி, துளை அழுத்தத்தை அதிகரிக்கிறது மற்றும் பொருட்களின் வலிமையை குறைக்கிறது. இது உறுதியற்ற தன்மை மற்றும் நிலச்சரிவு ஏற்படுவதற்கு வழிவகுக்கிறது. முந்தைய நிலச்சரிவுகளை அனுபவித்த சரிவுகள் மழை நிகழ்வுகளின் போது மீண்டும் செயல்படுவதற்கு குறிப்பாக எளிதில் பாதிக்கப்படு கின்றன.

மனித நடவடிக்கைகள் சரிவு நிலைத்தன்மையை கணிசமாக பாதிக்கலாம் மற்றும் நிலச்சரிவு அபாயத்தை அதிகரிக்கலாம். அகழ்வாராய்ச்சி, கட்டுமானம் மற்றும் காடழிப்பு ஆகியவை இயற்கையான வடிகால் வடிவங்களை மாற்றலாம், மண்ணை ஒன்றாக வைத்திருக்கும் தாவரங்களை அகற்றலாம். அல்லது சாய்வில் கூடுதல் எடையை அறிமுகப்படுத்தலாம். முறையற்ற தரப் படுத்தல், போதுமான சரிவு வடிவமைப்பு மற்றும் வடிகால் அமைப்புகளின் மோசமான பராமரிப்பு ஆகியவை நிலச்சரிவுக்கு பங்களிக்கலாம்.

நிலச்சரிவு தடுப்புக்கான இறுதி வழிகாட்டிக்கு வரவேற்கிறோம்! நிலச்சரிவுகள் சொத்துக்களுக்கு கணிசமான சேதத்தை ஏற்படுத்தும் மற்றும் உயிர்களுக்கு கடுமையான அச்சுறுத்தலை ஏற்படுத்தும். அதனால்தான் பாதுகாப்பான சூழலை உருவாக்குவதற்கான உதவிக் குறிப்புகள் மற்றும் நுட்பங்களைப் புரிந்துகொள்வது முக்கியம். இந்த விரிவான வழிகாட்டியில், நிலச்சரிவுகளுக்கு பங்களிக்கும் பல்வேறு காரணிகளான புவியியல் நிலைமைகள், மழைப்பொழிவு முறைகள் மற்றும் மனித நடவடிக்கைகள் போன்றவற்றை ஆராய்வோம். நிலச்சரிவு ஏற்படக்கூடிய இடங்களை அடையாளம் காண உதவும் எச்சரிக்கை அறிகுறிகள் மற்றும் குறிகாட்டிகளை நாங்கள் ஆராய் வோம். அங்கிருந்து, சாய்வு உறுதிப்படுத்தல் நுட்பங்கள், வடிகால் அமைப்புகள் மற்றும் தாவரக் கட்டுப்பாடு உள்ளிட்ட ஆபத்தைக் குறைக்க நீங்கள் எடுக்கக்கூடிய தடுப்பு நடவடிக்கைகளைப் பற்றி விவாதிப்போம்.

கூடுதலாக, உங்கள் மற்றும் உங்கள் அன்புக்குரியவர்களின் பாதுகாப்பை உறுதி செய்ய அவசரகால தயார்நிலை மற்றும் பதில் உத்திகள் பற்றிய மதிப்புமிக்க நுண்ணறிவுகளை நாங்கள் வழங்குவோம். நீங்கள் வீட்டு உரிமையாளராகவோ, நிலத்தை உருவாக்குபவராகவோ அல்லது சுற்றுச்சூழலைப் பாதுகாப்பதில் ஆர்வமுள்ள ஒருவராகவோ இருந்தாலும், பாதுகாப்பான மற்றும் நிலச்சரிவைத் தடுக்கும் சூழலை உருவாக்கத் தயாராக வேண்டும்.

நிலச்சரிவுகளின் வகைகள்

'நிலச்சரிவு' என்ற சொல் பாறை, மண், செயற்கை நிரப்பு அல்லது இவற்றின் கலவையை உள்ளடக்கிய சாய்வு-உருவாக்கும் பொருட்களின் கீழ்நோக்கி மற்றும் வெளிப்புற இயக்கத்தின் விளைவாக பல்வேறு வகையான செயல்முறைகளை விவரிக்கிறது. பொருட்கள் விழுதல், கவிழ்தல், சறுக்குதல், பரவுதல் அல்லது பாய்வதன் மூலம் நகரலாம்.

பல்வேறு வகையான நிலச்சரிவுகள் சம்பந்தப்பட்ட பொருட்களின் வகைகள் மற்றும் இயக்க முறை ஆகியவற்றால் வேறுபடலாம். இந்த அளவுருக்களை அடிப்படையாகக் கொண்ட ஒரு வகைப்பாடு

அமைப்பு பிற வகைப்பாடு அமைப்புகள், நகர்வு விகிதம் மற்றும் நிலச்சரிவுப் பொருளின் நீர், காற்று அல்லது பனி உள்ளடக்கம் போன்ற கூடுதல் மாறிகள் உள்ளன.

நிலச்சரிவுகள் முதன்மையாக மலைப்பகுதிகளுடன் தொடர்புடையவை என்றாலும், பொதுவாக குறைந்த நிவாரணம் உள்ள பகுதிகளிலும் அவை ஏற்படலாம். குறைந்த நிவாரணப் பகுதிகளில், நிலச்சரிவுகள் வெட்டு மற்றும் நிரப்புதல் தோல்விகள் (சாலை மற்றும் கட்டிட அகழ்வாராய்ச்சிகள்), நதி பிளவு தோல்விகள், பக்கவாட்டு பரவும் நிலச்சரிவுகள், சுரங்க-கழிவு குவியல்கள் (குறிப்பாக நிலக்கரி) சரிவு மற்றும் பலவிதமான சரிவு தோல்விகள் ஆகியவற்றுடன் தொடர்புடையது. குவாரிகள் மற்றும் திறந்தவெளி சுரங்கங்கள்.

'நிலச்சரிவு' என்ற பொதுவான வார்த்தையில் பல வகையான வெகுஜன இயக்கங்கள் சேர்க்கப்பட்டாலும், இந்த வார்த்தையின் மிகவும் கட்டுப்படுத்தப்பட்ட பயன்பாடு வெகுஜன இயக்கங்களை மட்டுமே குறிக்கிறது, அங்கு ஒரு தனித்துவமான பலவீனமான மண்டலம் உள்ளது, இது ஸ்லைடு பொருளை மிகவும் நிலையான அடிப்படை பொருட்களிலிருந்து பிரிக்கிறது. ஸ்லைடுகளின் இரண்டு முக்கிய வகைகள் சுழற்சி ஸ்லைடுகள் மற்றும் மொழி பெயர்ப்பு ஸ்லைடுகள்.

சுழலும் ஸ்லைடு: இது ஒரு ஸ்லைடு ஆகும், இதில் சிதைவின் மேற்பரப்பு குழிவாக மேல்நோக்கி வளைந் திருக்கும் மற்றும் ஸ்லைடு இயக்கமானது நிலப்பரப்பிற்கு இணை யாக மற்றும் ஸ்லைடு முழுவதும் குறுக்காக இருக்கும் அச்சில் தோராயமாக சுழலும். மொழிபெயர்ப்பு ஸ்லைடு: இந்த வகை ஸ்லைடில், நிலச்சரிவு வெகுஜனமானது தோராயமாக சமதளப் பரப்பில் சிறிய சுழற்சி அல்லது பின்தங்கிய சாய்வுடன் நகர்கிறது. பிளாக் ஸ்லைடு என்பது ஒரு மொழிபெயர்ப்பு ஸ்லைடு ஆகும். இதில் நகரும் நிறை ஒற்றை அலகு அல்லது சில நெருங்கிய தொடர்புடைய அலகுகளைக் கொண்டுள்ளது, அவை ஒப்பீட்டளவில் ஒத்திசைவான வெகுஜன மாக கீழ்நோக்கி நகரும்.

அமெரிக்காவில் நிலச்சரிவுகள் 50 மாநிலங்களிலும் ஏற்படுகின்றன. கலிபோர்னியா, ஓரிகான் மற்றும் வாஷிங்டனின் கடலோர மற்றும் மலைப்பகுதிகள், மேற்கு இண்டார்மவுண்டனை உள்ளடக்கிய மாநிலங்கள் மற்றும் கிழக்கு அமெரிக்காவின் மலைகள் மற்றும் மலைப்பாங்கான பகுதிகள் நிலச்சரிவு நிகழ்வு மற்றும் சாத்தியத்தின் முதன்மை பகுதிகளாகும். அலாஸ்கா மற்றும் ஹவாய் அனைத்து வகையான நிலச்சரிவுகளையும் அனுபவிக்கின்றன.

யுனைடெட் ஸ்டேட்ஸில் நிலச்சரிவுகள் தோராயமாக $3.5 பில்லியன் (ஆண்டு 2001 டாலர்கள்) சேதத்தை ஏற்படுத்துகின்றன, மேலும் ஆண்டுதோறும் 25 முதல் 50 பேர் வரை உயிரிழக்கின்றனர். யுனைடெட் ஸ்டேட்ஸில் உயிரிழப்புகள் முதன்மையாக பாறைகள், பாறை சரிவுகள் மற்றும் குப்பைகள் பாய்வதால் ஏற்படுகின்றன. உலகளவில், நிலச்சரிவுகள் ஏற்படுகின்றன மற்றும் ஆண்டுதோறும் ஆயிரக்கணக்கான உயிரிழப்புகள் மற்றும் பில்லியன் கணக்கான பண இழப்புகளை ஏற்படுத்துகின்றன.

மேற்கண்ட குறிப்பில் உள்ள தகவல் நிலச்சரிவுகள் பற்றிய அடிப்படை அறிவியல் உண்மைகளை-பல்வேறு வகையான நிலச் சரிவுகள், அவை எவ்வாறு தொடங்கப்படுகின்றன. மேலும் அவை எவ்வாறு ஆபத்தாக நிர்வகிக்கப்படும் என்பது பற்றிய சில அடிப்படைத் தகவல்களைப் புரிந்துகொள்வதற்கான ஒரு அறிமுக ப்ரைமரை வழங்குகிறது.

நிலச்சரிவுகள் நிலச்சரிவு அணைகளை உருவாக்குவதன் மூலம் வெள்ளத்தை ஏற்படுத்தலாம். அவை பள்ளத்தாக்குகள் மற்றும் நீரோடை கால்வாய்களைத் தடுக்கின்றன. மேலும் அதிக அளவு தண்ணீரை மீண்டும் எடுக்க அனுமதிக்கின்றன. இது உப்பங்கழியில் வெள்ளப்பெருக்கை ஏற்படுத்துகிறது மற்றும் அணை தோல்வி யுற்றால், அதைத் தொடர்ந்து கீழ்நிலை வெள்ளம் ஏற்படுகிறது. மேலும், திடமான நிலச்சரிவு குப்பைகள் 'மொத்தமாக' அல்லது அளவு மற்றும் அடர்த்தியை வேறுவிதமாக சாதாரண நீரோட்டத்தில் சேர்க்கலாம் அல்லது சேனல் அடைப்புகள் மற்றும் திசை திருப்பல்கள் வெள்ள நிலைமைகள் அல்லது உள்ளூர் அரிப்பை

உருவாக்கலாம். நிலச்சரிவுகள் நீர்த்தேக்கங்களின் மேல்மட்டத்தை ஏற்படுத்தலாம் மற்றும்/அல்லது நீரை சேமித்து வைப்பதற்கான நீர்த்தேக்கங்களின் கொள்ளளவு குறையும்.

நிலச்சரிவுகள் மற்றும் நில அதிர்வு செயல்பாடு

நிலச்சரிவுகளால் பாதிக்கப்படக்கூடிய பல மலைப்பகுதிகளும் பதிவு செய்யப்பட்ட காலங்களில் குறைந்தபட்சம் மிதமான நிலநடுக்க நிகழ்வுகளை அனுபவித்துள்ளன. செங்குத்தான நிலச்சரிவு ஏற்படக்கூடிய பகுதிகளில் நிலநடுக்கங்கள் ஏற்படுவது, நிலச்சரிவு ஏற்படுவதற்கான சாத்தியக்கூறுகளை பெரிதும் அதிகரிக்கிறது. நிலம் தனியாக நடுங்குவது அல்லது குலுக்குவதால் ஏற்படும் மண் பொருட்களின் விரிவாக்கம், இது தண்ணீரை விரைவாக ஊடுருவ அனுமதிக்கிறது. 1964 ஆம் ஆண்டு பெரும் அலாஸ்கா நிலநடுக்கம் பரவலான நிலச்சரிவு மற்றும் பிற நிலச்சரிவை ஏற்படுத்தியது, இது பூகம்பத்தின் காரணமாக பண இழப்பை ஏற்படுத்தியது. அமெரிக்கா வின் பிற பகுதிகளான கலிபோர்னியா மற்றும் வாஷிங்டனில் உள்ள புகெட் சவுண்ட் பகுதி, மிதமான மற்றும் பெரிய நிலநடுக்கங்களால் சரிவுகள், பக்கவாட்டு பரவல் மற்றும் பிற வகையான தரை தோல்வி களை சந்தித்துள்ளது.

நிலநடுக்கத்தின் விளைவாக பாறைகள் தளர்த்தப்படுவதாலும் பரவலான பாறைகள் விழுகின்றன. உலகளவில், பூகம்பங்களால் ஏற்படும் நிலச்சரிவுகள் அமெரிக்காவை விட அதிக விகிதத்தில் மக்களைக் கொல்கின்றன மற்றும் கட்டமைப்புகளை சேதப்படுத்து கின்றன.

நிலச்சரிவுகள் மற்றும் எரிமலை செயல்பாடு

எரிமலை செயல்பாட்டினால் ஏற்படும் நிலச்சரிவுகள் மிகவும் அழிவு கரமான வகைகளில் சில. எரிமலைக் குழம்பு பனியை விரைவாக உருகச் செய்யலாம், இதனால் பாறை, மண், சாம்பல் மற்றும் நீர் ஆகியவற்றின் வெள்ளம் எரிமலைகளின் செங்குத்தான சரிவுகளில் விரைவாக முடுக்கி, அதன் பாதையில் உள்ள எதையும் அழிக்கக் கூடும். இந்த எரிமலை குப்பைகள் பாய்கிறது (வஹார்ஸ் என்றும்

அழைக்கப்படுகிறது) எரிமலையின் பக்கவாட்டுகளை விட்டு வெளி யேறியவுடன், எரிமலைகளைச் சுற்றியுள்ள தட்டையான பகுதிகளில் உள்ள கட்டமைப்புகளை சேதப்படுத்தும். வாஷிங்டனில் உள்ள செயின்ட் ஹெலன்ஸ் மலையின் 1980 வெடிப்பு, எரிமலையின் வடக்குப் பகுதியில் பாரிய நிலச்சரிவைத் தூண்டியது, இது பதிவு செய்யப்பட்ட காலங்களில் மிகப்பெரிய நிலச்சரிவு.

நிலச்சரிவு தணிப்பு - நிலச்சரிவுகளின் விளைவுகளை எவ்வாறு குறைப்பது

நிலச்சரிவு அபாயங்களுக்கு பாதிப்பு என்பது இடம், மனித செயல்பாடு, பயன்பாடு மற்றும் நிலச்சரிவு நிகழ்வுகளின் அதிர்வெண் ஆகியவற்றின் செயல்பாடாகும். நிலச்சரிவு அபாயப் பகுதிகளை முற்றிலுமாகத் தவிர்ப்பதன் மூலமாகவோ அல்லது அபாய மண்டலச் செயல்பாட்டைக் கட்டுப்படுத்துவதன் மூல மாகவோ, தடை செய்வதன் மூலமாகவோ அல்லது நிபந்தனை களை விதிப்பதன் மூலமாகவோ மக்கள் மற்றும் கட்டமைப்புகளின் மீது நிலச்சரிவுகளின் விளைவுகளை குறைக்க முடியும். நில பயன்பாட்டுக் கொள்கைகள் மற்றும் ஒழுங்குமுறைகள் மூலம் உள்ளூர் அரசாங்கங்கள் நிலச்சரிவு விளைவுகளை குறைக்கலாம். தனிநபர்கள், ஒரு தளத்தின் கடந்த கால ஆபத்து வரலாற்றைப் பற்றி தங்களைப் பற்றி அறிந்து கொள்வதன் மூலமும், உள்ளூர் அரசாங்கங்களின் திட்டமிடல் மற்றும் பொறியியல் துறைகளிடம் விசாரணை செய்வதன் மூலமும் ஆபத்துக்களுக்கு அவர்கள் வெளிப்படுவதைக் குறைக்கலாம். அவர்கள் ஒரு பொறியியல் புவியியலாளர், ஒரு புவி தொழில்நுட்ப பொறியாளர் அல்லது ஒரு சிவில் பொறியாளர் ஆகியோரின் தொழில்முறை சேவைகளைப் பெறலாம், அவர்கள் ஒரு தளத்தின் அபாயகரமான சாத்தியக்கூறு களை சரியாக மதிப்பீடு செய்யலாம், கட்டப்பட்ட அல்லது கட்டமைக்கப்படவில்லை.

செங்குத்தான சரிவுகள் மற்றும் ஏற்கனவே நிலச்சரிவுகளில் கட்டு மானத்தைத் தவிர்ப்பதன் மூலம் அல்லது சரிவுகளை உறுதிப்படுத்து வதன் மூலம் நிலச்சரிவுகளின் ஆபத்தை குறைக்கலாம். (1) நிலச்சரிவை ஒரு ஊடுருவ முடியாத படலத்தால் மூடுவது, (2) நிலச்

சரிவில் இருந்து மேற்பரப்பு நீரை திசை திருப்புவது (3) நிலச்சரிவில் இருந்து நிலத்தடி நீரை வெளியேற்றுவது, மற்றும் (4) நிலச்சரிவு வெகுஜனத்தில் நிலத்தடி நீர் உயராமல் தடுக்கப்படும்போது நிலைத் தன்மை அதிகரிக்கிறது.) மேற்பரப்பு நீர்ப்பாசனத்தை குறைத்தல், ஒரு தக்க வைக்கும் அமைப்பு மற்றும்/அல்லது ஒரு மண்/பாறைப் பட்டையின் எடை நிலச்சரிவின் கால்விரலில் வைக்கப்படும்போது அல்லது சரிவின் மேற்புறத்தில் இருந்து வெகுஜனத்தை அகற்றும் போது சரிவு நிலைத்தன்மையும் அதிகரிக்கிறது.

வெகுஜன இயக்கங்களாக சரிவுகள் தோல்வியின் நிலையை அடையும் வளைந்த மரத்தின் டிரங்குகள், வளைந்த வேலிகள் அல்லது தடுப்பு சுவர்கள், சாய்ந்த துருவங்கள் அல்லது வேலிகள் மற்றும் சிறிய மண் சிற்றலைகள் அல்லது முகடுகள் ஆகியவற்றால் க்ரீப் குறிக்கப்படுகிறது.

பக்கவாட்டு பரவல்கள்: பக்கவாட்டு பரவல்கள் தனித்துவமானது, ஏனெனில் அவை பொதுவாக மிகவும் மென்மையான சரிவுகள் அல்லது தட்டையான நிலப்பரப்பில் நிகழ்கின்றன. இயக்கத்தின் மேலாதிக்க முறையானது வெட்டு அல்லது இழுவிசை முறிவு களுடன் பக்கவாட்டு நீட்டிப்பு ஆகும். தோல்வியானது திரவமாக்கு தலால் ஏற்படுகிறது. இதன் மூலம் நிறைவுற்ற, தளர்வான, ஒத்திசை வற்ற படிவுகள் (பொதுவாக மணல் மற்றும் வண்டல்) திடப் பொருளில் இருந்து திரவமாக்கப்பட்ட நிலைக்கு மாற்றப்படும். தோல்வியானது பொதுவாக நிலநடுக்கத்தின் போது ஏற்படும் விரைவான தரை இயக்கத்தால் தூண்டப்படுகிறது. ஆனால் செயற்கையாக தூண்டப்படலாம். ஒத்திசைவான பொருள், பாறை அல்லது மண், திரவமாக்கும் பொருட்களின் மீது தங்கியிருக்கும் போது, மேல் அலகுகள் முறிவு மற்றும் நீட்டிப்புக்கு உள்ளாகலாம். பின்னர் குறையலாம், மொழிபெயர்க்கலாம். சுழற்றலாம், சிதைக்க லாம் அல்லது திரவமாக்கி ஓட்டம் செய்யலாம்.

ஆழமற்ற சரிவுகளில் நுண்ணிய பொருட்களில் பக்கவாட்டு பரவுதல் பொதுவாக முற்போக்கானது. தோல்வி ஒரு சிறிய பகுதியில் திடீரென்று தொடங்கி வேகமாக பரவுகிறது. பெரும்பாலும் ஆரம்ப

தோல்வி ஒரு சரிவு, ஆனால் சில பொருட்களின் இயக்கம் வெளிப்படையான காரணமின்றி ஏற்படுகிறது. மேற்கூறிய இரண்டு அல்லது அதற்கு மேற்பட்ட வகைகளின் கலவையானது சிக்கலான நிலச்சரிவு எனப்படும்.

நிலச்சரிவு காரணங்கள்

1. புவியியல் காரணங்கள்

- பலவீனமான அல்லது உணர்கிறன் கொண்ட பொருட்கள்
- வானிலை பொருட்கள்
- வெட்டப்பட்ட இணைந்த அல்லது பிளவுபட்ட பொருட்கள்
- பாதகமான தொடர்ச்சியற்ற தன்மை (படுக்கை விரிசல், தவறு, இணக்கமின்மை, தொடர்பு மற்றும் பல)
- பொருட்களின் ஊடுருவல் மற்றும் அல்லது விறைப்புத் தன்மையின் மாறுபாடு

2. உருவவியல் காரணங்கள்

- டெக்டோனிக் அல்லது எரிமலை எழுச்சி
- பனிப்பாறை மீளுருவாக்கம்
- ஃப்ளுவியல், அலை அல்லது பனிப்பாறை சாய்வு கால் அல்லது பக்கவாட்டு விளிம்புகளின் அரிப்பு
- நிலத்தடி அரிப்பு (தீர்வு, குழாய்)
- படிவு ஏற்றுதல் சாய்வு அல்லது அதன் முகடு
- தாவரங்களை அகற்றுதல் (தீ, வறட்சி)
- தாவிங்
- உறைதல் மற்றும் கரைதல் வானிலை
- சுருங்கி வீங்கும் வானிலை

3. மனித காரணங்கள்

- சாய்வு அல்லது அதன் கால்விரல் தோண்டுதல்
- சாய்வு அல்லது அதன் முகடு ஏற்றுதல்
- வரைதல் (நீர்த்தேக்கங்கள்)
- காடழிப்பு
- நீர்ப்பாசனம்

- சுரங்கம்
- செயற்கை அதிர்வு
- பயன்பாடுகளில் இருந்து நீர் கசிவு

நிலச்சரிவுகளுக்கு பல வகையான காரணங்கள் இருந்தாலும் உலகெங்கிலும் உள்ள பெரும்பாலான சேதப்படுத்தும் நிலச்சரிவு களுக்கு காரணமானவை இவை.

நிலச்சரிவு மற்றும் நீர்

நிலச்சரிவுகளுக்கு நீரால் சாய்வு பூரிதமே முதன்மையான காரணம். இந்த விளைவு கடுமையான மழைப்பொழிவு, பனி உருகுதல், நிலத்தடி நீர் மட்டங்களில் ஏற்படும் மாற்றங்கள் மற்றும் கடற்கரை யோரங்கள், மண் அணைகள் மற்றும் ஏரிகள், நீர்த்தேக்கங்கள், கால்வாய்கள் மற்றும் ஆறுகளின் கரையோரங்களில் நீர் நிலை மாற்றங்கள் போன்ற வடிவங்களில் ஏற்படலாம்.

நிலச்சரிவு மற்றும் வெள்ளம் இரண்டும் நெருங்கிய தொடர் புடையது. ஏனெனில் இரண்டும் மழைப்பொழிவு, ஓட்டம் மற்றும் நீரினால் நிலத்தின் செறிவூட்டல் ஆகியவற்றுடன் தொடர்புடையது.

கூடுதலாக குப்பைகள் மற்றும் சேற்றுப் பாய்தல்கள் பொதுவாக சிறிய, செங்குத்தான நீரோடை கால்வாய்களில் நிகழ்கின்றன. மற்றும் பெரும்பாலும் வெள்ளம் என்று தவறாகக் கருதப்படு கின்றன; உண்மையில் இந்த இரண்டு நிகழ்வுகளும் பெரும்பாலும் ஒரே பகுதியில் ஒரே நேரத்தில் நிகழ்கின்றன.

நிலநடுக்கம் போன்ற ஒரு முக்கிய நிகழ்வானது பெரிய பாறைச் சரிவுகளை உண்டாக்கும் அதே வேளையில், பெரும்பாலான ஸ்லைடுகள் ஈர்ப்பு அழுத்தம் மற்றும் அரிப்பு தாக்கங்களின் கலவை யால் ஏற்படுகின்றன. அகழ்வாராய்ச்சி மூலம் மலையின் வடிவவியலை மாற்றுவது போன்ற மானுடவியல் செயல்பாடுகளும் அழுத்த நிலையை மாற்றலாம், இது சாய்வு உறுதியற்ற தன்மைக்கு பங்களிக்கிறது.

இந்த அரிப்பு பண்புகளில், நீர் மிகவும் பயனுள்ள புவியியல் முகவர் ஆகும். இது வெகுஜன-விரயம் நிகழ்வுகளை ஏற்படுத்துகிறது. மண்ணின் எடையைச் சேர்ப்பதன் மூலமும், தனித்தனி தானியங் களைத் தள்ளிவிட முனையும் துளைகளை நிரப்புவதன் மூலமும் மேற்பரப்புப் பொருளின் கீழ்நோக்கிய இயக்கத்திற்கு நீர் உதவு கிறது. இந்த செயல்முறைகள் ஒரு ஸ்லைடை ஏற்படுத்தினாலும், ஒரு பாறை சரிவின் வேகம் மற்றும் சாத்தியமான அழிவுகள் பெரும் பாலும் தோல்வியுற்ற சாய்வால் வழங்கப்படும் செங்குத்தான தீவிரத் தன்மையால் தீர்மானிக்கப்படுகிறது.

பேரிடர் தடுப்பு

உலகெங்கிலும் உள்ள கிராமப்புறங்களில் மக்கள்தொகை அதிகரித்து வருவதால், சாத்தியமான பாறை சரிவுகளால் ஏற்படும் ஆபத்துகள் முன்னோக்கி நகர்த்துவதற்கான அழுத்தமான பிரச்சனையாக மாறி வருகின்றன. அதிர்ஷ்டவசமாக, புவியியல் அறிவியல் மற்றும் பொறி யியல் துறைகளில் பணிபுரியும் நபர்கள் பாறை சரிவு கண்டறிதல், மதிப்பீடு மற்றும் எச்சரிக்கை ஆகியவற்றின் சரியான முறைகளைத் தொடர்கின்றனர். புதிய புவி கண்காணிப்பு கருவிகள் சாத்தியமான ராக் ஸ்லைடு அபாயங்களைக் கண்டறிய மிகவும் மேம்பட்ட திறனை வழங்கியுள்ளன. தொடர்ச்சியான InSAR மற்றும் LiDAR தரவு களின் பகுப்பாய்வு சாய்வு இயக்கத்தின் மிகவும் மதிப்புமிக்க பிராந்திய காட்சியை வழங்குகிறது.

ஒரு தளம் அபாயகரமானதாகக் கருதப்பட்டால், சமரசம் செய்யப்பட்ட சாய்வு தோல்வியடைவதைத் தடுக்க பல்வேறு வகையான புவியியல் பொறியியல் நுட்பங்கள் பயன்படுத்தப்படுகின்றன. இந்த வடிவமைப்புகளில் சில கீழே பட்டியலிடப்பட்டுள்ளன.

வயர்மெஷிங்

சாய்வின் முகடு மற்றும் அடிவாரத்தில் நிறுவப்பட்ட அரிப்பை எதிர்க்கும் பொருள். விழும் குப்பைகள் கண்ணிக்குப் பின்னால் சிக்கியிருப்பதை இது உறுதி செய்கிறது.

தக்க வைக்கும் சுவர்கள்

தரைப் பொறியியலின் பழமையான வடிவங்களில் ஒன்று, சாலைகள் மற்றும் பிற கட்டமைப்புகளில் இருந்து விழுந்த பாறைகள் மற்றும் மண்ணைத் தடுத்து நிறுத்துவதன் மூலம் நிலையற்ற சரிவுகளின் விளைவுகளை நடுநிலையாக்குவதற்காகத் தக்க வைக்கும் சுவர்கள் கட்டப்பட்டுள்ளன.

மண் ஆணியடித்தல்

ஒரு சரிவின் மேலிருந்து கீழே தக்கவைக்கும் சுவரைக் கட்டும் ஒரு பொருளாதார முறை. இந்த செயல்பாட்டில், நெருக்கமான இடைவெளியில் எஃகு தசைநாண்கள் மண்ணில் துளையிடப்படுகின்றன. இந்த நகங்கள் இந்த தண்டுகளின் இழுவிசை சுமைகளை சுமக்கும் திறன் மூலம் மண்ணின் ஒருங்கிணைப்பை கணிசமாக அதிகரிக்கின்றன. இந்த எஃகு கற்றைகள் பொதுவாக பற்ற வைக்கப்பட்ட கம்பி வலையைப் பயன்படுத்துவதன் மூலம் வலுப்படுத்தப்படுகின்றன.

ராக் போல்டிங்

ராக் போல்ட்கள் எப்போதும் வலுவூட்டலுக்கான முதன்மை வழிமுறையாகும், முகங்களின் சுமையை வெளிப்புற சரிவுகளிலிருந்து அதன் உட்புறத்திற்கு மாற்றுவதற்காக போல்ட்கள் ஒரு குறிப்பிட்ட வடிவத்தில் வைக்கப்படுகின்றன.

∎

4. நிலநடுக்கம் - பேரிடர் மேலாண்மை எச்சரிக்கையும் செயல்பாடுகளும்

தேசிய பேரிடர் இன்னல் மேலாண்மைத் திட்டம்

இந்தியாவில் தேர்வு செய்யப்பட்ட 17 மாநிலங்களில் உள்ள 169 மாவட்டங்களில் ஏற்படும் பல்வகைப் பேரிடர்களை திறம்பட எதிர்கொண்டு உயிர் சேதத்தைத் தவிர்க்கவும், பொருள் சேதத்தைக் குறைக்கவும் மைய அரசும், ஐக்கிய நாடுகள் வளர்ச்சித் திட்ட அமைப்பும் இணைந்து தேசிய பேரிடர் இன்னல் மேலாண்மைத் திட்டத்தை (2002 ஆம் ஆண்டு முதல் 2007 ஆம் ஆண்டு வரை) செயல்படுத்தி வருகின்றது. இதில் உள்ளூர் மக்களுக்குத் தேவையான விழிப்புணர்வினை வழங்கி, சமூக, பொருளாதார நிலையில் ஏற்படும் பெரிய இழப்புகளை தவிர்க்க வழிவகைகள் செய்யப் பட்டுள்ளன.

தமிழகத்தைப் பொருத்தவரை கடலூர், திருவள்ளூர், நாகப் பட்டினம், கன்னியாகுமரி, காஞ்சிபுரம், நீலகிரி மாவட்டங்கள் மற்றும் சென்னை, கோவை மாநகரங்கள் தேர்வு செய்யப்பட்டு இத்திட்டம் செயல்படுத்தப்படுகிறது. இத்திட்டத்தினை வருவாய் நிர்வாகம், பேரிடர் மேலாண்மை மற்றும் பேரிடர் தணிக்கும் துறை திறம்பட செயல்படுத்தி வருகின்றது.

நகர்ப்புற நிலநடுக்க பாதிப்பு குறைக்கும் திட்டம்

நிலநடுக்கப் பாதிப்பினைக் குறைக்கும் திட்டமானது தேசிய பேரிடர் மேலாண்மைத் திட்டத்தின் ஓர் அங்கமாக செயல்படுத்தப் படுகிறது. நிலநடுக்கம் என்பது இயற்கையாக நடைபெறும் ஓர் நிகழ்வாகும். இது மனித உயிருக்கும், உடைமைகளுக்கும் ஏராள மான சேதத்தை உண்டு பண்ணுகிறது.

நிலநடுக்கம் வருவதை முன்கூட்டியே அறிந்து கொண்டு தேவை யான எச்சரிக்கை நடவடிக்கைகளை எடுப்பது என்பது தொழில்நுட்ப ரீதியாக தற்போது இயலாததாக உள்ளது. ஆனால் இதனுடைய தன்மை, தாக்கம் மற்றும் இந்த பேரிடரினை எதிர்கொள்ளும் பாதுகாப்பு முறைகளை கற்றுக்கொள்வதன் மூலம் நிலநடுக்கத் தினால் ஏற்படும் பாதிப்புகளை குறைக்க இயலும்.

தமிழக நிலப்பகுதியில் நிலநடுக்கம் ஏற்படக்கூடிய பகுதிகள் சிவப்பு வண்ணத்தில் காட்டப்பட்டுள்ளது. இந்திய தரக்கட்டுப்பாட்டு அமைப்பு வெளியிட்டுள்ள அறிக்கை மற்றும் வரைபடத்தில் மொத்த நிலப்பரப்பில் 59% அளவிற்கு நிலநடுக்கம் ஏற்பட வாய்ப்புக்கள் உள்ளன என்று தெரிவிக்கப்பட்டுள்ளது. இந்தப் பகுதிகளில் ஏற்படும் நிலநடுக்கமானது MSK-VII அளவிற்கான தாக்கத்தை உலகில் ஏற்பட்டுள்ள அதிபயங்கர நிலநடுக்கங்களில் பல இந்தியாவில் ஏற்பட்டுள்ளன. ஆனால் அதிஷ்டவசமாக பெரிய நகரங்கள் இதனால் பாதிக்கப்படவில்லை. இந்தியாவில் அதிக மக்கள் தொகை உள்ள நகரங்களில் நாட்டின் தலைநகரமான புதுதில்லி போன்ற நகரங்கள் அதிக பாதிப்பு ஏற்படக்கூடிய நில அமைப்பில் அமைந்துள்ளது. இத்தகைய நகரங்களில் உள்ள பெரும்பாலான கட்டிடங்கள் நில நடுக்கத்தை தாங்கும் நிலையில் இல்லை. இந்நிலையில் பெரிய அளவிலான நிலநடுக்கம் ஏற்படுமானால் அதிக அளவில் உயிர் சேதம் நடைபெற வாய்ப்புக்கள் உள்ளன.

இப்பகுதியில் நிலநடுக்கத்தின் தாக்கத்தை குறைப்பதற்கென்று குறுகிய காலத்திட்டம் மற்றும் நெடுங்காலத் திட்டம் ஆகியவற்றை வகுத்து பல்வேறு முயற்சிகளை எடுப்பது என்பது இன்றியமையாத தாகிறது.

பதினைந்து ஆண்டு காலக்கட்டத்தில் இந்தியாவில் 6 இடங்களில் அதிபயங்கர நிலநடுக்கம் ஏற்பட்டது. இதில் ஐந்து நிலநடுக்கங்கள் அதிக மக்கள் தொகை இல்லாத பகுதிகளில் ஏற்பட்டதனால், அதிக உயிர் சேதம் இல்லாமல் போனது. மாறாக 2001இல் பூஜ் என்ற இடத்தில் ஏற்பட்ட நிலநடுக்கமானது கிராம மற்றும் நகர்புறத்தினை தாக்கியது. இதில் உயிர்சேதமும் பொருள் சேதமும் அதிக அளவில் இருந்தன. இதுபோல் அதிக குடியிருப்புகளைக் கொண்ட பகுதிகளில் ஏற்படும் நிலநடுக்கம் அதிக அளவில் உயிர் சேதத்தையும், பொருள் சேதத்தையும் ஏற்படுத்தும் என்பதில் சந்தேகமில்லை.

இந்தியாவில் நிலநடுக்கம் ஏற்படும் என்று தேர்வு செய்யப்பட்ட நிலப்பகுதியானது நான்கு பகுதிகளாக பிரிக்கப்பட்டுள்ளது. இதில் பாதிப்பிற்கு உள்ளாகும் பகுதியில் அமைந்துள்ள 38 பெரு நகரங்களில் வாழும் மக்களின் உயிர் மற்றும் உடமைகளை பாதுகாக்கும் பொருட்டு, உள்ளூர் மக்களுக்கு தேவையான விழிப்புணர்வு, விவரங்கள் / பயிற்சிகள் ஆகியவற்றை அளிப்பது மற்றும் உள்ளாட்சி அமைப்புகள், அரசு அலுவலர்கள் ஆகியோர்க்கு தேவையான தொழில்நுட்ப உத்திகள், பேரிடர் மேலாண்மைப் பயிற்சிகள் ஆகியவற்றை கொடுத்து நில நடுக்கத்தின் பாதிப்பினை குறைப்பது நமது தலையாய கடமையாகிறது. நிலநடுக்கப்பகுதி 3, 4 மற்றும் 5 இல் அமைந்துள்ள முப்பத்து எட்டு நகரங்களில் வாழும் அரை மில்லியன் மக்களின் சமூக பொருளாதார வாழ்க்கை நிலையினை காப்பதற்கு இத்திட்டம் பெரிதும் உதவி வருகிறது.

இத்திட்டத்தின் கீழ் நகர்ப்புற பேரிடர் மேலாண்மை குழுக்கள் இரண்டு நகரங்களில் அமைக்கப்பட்டுள்ளது. சென்னைப் பொறுத்த வரை, சென்னை மாநகராட்சியின் ஆணையர் தலைவராகவும், கோயம்புத்தூரில் மாவட்ட ஆட்சித் தலைவரை தலைவராகக் கொண்டு மாவட்ட பேரிடர் மேலாண்மைக் குழுக்கள் அமைக்கப்பட்டுள்ளன. இத்திட்டத்தின் கீழ் இந்தியாவில் எடுக்கப்பட்டுள்ள பல முயற்சிகள் வெற்றிக்கதைகள் ஆகியவற்றை மாதிரிகளாகக் கொண்டு, நிலநடுக்கத்தின் தாக்கத்தை குறைக்கத் தேவையான வழி

முறைகளைக் கண்டு பின்பற்றி, மனித உயிரிழப்பையும் பொருட் சேதத்தையும் குறைக்கும் வகையில் நடவடிக்கைகள் எடுக்கப்படு கின்றன.

நாடு முழுவதும் உள்ள நிலநடுக்கம் ஏற்படக்கூடிய பகுதிகளில் அமைந்துள்ள பெரு நகரங்களில் ஏற்படும் நிலநடுக்கத்தின் பாதிப்பு களை தொடர்ந்து குறைத்தல்.

குறிக்கோள்கள்

- நிலநடுக்கத்தினால் ஏற்படும் பாதிப்புகள் குறித்தும், இத்தகைய பாதிப்புகளை குறைப்பது குறித்தும் தேவையான விழிப்புணர்வு தொழில்நுட்ப ரீதியான விவரங்களை அரசு அலுவலர்கள், தொழில்நுட்ப நிறுவனங்கள், தன்னார்வத் தொண்டு நிறுவனங்கள், சமுதாய அமைப்புகள், உள்ளூர் தன்னார்வலர்கள் ஆகியோர்க்கு அளித்தல்.

- நிலநடுக்க பாதிப்பைக் குறைக்கக்கூடிய வகையில் வகுக்கப் பட்டுள்ள கருத்துக்கள் மற்றும் திட்டப் பணிகளை மாதிரிப் பயிற்சிகள் மூலம் நடைமுறை செய்தல்.

- நிலநடுக்கத்தினை தாங்கவல்ல கட்டுமான அமைப்புகளோடு கட்டிடங்கள் கட்டவும் இதனையே அனைத்து சாராரும் பின்பற்றும் வகையில் இதனை கட்டாயமாக்கும் வகையில் சட்ட வடிவம் கொடுக்க நடவடிக்கைகள் எடுத்தல்.

- பேரிடர் காலங்களில் தேவையான அத்தியாவசிய பணிகளை மேற்கொள்ள உரிய தொழில்நுட்ப விவரங்களை கட்டிட பொறியாளர்கள், கட்டிடக்கலை வல்லுநர்கள், கட்டுமானப் பணிகளில் ஈடுபட்டுள்ளவர்கள் அனைவருக்கும் வழங்கி அவைகளை பயன்படுத்துதல்.

- நிலநடுக்க பாதிப்புகளை குறைப்பது குறித்து எடுக்கப்பட்ட பல்வேறு சிறப்பு நடவடிக்கைகள் மற்றும் வெற்றிக்கதைகளை அனைவரும் அறியச் செய்தல் மற்றும் பின்பற்றுதல்.

- பேரிடர் காலங்களில் தேவைப்படுகின்ற ஆதாரங்களை

திரட்டுவதற்கு தேவையான அனைத்து விவரங்களை பெற்றுப் பயன்படுத்தும் பொருட்டு விவரங்களை தொகுத்தல் மற்றும் அனைவரும் அறியச் செய்தல்.

வெளிப்பாடுகள்

- நிலநடுக்க பாதிப்புக்களை குறைக்கும் வகையில் தேசிய, மாநில, மாவட்ட வட்டார மற்றும் கிராம அளவில் விழிப்புணர்வு பயிற்சிகள் அளித்தல் மற்றும் தொழில்நுட்ப அமைப்புக்களை வலுப்படுத்தல்.

- உள்ளாட்சி அமைப்புக்கள், சமூக ஆர்வலர்கள், தன்னார்வத் தொண்டு நிறுவனங்கள் ஆகிய அனைவருக்குமான பேரிடர் கால தடுப்பு நடவடிக்கை மற்றும் துயர் துடைப்பு பணிகளுக் கான திட்டங்களை வகுத்தல்.

- மாநகர அளவில் பேரிடர் மேலாண்மைக் குழுக்கள் மற்றும் பேரிடர் மேலாண்மை அணிகள் அமைக்க வழிவகுத்தல்.

- பாதிப்புக்கு உள்ளாகும் மக்கள் அனைவரும் பாதுகாப்பு உத்தி விவரங்களை அறிந்திருக்க உதவுதல்.

- நிலநடுக்கப் பாதிப்பு தடுப்பு நடவடிக்கைகளை வளர்ச்சிப் பணிகளில் ஒருங்கிணைத்து செயல்படுத்துதல்.

- மேம்படுத்தப்பட்ட தொழில்நுட்ப உத்திகளுடன் பொறி யாளர்கள் / கட்டிடக்கலை வல்லுநர்கள் மற்றும் பயிற்சி, கல்வி மற்றும் வள ஆதார நிறுவனங்களை தயார்படுத்துதல்.

- சட்டப் பூர்வமாக ஆக்கப்பட்ட கட்டுமான முறைகளை கடைபிடிக்க உதவுதல்.

- குறைவாக பாதிப்புக்குள்ளாகும் நகர்ப்புற பகுதிகளுக்கும் இத்திட்டத்தை விரிவுபடுத்த வழிகோலுதல்.

நிலநடுக்கம் மனிதனைக் கொல்வதில்லை - பாதுகாப்பற்ற வகையில் கட்டப்படும் கட்டிடங்கள் தான் மனித உயிருக்கு சேதம் விளைவிக்கிறது.

நினைவில் கொள்ள வேண்டியவை

1. நீங்கள் ஒரு வீட்டை கட்டிக்கொண்டிருந்தால் அதை பாது காப்பு அம்சத்தோடு கட்டுங்கள்.
2. நீங்கள் ஏற்கனவே ஒரு வீட்டிலோ / அடுக்குமாடி குடியிருப் பிலோ வசித்தால் பாதுகாப்பு அம்சத்தைக் கூட்டுங்கள்.
3. நீங்கள் தங்குவதற்கு இடத்தை தேடிக்கொண்டிருந்தால், பாது காப்பு அம்சத்தையும் கவனியுங்கள்.

நிலநடுக்கத்திற்கு முன் கவனிக்கப்பட வேண்டியவை

- இந்திய தரக்கட்டுப்பாடு நிறுவனம் நிர்ணயித்த தர மதிப்பீடு களை கட்டிடங்கள் கட்டும் போது தவறாமல் பின்பற்றுங்கள்.
- தொழில்நுட்ப ரீதியான விவரங்கள் அறிந்த கட்டுமான வல்லுநர் களை கலந்து ஆலோசித்து ஏற்கனவே இருக்கும் கட்டிடங்களை வலுவாக்குங்கள்.
- ஒவ்வொரு குடும்பத்தில் உள்ள உறுப்பினர்கள் அனைவரும் நகரத்துக்கு வெளியே பாதுகாப்பாக ஓர் இடம், அதன் விவரங்கள் ஆகிய அனைத்தையும் அறிந்திருக்க உதவுங்கள்.
- முக்கிய தொலைபேசி எண்களின் பட்டியல், டார்ச் விளக்கு, டிரான்சிஸ்டர், ரேடியோ, குடிநீர், மருந்துப் பொருட்கள் ஆகியவற்றை தயார் நிலையில் எப்போதும் வைத்திருக்க வழிவகுங்கள்.
- முதலுதவி செய்தல், காப்பாற்றுதல் ஆகியவற்றை தெரிந்து செயல்படுங்கள்.
- அருகில் உள்ள மக்களைக் கொண்டு, பல்வேறு அணிகளை அமைத்து அவர்களுக்கு முதலுதவி, தேடுதல் மற்றும் காப் பாற்றுதல் ஆகியவற்றில் பயிற்சியளித்து முன்னெச்சரிக்கையாய் இருங்கள்.

நிலநடுக்கத்தின்போது :

- நிலநடுக்கம் குறித்த எச்சரிக்கை எப்போதும் முன்னதாக கிடைப்பதில்லை.
- மின் இணைப்பு, சமையல் எரிவாயு அடுப்பு ஆகியவற்றை உடனடியாக அணைக்க குடும்பத்தாருக்கு கற்றுத்தர வேண்டும்.
- நிலநடுக்கத்தின்போது, மேஜை நாற்காலிக்குக் கீழ்சென்று தரையோடு தரையாக அமர்ந்து தன்னைக் காப்பாற்றிக் கொள்ள வேண்டும்.
- உறுதியான சுவர் அருகில் சென்று உட்கார்ந்து, தரையில் கைகளை ஒன்றி திடப்படுத்திப் பாதுகாத்துக் கொள்ள வேண்டும்.
- நிலநடுக்க பாதுகாப்பிற்கு ஏற்றவாறு வீட்டை மாற்றி அமைக்க வேண்டும்,
- கான்கிரீட்டினால் வீடு கட்டாதபோது, திறந்தவெளிக்குச் செல்லுதல், மரம், மின்சாரம் மற்றும் தொலைபேசி கம்பங்கள் முதலியவை அருகில் செல்லாதிருக்க வேண்டும்.

- வாகனத்தில் பயணம் செய்யும்போது கட்டிடம், மரம் மற்றும் மின் தொலைபேசி கம்பிகள் ஆகியவற்றின் அருகில் செல்லாமல், வாகனத்திற்குள்ளேயே இருக்க வேண்டும்.
- நிலநடுக்கம் நடந்த இடத்தில், தீப்பிடிக்கும் அபாயம் உள்ளதால் மெழுகுவர்த்தி, எண்ணெய் விளக்குகளைத் தவிர்த்து, டார்ச் விளக்குகளைப் பயன்படுத்த வேண்டும்.
- இடிபாடுகளிடையே செல்லும்போது காலணிகள் அணிந்து செல்ல வேண்டும்.

நிலநடுக்கத்திற்கு பின் :

- நிலநடுக்கத்திற்கு பின் ஏற்படும் தொடர் நடுக்கங்களை எதிர்பார்த்து தைரியமாக இருக்க வேண்டும்.
- பாதிக்கப்பட்டவர்களை அடையாளம் காண வேண்டும்.
- முதலுதவியினை மேற்கொண்டு, மருத்துவக் குழுவின் உதவிக்கு காத்திருக்கவும்,
- மிக அதிக அளவில் அடிபட்ட நபர்களை கூடமானவரை தூக்கி இடம் மாற்றாமல் மருத்துவரின் ஆலோசனையைப் பெறவும்.
- மின் சாதனங்கள் மற்றும் எரிவாயு சிலிண்டர்களை பயன்படுத்துவதை தவிர்க்கவும்.
- வதந்திகளை நம்பாமலும் பரப்பாமலும் தெளிவாக இருத்தல் வேண்டும்.
- குடிநீர் வீணாகாமல் பார்த்துக் கொள்ள வேண்டும். மேலும் தொலைத் தொடர்பு வசதிகள் தடைபடாமல் பார்த்துக் கொள்ள வேண்டும்.
- தெருக்கள், சாலைகளில் உள்ள பொருட்களை அகற்றி தீயணைப்புத்துறை, மருத்துவக் குழுக்கள் வந்து சேர்வதற்கு வழிகளை ஏற்படுத்திக் கொடுக்க வேண்டும்.
- தன்னார்வலர்களின் சேவைகளை ஒருங்கிணைக்க வேண்டும்

இந்திய தரக்கட்டுப்பாடு நிறுவனம் நிர்ணயித்துள்ள கட்டுமான தரக் கட்டுப்பாடுகள்:

- திட்டம் மற்றும் வலிமையூட்டும் கான்கிரீட் ஆகியவற்றிற்கு வழக்கத்திலுள்ள இந்திய தர சட்டத் தொகுப்பேடு IS 46, 2000 (4 வது திருத்திய படிவம்)

- பொதுவாக இரும்பினால் கட்டப்பட்ட கட்டுமானங்களுக்கு வழக்கத்திலுள்ள இந்திய தர சட்டத் தொகுப்பேடு IS 800, 1984 (2வது திருத்திய படிவம்)

- கட்டுமானங்கள் மற்றும் கட்டிடங்களுக்கு முன்மாதிரி எடைத்திறன் (நிலநடுக்கப் பகுதியைத் தவிர) வழக்கத்திலுள்ள சட்டத் தொகுப்பேடு IS 875

- நிலநடுக்க பாதிப்பை குறைக்கும் வகையில் முன்மாதிரி கட்டுமானங்களுக்கு வழக்கத்திலுள்ள இந்திய தர சட்டத் தொகுப்பேடு IS 1893 (பகுதி 1), 2002 (5வது திருத்திய படிவம்)

- நிலநடுக்க பாதிப்பை குறைக்கும் திட்ட அமைப்பு மற்றும் கட்டிடங்கள் கட்டுதல் ஆகியவற்றிற்கு வழக்கத்திலுள்ள இந்திய தர சட்டத் தொகுப்பேடு IS 4326, 1993 (2வது திருத்திய படிவம்)

- மண் கட்டிடங்களுக்கு நிலநடுக்க பாதிப்பைக் குறைக்கும் வழிகாட்டி இந்திய தரக் கட்டுப்பாடு IS 13827, 1993

- குறைந்த தர கட்டுமான வேலையுள்ள கட்டிடங்களின் நிலநடுக்க பாதிப்பை செம்மைப்படுத்த வழிகாட்டி இந்திய தர கட்டுப்பாடு IS 13828, 1993

- நிலநடுக்கத்தை எதிர்கொள்ள வலிமையுள்ள கான்கிரீட் கட்டுமானங்கள் எளிதில் திருத்தியமைக்க வழக்கத்திலுள்ள இந்திய தர கட்டுப்பாடு சட்டத் தொகுப்பேடு IS 13920, 1993

- கட்டிடங்களுக்கு புனரமைப்பு மற்றும் நிலநடுக்கப் பாதிப்பைக் குறைக்க வழிகாட்டி இந்திய தர கட்டுப்பாடு IS 13835, 1993

∎

5. உலகின் முக்கிய நிலநடுக்கங்கள்

நிலநடுக்கம் (அல்லது பூகம்பம், அல்லது பூமி அதிர்ச்சி, என்பது பூமிக்கடியில் அழுத்தம் அதிகமாகி அதனால் சக்தி வெளியேற்றப் பட்டு, தளத்தட்டுகள் நகர்வதனால் இடம்பெறும் அதிர்வைக் குறிக்கும். இந்த அதிர்வு நிலநடுக்கமானியினால் ரிக்டர் அளவை மூலம் அளக்கப்படுகிறது. 3 ரிக்டருக்கும் குறைவான நிலநடுக்கங் களை உணர்வது கடினமாகும். அதேவேளை 7 ரிக்டருக்கும் கூடுத லான அதிர்வுகள் பலத்த சேதத்தை ஏற்படுத்தவல்லன.

பூமியின் மேற்பரப்பு பெரும் பாளங்களாக அமைந்துள்ளது. இவை நகரும் நிலத்தட்டுகளாக இருக்கிறது. நிலப்பரப்பிலும், நீரின் அடியிலுமாக உள்ள இவற்றில் ஏழு நிலத்தட்டுகள் மிகப் பெரிய தாகவும், குறைந்தது பன்னிரண்டு சிறிய நிலத்தட்டுகளும் உள்ளன. இந்த ஏழு பெரும் நிலத்தட்டுகளில் ஐந்து கண்டங்களும் பசிபிக் முதலிய பெருங்கடல் பகுதிகளும் அடக்கம்.

இந்த நிலத்தட்டுகள் சுமார் 80 கி.மீ. வரை தடிமன் கொண்டதாக இருக்கிறது. இதனடியில் பாறைகள் கொதிக்கும் குழம்பாக இருப்ப தாலும், பூமியின் சுழற்சி வேகத்தில் இந்தப் பாறைக் குழம்பு

நகர்வதாலும், மேலே இருக்கும் நிலத்தட்டுகள் ஒன்றுடன் ஒன்று உராய்வதுடன் நகர்ந்தும் செல்கிறது.

இந்த நிலத்தட்டுகள் ஒரு வருடத்திற்கு ஒரு செ.மீ. முதல் சுமார் 13 செ.மீ. வரை நகர்கிறது. இது நமது உலக வேகத்திற்கு மிக நுண்ணியதாக இருந்தாலும் இந்த நிலத்தட்டுகளின் லேசான உராய்வும் கூட பெரும் நிலநடுக்கத்தை ஏற்படுத்தக் கூடியவை. ஒரு நிலநடுக்கம் நிலச்சரிவுகளையும் சில சமயம் எரிமலை செயல் பாட்டையும் அதிகரிக்கச் செய்யும்.

ஒரு நிலநடுக்கத்தின் அளவுக்கு வரையறை ஏதுமில்லை என்றாலும் வரலாற்றில் பதிவான மிக பெரிய நிலநடுக்கங்கள், 9.0 ரிக்டருக்கும் கூடுதலானவை பெரும் பாதிப்பை ஏற்படுத்துவன ஆகும். இத்தகைய மிக அன்மையின் நிகழ்ந்த நிலநடுக்கமானது 2011ஆம் ஆண்டு சென்டாய், ஜப்பானில் நிகழ்ந்த நிலநடுக்கமாகும். பதிவு செய்யப் பட்ட நிலநடுக்கங்களுள் ஜப்பானில் பதிவான வலுவான நில நடுக்கம் இதுவாகும். ஆழமற்ற நிலநடுக்கங்களே அதிக ஆபத்தை விளைவிக்கக் கூடியவை ஆகும்.

ஐரோப்பாவும் ஆசியாவும் இணைந்த நிலப்பரப்பாக காணப் பட்டாலும் இரண்டும் தனித்தனி தட்டுகளில் அமைந்துள்ளது. இந்தியா உள்ளிட்ட தெற்காசியப் பகுதி ஆசிய தட்டில் இல்லாமல் தனித்தட்டாக அமைந்துள்ளது. இதனாலேயே இது இந்தியத் துணைக் கண்டம் என்றழைக்கப்படுகிறது.

மேலும் இந்திய நிலத்தட்டு, ஆசிய நிலத்தட்டு ஆகிய இரண்டும் வடக்கு நோக்கி நகர்கின்றன. இதில் ஆசிய தட்டை விட இந்திய தட்டு வேகமாக நகர்வதால், இந்திய தட்டு ஆசிய தட்டை மோதி அந்த அழுத்தத்தில் உருவானதே இமயமலைப் பிரதேசம். இமய மலை இன்னும் வளர்ந்து கொண்டிருப்பதன் காரணமும் இது தான். இரு நிலத்தட்டுகளின் அழுத்தத்தால் இமயமலைப் பகுதி வளரும் பொழுது உராயும் பாறைகள் அசைந்து கொடுப்பதால் இப்பகுதி நிலநடுக்கம் ஏற்பட அதிக வாய்ப்புள்ள பகுதியாக கருதப்படுகிறது. பல கோடி வருடங்களுக்கு முன்பு ஆசியாவும், ஐரோப்பாவும் இணைந்து இருந்தது. இது யூரேசியா என்று அறிவியலாளர்களால்

கூறப்படுகிறது. ஒரு பெரிய பூகம்பத்தால்தான் ஆசியாவும், ஐரோப்பாவும் தனித்தனி கண்டங்களாக பிரிந்ததாக கூறப்படுகிறது. எனினும் இதற்கான தெளிவான ஆதாரங்கள் இல்லை.

வெள்ளம்

நீர்நிலைகளிலிருந்து அதிகப்படியான தண்ணீர் பெருக்கெடுத்து நிலத்தை அடைவது வெள்ளம் எனப்படுகிறது. நீர்நிலைகளான ஆறு, குளம், போன்றவற்றின் மொத்த கொள்ளளவைத் தாண்டி நிரம்பும் போது நீர் வெளியேறி வழக்கமாக வெள்ளம் ஏற்படுகிறது. ஆனால் பூகம்பம் அல்லது நிலநடுக்கத்தின் போது நீர் நிலைகளின் தடுப்பணைகள் உடைந்து சேதமுறுவதால் அதிகப்படியான நீர் வெளியேறி பெருத்த சேதத்தை உண்டாக்கலாம். நிலநடுக்கத்தின் போது அணைகள் உடைந்து வெள்ளம் ஏற்படுவது இரண்டாம் நிலை பாதிப்பாகும். சில நேரங்களில் நிலநடுக்கம் ஏற்படும் போது உண்டாகும் நிலச்சரிவுகள் ஆற்றின் குறுக்கே விழுந்து தற்காலிக நீர்த்தேக்கம் உருவாகி பின்னர் அது வலுவிழந்து உடைந்து தண்ணீர் வெளியேறினாலும் வெள்ளம் உண்டாகக்கூடும்.

தஜிகிஸ்தான் நாட்டின் சரெசு ஏரிக்கு கீழே உள்ள நிலப்பகுதி பெருங்கேடு விளைவிக்கும் வெள்ளத்தால் பாதிக்கும் நிலையில் உள்ளது. இப்பகுதியில் பாயும் ஆற்றுக்கு குறுக்கே நிலச்சரிவினால் உருவாகிய உசோய் அணை உள்ளது. எதிர்காலத்தில் ஏதேனும் நிலநடுக்கம் ஏற்பட்டால் இந்த வலுவற்ற அணை உடைந்து பெரு வெள்ளம் ஏற்படும் என்றும் அதனால் சுமார் 5 மில்லியன் மக்கள் பாதிக்கப்படுவார்கள் என கணிக்கப்படுகிறது.

உயிர்ச் சேதங்கள்

நிலநடுக்கத்தின் போது ஏற்படும் காயங்கள் மற்றும் உறுப்பு சேதங்கள் மரணத்தை ஏற்படுத்துகின்றன. அதுமட்டுமல்லாமல் சாலைகள், பாலங்கள் உள்ளிட்ட ஏராளமான பொதுச் சொத்துக்கள் மற்றும் தனியார் சொத்துக்கள் அழிந்து நாசமாகின்றன அல்லது பெருஞ்சேதமுறுகின்றன. (பொதுவாக நிலநடுக்கத்தால் கட்டிடங் களுக்கு ஏற்படும் சேதங்கள் இடிந்து விழுவதற்கே அதிக வாய்ப்புகள் உள்ளன). அதுமட்டுமல்லாமல் நிலநடுக்கத்தால் நோய்களும்

அடிப்படைத் தேவை குறைபாடுகளும் ஏற்படும் அபாயங்கள் உள்ளன. மேலும் பாதிக்கப்பட்டவர்களுக்கு பீதி, உயிர் பிழைத்த வர்களுக்கு மன அழுத்தம் மற்றும் அதிக காப்பீட்டு சந்தா போன்ற சிக்கல்கள் ஏற்படக்கூடும்.

தற்போதைய நவீன கருவிகளைக் கொண்டு கண்டுபிடிக்கப் படக்கூடிய நிலநடுக்கங்கள் ஒவ்வொரு ஆண்டும் 500,000 ஏற்படு கின்றன என்று மதிப்பிடப்பட்டுள்ளது. இவற்றுள் 100,000 மனிதர் களால் உணரக்கூடியவையாகும். சிறு நிலநடுக்கங்கள் உலகம் முழுவதும், குறிபபாக அமெரிக்க ஐக்கிய நாட்டின் கலிபோர்னியா மற்றும் அலாஸ்கா, மெக்சிக்கோ, குவாத்தமாலா, சிலி, பெரு, இந்தோனேசியா, ஈரான், பாக்கித்தான், போர்த்துகலின் சில பகுதிகள், துருக்கி, நியூசிலாந்து, கிரேக்கம், இத்தாலி, இந்தியா மற்றும் ஜப்பான் ஆகியவற்றில் கிட்டத்தட்ட தொடர்ந்து ஏற்படுத்திக் கொண்டே இருக்கின்றன. ஆனாலும் நிலநடுக்கங்கள் நியூயார்க் நகரம், இலண்டன் மற்றும் ஆஸ்திரேலியா உட்பட, கிட்டத்தட்ட உலகில் எங்கும் ஏற்படலாம்.

உலகின் நிலநடுக்கங்கள் (90% முதல் 81% வரையான பெரிய நிலநடுக்கங்கள் அடிக்கடி பசிபிக் பெருங் கடலைச் சுற்றி அமைந்துள்ள எரிமலை வளையம் என்ற பகுதியில் அமைந் துள்ளன. இமயமலை யின் அடி வாரத்திலும் அதிக அளவு நிலநடுக்கம் ஏற்பட வாய்ப்புள்ளது. நில நடுக்க பாதிப்பு அதிகம் உள்ள இடங் களில் மெக்சிகோ நகரம், டோக்கியோ மற்றும் தெஹ்ரான் போன்ற பெரு

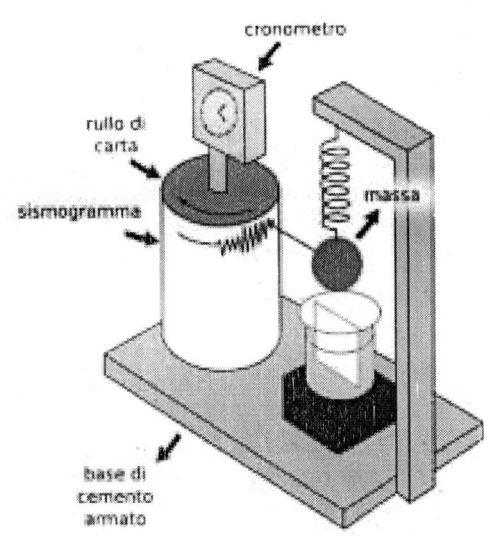

நகரங்களின் தோற்றமும் வளர்ச்சியால், ஒரே நிலநடுக்கத்தில் 3 மில்லியன் மக்கள் கொல்லப்பட வாய்ப்புள்ளதாக அறிஞர்கள் எச்சரித்துள்ளனர்.

மொராக்கோவில் நிலநடுக்கம்

செப்டம்பர் 8 ஆம் தேதி உள்ளூர் நேரப்படி இரவு 11 மணி யளவில் மொராக்கோவில் ஒரு அரிய சக்தி வாய்ந்த 6.8 ரிக்டர் அளவிலான நிலநடுக்கம் 3000 க்கும் மேற்பட்ட உயிர்களைக் கொன்றது. 30,000 மக்களைப் பாதித்தது. வீடுகள் இடிந்து விழுந்தது. நடுக்கம் சில வினாடிகள் மட்டுமே நீடித்தது. ஆனால் நினைத்துப் பார்க்க முடியாத பேரழிவை ஏற்படுத்தியது.

மொராக்கோவில் உள்ள டெக்டோனிக் செயல்பாடு முதன்மையாக யூரேசிய மற்றும் நுபியன் (ஆப்பிரிக்க) தட்டுகளின் ஒருங்கிணைப்பை உள்ளடக்கியது. நுபியன் தட்டுக்கு எதிராக தள்ளும் யூரேசிய தட்டு, மொராக்கோ, அல்ஜீரியா மற்றும் துனிசியா வழியாக செல்லும் அட்லஸ் மலைகள் உருவாவதற்கு வழிவகுத்தது.

மராகேஷிலிருந்து 70 கிலோமீட்டர் தொலைவில் உள்ள அட்லஸ் மலைகளில் உள்ள ஸ்கை ரிசார்ட் ஓகைமெடன் அருகே அல்-ஹவுஸ் மாகாணத்தில் சிறிய விவசாய கிராமங்கள் வசிக்கும் மலைப்பகுதி கிராமப்புற கம்யூன் இல்லமான இகில் பகுதியில் இந்த நிலநடுக்கம் அமைந்துள்ளது. தெற்கு ஸ்பெயினில் உள்ள Huelva மற்றும் Jaen வரை நிலநடுக்கம் உணரப்பட்டது. Quarzazate, Marrakesh, Azilal, Chichaoua மற்றும் Taroudant மாகாணங்கள் உட்பட நாடு முழுவதும் நிலநடுக்கம் உணரப்பட்டது.

பாதிக்கப்பட்ட பகுதிகளுக்கு சுத்தமான குடிநீர், உணவுப் பொருட்கள், கூடாரங்கள் மற்றும் போர்வைகளை வழங்க மொராக்கோ ஆயுதப் படைகள் மீட்புக் குழுக்களை அனுப்பியது. இருப்பினும், சில தொலைதூரப் பகுதிகள் தடை செய்யப்பட்ட சாலைகள் மற்றும் அவை மிகவும் தனிமைப்படுத்தப்பட்டிருப்பதால் சென்றடைவது கடினமாக இருந்தது. இஸ்ரேல், பிரான்ஸ், ஸ்பெயின், இத்தாலி மற்றும் அமெரிக்கா உட்பட பல நாடுகள் உதவி வழங்க முன்வந்தன.

வல்லுநர்களின் கூற்றுப்படி, இந்த அளவிலான நிலநடுக்கங்கள் பிராந்தியத்தில் அசாதாரணமானது. ஆனால் எதிர்பாராதது அல்ல. 1900 ஆம் ஆண்டு முதல், இந்த பேரழிவின் 500 கி.மீ (311 மைல்) தொலைவில் 9 ரிக்டர் அளவு 5 மற்றும் வலுவான பூகம்பங்கள் ஏற்பட்டுள்ளன. இவை எதுவும் ரிக்டர் அளவுகோலில் 6 அளவைத் தாண்டவில்லை.

யுன்னான் நிலநடுக்கம்

2014 யுன்னான் நிலநடுக்கம் (2014 Yunnan earthquake) சீனாவின் யுன்னான் மாகாணத்தில் லூதியான் நகரில் 2014 ஆகஸ்ட் 3 அன்று 6.1 ரிக்டர் அளவில் இடம் பெற்றது. குறைந்தது 391 பேர் உயிரிழந்தனர். 1.856 பேர் காயமடைந்தனர். 3 பேர் காணாமல் போயுள்ளனர். 12,000 குடிமனைகள் இடிந்து வீழ்ந்துள்ளன. 30,000 சேதமடைந்தன. ஐக்கிய அமெரிக்க நில அளவாய்வுத் துறையின் அறிக்கைப்படி, வென்பிங்கிற்கு வடமேற்கே 11 km (6.8 mi) தூரத்தில் உள்ளூர் நேரம் 16:30 (08:30 ஒசநே)க்கு இடம் பெற்றது.

தென்கிழக்காசியாவின் இப்பிராந்தியத்தில் ஏற்படும் நிலநடுக்கங்கள், குறிப்பாக இமாலய மலைப்பகுதியில் இடம் பெற்று வரும் மலை யாக்கச் சுழற்சி காரணமாக நிகழ்கின்றது. மேற்கே ஆப்கானிஸ்தான் முதல் கிழக்கே பர்மா, மற்றும் சீனா வரை யூரேசியப் புவித்தட்டு, இந்திய - ஆஸ்திரேலியப் புவித்தட்டு ஆகியவற்றின் சிக்கலான இடைத்தாக்கத்தினால், பல ஆழமற்ற நில நடுக்கங்கள் ஏற்படு கின்றன.

நிலநடுக்கம் ஷோடொங் நகர் மற்றும் அதனைச் சுற்றியுள்ள பகுதி களிலும் பெரும் இழப்புகளைத் தோற்றுவித்துள்ளது. மின் இணைப்புகள் துண்டிக்கப்பட்டன. 391 பேர் உயிரிழந்ததாக சீன அதிகாரபூர்வத் தகவல்கள் வெளிவந்துள்ளன. 1,856 பேர் காய மடைந்தனர். நிலநடுக்கத்தின் அதிர்வுகள் யுன்னான் தலைநகர் குன்மிங், மற்றும் அயல் மாகாணமான சிச்சுவானின் சொங்கிங், லெசான், செங்டு நகரங்களிலும் உணரப்பட்டது. லூதியான் நகரில் 12,000 வீடுகள் சேதமடைந்தன.

■

6. சேற்றுப் பாய்ச்சல்

சேற்றுப் பாய்ச்சல், மண் சரிவு அல்லது மண் ஓட்டம் என்றும் அழைக்கப்படுகிறது. இது நீர் சேர்ப்பதன் மூலம் திரவமாக்கப்பட்ட குப்பைகள் மற்றும் அழுக்குகளின் வேகமாக நகரும் ஓட்டத்தை உள்ளடக்கிய வெகுஜன விரயத்தின் ஒரு வடிவமாகும். இத்தகைய ஓட்டங்கள் 3 மீட்டர்/நிமிடம் முதல் 5 மீட்டர்/வினாடி வரை யிலான வேகத்தில் நகரும் சேற்றுப் பாய்ச்சல்களில் கணிசமான அளவு களிமண் உள்ளது. இது குப்பைகள் பாய்வதை விட அதிக திரவத்தை உருவாக்குகிறது. இதனால் அவை அதிக தூரம் மற்றும் குறைந்த சாய்வு கோணங்களில் பயணிக்க அனுமதிக்கிறது. இரண்டு வகையான ஓட்டங்களும் பொதுவாக பரந்த அளவிலான அளவு களைக் கொண்ட துகள்களின் கலவையாகும். அவை பொதுவாக படிவுகளின் போது அளவின் அடிப்படையில் வரிசைப்படுத்தப்படு கின்றன.

மட்ஃப்ளோக்கள் பெரும்பாலும் மட்ஸ்லிப்ஸ் என்று அழைக்கப் படுகின்றன. இது பல்வேறு வெகுஜன வீணடிப்பு நிகழ்வுகளுக்கு வெகுஜன ஊடகங்களால் கண்மூடித்தனமாக பயன்படுத்தப்படு

கிறது. சேற்றுப் பாய்ச்சல்கள் பெரும்பாலும் ஸ்லைடுகளாகத் தொடங்கி, ஓட்டப் பாதையில் நீர் உட்செலுத்தப்படுவதால், ஓட்டங்களாக மாறுகின்றன. இத்தகைய நிகழ்வுகள் பெரும்பாலும் மண் தோல்விகள் என்று அழைக்கப்படுகின்றன.

மற்ற வகை சேற்றுப் பாய்தல்களில் லஹார்ஸ் (எரிமலைகளின் பக்கவாட்டில் உள்ள நுண்ணிய பைரோகிளாஸ்டிக் படிவுகளை உள்ளடக்கியது) மற்றும் ஜொகுல்லாப்ஸ் (பனிப்பாறைகள் அல்லது பனிக்கட்டிகளின் கீழ் இருந்து வெளிப்படும் வெடிப்புகள்) ஆகியவை அடங்கும்.

42 USC பிரிவுகள் 4001 இல் குறியிடப்பட்டு, 1968 ஆம் ஆண்டின் ஐக்கிய மாகாணங்களின் தேசிய வெள்ளக் காப்பீட்டுச் சட்டத்தில் 'வெள்ளம் தொடர்பான மண்சரிவு' என்ற சட்டப்பூர்வ வரையறை தோன்றுகிறது.

சேற்றுப் பாய்ச்சலைத் தூண்டுதல்

கடும் மழை, பனி உருகுதல் அல்லது விரிசல் படிந்த பாறைகள் வழியாக அதிக அளவு நிலத்தடி நீர் பாய்வது, மண் அல்லது வண்டல்களின் இயக்கத்தைத் தூண்டலாம். மலை அல்லது மலை சரிவுகளில் பலத்த மழை பெய்வதால். செங்குத்தான மலைப்பாதை களில் அமைந்துள்ள தளர்வான வண்டல் மற்றும்/அல்லது தளர்வான வண்டலைத் திரட்டும்போது வெள்ளம் மற்றும் குப்பைகள் பாய்வதும் ஏற்படலாம். 2006 சிடோர்ஜோ மண் ஓட்டம் முரட்டு துளையிடுதலால் ஏற்பட்டிருக்கலாம்.

ஒரு சேற்றுப் பொருள் பாயத் தொடங்கும் புள்ளி அதன் தானிய அளவு, நீர் உள்ளடக்கம் மற்றும் நிலப்பரப்பின் சரிவைப் பொறுத்தது.

கரடுமுரடான வண்டல் அல்லது குப்பை ஓட்டத்தை விட மேலோட்டமான பாய்ச்சல்களால் சேறு அல்லது மணல் போன்ற நுண்ணிய தானியங்களை திரட்ட முடியும் அதிக நீர் உள்ளடக்கம் (அதிக மழைப்பொழிவு / நிலப்பரப்பு ஓட்டம்) ஒரு சேற்றுப் பாய்வைத் தொடங்குவதற்கான திறனை அதிகரிக்கிறது.

ஒரு சேறு படிந்த பிறகு, கரடுமுரடான வண்டல் ஓட்டத்தால் எடுக்கப்படலாம். ஓட்டத்தால் எடுக்கப்பட்ட கரடுமுரடான வண்டல், பெரும்பாலும் சேற்றுப் பாய்ச்சலின் முன்பகுதியை உருவாக்குகிறது மற்றும் மெல்லிய வண்டல் மற்றும் நீரினால் தள்ளப்படுகிறது, அது கரடுமுரடான நகரும் சேற்று-முன்புக்குப் பின்னால் தேங்கி நிற்கிறது. சேற்றுப் பாய்ச்சல்கள், பாய்ச்சல் தடங்களைத் துடைத்து அருகிலுள்ள மலைச்சரிவுகளை சீர்குலைப்பதால் (புதிய சேற்றுப் பாய்ச்சலை அணுக்கருவாக மாற்றும்) பொருள்களின் பல எழுச்சிகளைக் கொண்டிருக்கலாம். மண் பாய்ச்சல்கள் மலை அமைப்புகளில் 1-10 மீ குறுக்கே கற்பாறைகளைத் திரட்டியுள்ளன.

சில அகன்ற சேற்றுப் பாய்ச்சல்கள் பிசுபிசுப்பு மற்றும் மெதுவாக இருக்கும்; மற்றவை மிக விரைவாக ஆரம்பித்து பனிச்சரிவு போல் தொடர்கின்றன அவை குறைந்தது 50% வண்டல் மற்றும் களிமண் அளவிலான பொருட்கள் மற்றும் 30% வரை நீரால் ஆனவை. சேற்றுப் பாய்ச்சல்கள் கணிசமான அளவு வண்டலைத் திரட்டுவதால், அதே நீர் வெளியேற்றத்திற்கான தெளிவான நீர் வெள்ளத்தை விட மண் பாய்ச்சல்கள் அதிக ஓட்ட உயரங்களைக் கொண்டுள்ளன. மேலும், மண் ஓட்டத்தில் உள்ள வண்டல், தெளிவான நீர் வெள்ளத்துடன் தொடர்புடைய ஓட்டத்தின் ஓட்ட அமைப்பினுள் சிறுமணி உராய்வுகளை அதிகரிக்கிறது, இது அதே நீர் வெளியேற்றத்திற்கான ஓட்டத்தின் ஆழத்தை உயர்த்துகிறது. ஒரு சேற்றுப் பாய்ச்சலில் சேர்க்கப்படும் வண்டலின் அளவு மற்றும் வகையைக் கணிப்பதில் சிரமம், தெளிவான நீர் வெள்ள அபாயங்களுடன் ஒப்பிடும்போது. முன்னறிவிப்பு மற்றும் பொறியாளர் கட்டமைப்புகளுக்கு மண் பாயும் அபாயங்களிலிருந்து பாதுகாப்பது மிகவும் சவாலானது.

டிசம்பர் 14, 1999 அன்று வெனிசுலாவின் வர்காஸில், தி வர்காஸ் சோகம் என்று அழைக்கப்படும் ஒரு சேற்றுப் பாய்ச்சல் கடற்கரையின் 60 கிலோமீட்டர் (37 மைல்)க்கும் அதிகமான பகுதியை கணிசமாக மாற்றியது. இது கனமழையால் தூண்டப்பட்டது மற்றும் US $1.79 முதல் US $3.5 பில்லியன் வரையிலான சேதங்களை ஏற்படுத்தியது. 10,000 முதல் 30,000 பேர் வரை கொல்லப்பட்டனர். 85,000 மக்களை வெளியேற்ற வேண்டிய கட்டாயம் ஏற்பட்டது.

மேலும் மாநிலத்தின் உள்கட்டமைப்பின் முழுமையான சரிவுக்கு வழிவகுத்தது.

மண் பாய்ச்சல்கள் மற்றும் நிலச்சரிவுகள்

நிலச்சரிவு என்பது மண் ஓட்டத்தை விட பொதுவான சொல். இது மண், பாறை அல்லது பிற குப்பைகளின் எந்த வகையான மேற்பரப்பு இயக்கத்தின் புவியீர்ப்பு உந்துதல் தோல்வி மற்றும் அடுத்தடுத்த இயக்கம் கீழ்நோக்கி குறிக்கிறது மலைச்சரிவு வெகுஜன இயக்கங்களின் பிற வகைகளில் பூமி சரிவுகள், பாறை வீழ்ச்சிகள், பாய்ச்சல்கள் மற்றும் மண் சரிவுகள் ஆகியவற்றை இந்த வார்த்தை ஒருங்கிணைக்கிறது. அவை சேற்றுப் பாய்வதுபோல் திரவமாக இருக்க வேண்டியதில்லை.

வழக்கத்திற்கு மாறாக கனமழை அல்லது திடீர் கரைதல் போன்ற வற்றால் சேற்றுப் பாய்ச்சல்கள் ஏற்படலாம். அவை முக்கியமாக சேறு மற்றும் நீர் மற்றும் பாறைகளின் துண்டுகள் மற்றும் பிற குப்பை களைக் கொண்டிருக்கின்றன. எனவே அவை பெரும்பாலும் வெள்ளம் போல் நடந்து கொள்கின்றன. நம்பமுடியாத வலுவான நீரோட்டங்கள் காரணமாக அவர்கள் வீடுகளை அஸ்திவாரத்தி லிருந்து நகர்த்தலாம் அல்லது சில நிமிடங்களில் ஒரு இடத்தை புதைக்கலாம்.

சேற்றுப் புவியியல்

ஒரு சேற்றுப் பாய்ச்சல் ஏற்படும் போது அதற்கு நான்கு பெயரிடப் பட்ட பகுதிகள் கொடுக்கப்படுகின்றன. 'முக்கிய ஸ்கார்ப்', பெரிய சேற்றில் 'மேல் மற்றும் கீழ் அலமாரிகள்' மற்றும் 'கால் விரல்'. முக்கிய ஸ்கார்ப் நிகழ்வின் அசல் பகுதி, கால்விரல் கடைசியாக பாதிக்கப்பட்ட பகுதி(கள்) ஆகும். மேல் மற்றும் கீழ் அலமாரிகள் சேற்றுப் பாதையில் பெரிய அளவில் (மலை அல்லது இயற்கை வீழ்ச்சியின் காரணமாக) இருக்கும் இடங்களில் அமைந்துள்ளன. ஒரு மண் ஓட்டம் பல அலமாரிகளைக் கொண்டிருக்கலாம்.

அமெரிக்காவின் வாஷிங்டன் மாநிலத்தில் உள்ள காஸ்கேட் மலைத் தொடரில் உள்ள மவுண்ட் செயின்ட் ஹெலன்ஸ் என்ற எரிமலை 1980 ஆம் ஆண்டு வெடித்தபோது உலகின் மிகப்பெரிய வரலாற்று

சப்அரியல் (நிலத்தில்) நிலச்சரிவு ஏற்பட்டது. இடம் பெயர்ந்த பொருட்களின் அளவு 2.8 கிமீ (0.67 கியூ) ஆகும். பெரிய சேற்றுப் பாதையில் நேரடியாக ஸ்பிரிட் 3 ஏரி இருந்தது. பொதுவாக குளிர் 5 °C (41 °F), லஹார் உடனடியாக வெப்பநிலையை 38°C (100°F)க்கு உயர்த்தியது. இன்று ஸ்பிரிட் ஏரியின் அடிப்பகுதி அசல் மேற்பரப்பி லிருந்து 100 அடி (30 மீ) உயரத்தில் உள்ளது. மேலும் இது வெடிப்புக்கு முன்பு இருந்ததை விட இரண்டரை மடங்கு அதிக பரப்பளவைக் கொண்டுள்ளது.

வரலாற்றுக்கு முந்தைய நிலச்சரிவுகளில் மிகப் பெரியது, 60,000 ஆண்டுகளுக்கு முன்பு சிதைந்து, பூமியில் இதுவரை ஆவணப்படுத்தப் படாத மணல் மற்றும் சேற்றின் மிக நீளமான ஓட்டத்தை உருவாக்கிய மிகப்பெரிய நீர்மூழ்கிக் கப்பல் நிலச்சரிவு ஆகும். பாரிய நீர்மூழ்கிக் கப்பல் ஓட்டம் 1,500 km (930 mi) - லண்டனிலிருந்து ரோம் வரையிலான தூரம்.

அளவின்படி, மிகப்பெரிய நீர்மூழ்கிக் கப்பல் நிலச்சரிவு (தென்னாப்பிரிக்காவிலிருந்து அகுல்ஹாஸ் சரிவு) தோராயமாக 2.6 மில்லியன் ஆண்டுகளுக்கு முன்பு நிகழ்ந்தது. ஸ்லைடின் அளவு 20,000 km (4,800 cu mi) ஆக இருந்தது.

ஆபத்தான சேற்றுப் பாய்ச்சலின் அபாயம் உள்ளதாக பொதுவாக அங்கீகரிக்கப்பட்ட பகுதிகள் :

- காட்டுத்தீ அல்லது நிலத்தை மனிதர்கள் மாற்றியமைத்த பகுதிகள் தாவரங்களை அழித்துள்ளன.
- இதற்கு முன் நிலச்சரிவு ஏற்பட்ட பகுதிகள்.
- செங்குத்தான சரிவுகள் மற்றும் சரிவுகள் அல்லது பள்ளத் தாக்குகளின் கீழே உள்ள பகுதிகள்.
- கட்டிடங்கள் மற்றும் சாலைகளின் கட்டுமானத்திற்காக மாற்றப்பட்ட சரிவுகள்.
- நீரோடைகள் மற்றும் ஆறுகள் வழியாக கால்வாய்கள்.
- மேற்பரப்பு ஓட்டம் இயக்கப்படும் பகுதிகள்.

■

7. பாறை சரிவு

பாறை சரிவு என்பது பாறை சரிவினால் ஏற்படும் ஒரு வகை நிலச்சரிவு ஆகும். இதில் தோல்வியின் படுக்கை விமானத்தின் ஒரு பகுதி கச்சிதமான பாறை வழியாக செல்கிறது மற்றும் பொருட்கள் மொத்தமாக சரிந்து விழுகின்றன. தனிப்பட்ட தொகுதிகளில் அல்ல ஒரு பாறை சரிவு பனிச்சரிவு போன்றது என்பதை நினைவில் கொள்ளவும். ஏனெனில் அவை இரண்டும் ஒரு நிலத்தை புதைக்கக் கூடிய குப்பைகளின் சரிவுகள்.

ஒரு சரிவில் தளர்வான அழுக்கு அல்லது வண்டல் விழும் போது நிலச்சரிவு ஏற்படும் அதே வேளையில், திடமான பாறைகள் சரிவில் கொண்டு செல்லப்படும் போது மட்டுமே பாறை சரிவு ஏற்படுகிறது. பாறைகள் கீழே விழுந்து, வழியில் மற்ற பாறைகளைத் தளர்த்தி, அவற்றின் பாதையில் உள்ள அனைத்தையும் அடித்து நொறுக்கு கின்றன. வேகமாக பாயும் பாறை சரிவுகள் அல்லது குப்பை சரிவுகள் பனிச்சரிவுகளைப் போலவே செயல்படுகின்றன. மேலும் அவை பெரும்பாலும் பாறை பனிச்சரிவுகள் அல்லது குப்பைகள் பனிச் சரிவுகள் என குறிப்பிடப்படுகின்றன.

நிலச்சரிவு என்ற சொல் சரிவுகள், சரிவுகள், நீர்வீழ்ச்சிகள் மற்றும் ஓட்டங்கள் ஆகியவற்றை உள்ளடக்கிய பல்வேறு வெகுஜன வீண் நிகழ்வுகளை (புவியியல் சரிவு தோல்விகள்) குறிக்கிறது. ஸ்லைடுகளின் இரண்டு முக்கிய வகைகள் சுழற்சி ஸ்லைடுகள் மற்றும் மொழிபெயர்ப்பு ஸ்லைடுகள். ராக்ஸ்லைடுகள் என்பது ஒரு வகையான மொழிபெயர்ப்பு நிகழ்வாகும். ஏனெனில் பாறை நிறை சிறிய சுழற்சி அல்லது பின்தங்கிய சாய்வுடன் தோராயமாக சமதள மேற்பரப்பில் நகர்கிறது. பாறை ஸ்லைடுகள் வெகுஜன- விரயத்தின் மிகவும் ஆபத்தான வடிவமாகும், ஏனெனில் அவை பலவீனத்தின் சீரான விமானத்தில் பாறைகளின் திடீர், நம்ப முடியாத வேகமான வெளியீட்டை உள்ளடக்கியது. இந்த சீரான பலவீனங்கள் பாறை சரிவுகளை அடையாளம் காண்பதில் முக்கியமாகும். ஏனெனில் சரிவுகள், பாய்ச்சல்கள் அல்லது வீழ்ச்சிகளைப் போலல்லாமல், தோல்வியுற்ற பொருள் திடமான, முன்பே இருக்கும் பாறையின் ஒரு அடுக்கின் மீது மிகவும் சீரான திசையில் நகரும். பாறை சரிவுகளின் போது விழும் போது பாறை உடைந்து போகலாம்.

பாறை ஸ்லைடுகளில் காணப்படும் பொருட்களின் திடீர், விரைவான வெளியீடு, கீழே விழும் பொருளின் சுத்த அளவு மற்றும் எடையுடன் இணைந்து, இந்த நிகழ்வுகள் மனித வாழ்க்கை மற்றும் உள்கட்டமைப்பில் பேரழிவு விளைவுகளை ஏற்படுத்தும் திறனை அளிக்கிறது. இடாஹோவின் செங்குத்தான பள்ளத்தாக்குகள் மற்றும் வடிகால்களில் பாறை சரிவுகள் மிகவும் பொதுவானவை, குறிப்பாக சால்மன் ரிவர் கேன்யன் போன்ற பகுதிகளில் 5,000 அடிக்கு மேல் உயரம் மேடுகளின் மேல் மற்றும் பள்ளத்தாக்குகளுக்கு இடையில் இருக்கலாம்.

பாறையின் மீது ஈர்ப்பு விசை அந்த சக்தியை எதிர்க்கும் சாய்வின் திறனை மீறும் போதெல்லாம் வெகுஜன விரயம் ஏற்படுகிறது. எனவே, இந்த சக்தியை எதிர்க்கும் மலையின் திறனை அரிக்கும் அல்லது தடுக்கும் எதுவும் வெகுஜன விரயத்திற்கான காரணங்களில் ஒன்றாக உள்ளது.

நிலச்சரிவு தடுப்பு முக்கியத்துவம்

நிலச்சரிவுகள் பேரழிவு விளைவுகளை ஏற்படுத்தும், உயிர் இழப்பு, உள்கட்டமைப்புக்கு சேதம் மற்றும் சுற்றுச்சூழல் சீரழிவை ஏற்படுத்தும். எனவே, உயிர்கள் மற்றும் உடைமைகளைப் பாது காக்க மண்சரிவு தடுப்புக்கு முன்னுரிமை அளிப்பது அவசியம். தடுப்பு நடவடிக்கைகள் நிலச்சரிவுகளின் அபாயத்தையும் சாத்திய மான தாக்கங்களையும் கணிசமாகக் குறைக்கும்.

பயனுள்ள தடுப்பு உத்திகளை செயல்படுத்துவதன் மூலம், தனி நபர்கள் மற்றும் சமூகங்கள் உயிர்களை காப்பாற்ற முடியும் மற்றும் நிலச்சரிவுகளுடன் தொடர்புடைய பொருளாதார சுமையை குறைக்கலாம். தடுப்பு நிலச்சரிவுகளின் வாய்ப்பைக் குறைப்பது மட்டுமல்லாமல், இயற்கை சூழலின் ஸ்திரத்தன்மையையும் பராமரிக்க உதவுகிறது. இது சுற்றுச்சூழல் அமைப்புகளின் ஒருமைப் பாட்டைப் பாதுகாக்கிறது, நீர் ஆதாரங்களைப் பாதுகாக்கிறது மற்றும் நிலையான நில பயன்பாட்டு நடைமுறைகளை ஊக்குவிக் கிறது.

நிலச்சரிவு அபாயங்கள் மற்றும் தடுப்பு முறைகள் பற்றிய விழிப்புணர்வு மற்றும் கல்வி, நிலச்சரிவு ஏற்படக்கூடிய பகுதிகளில் பின்னடைவை உருவாக்குவதற்கு முக்கியமாகும். பொது நலத் திட்டங்கள், சமூக ஈடுபாடு மற்றும் அரசு நிறுவனங்கள், ஆராய்ச்சி யாளர்கள் மற்றும் பங்குதாரர்களுக்கு இடையேயான ஒத்துழைப்பு ஆகியவை தடுப்பு முயற்சிகள் பயனுள்ளதாகவும், நிலையானதாக வும் இருப்பதை உறுதிசெய்ய முடியும்.

உங்கள் பகுதியில் நிலச்சரிவு அபாயங்களை மதிப்பிடுதல்

தடுப்பு நடவடிக்கைகளை மேற்கொள்வதற்கு முன், உங்கள் பகுதி யில் நிலச்சரிவு அபாயத்தை மதிப்பிடுவது மிகவும் முக்கியமானது. பாதிப்பு மற்றும் நிலச்சரிவுகளின் வெளிப்பாடு ஆகியவற்றைப் புரிந்து கொள்வது, அதற்கேற்ப உங்கள் தடுப்பு உத்திகளை முன்னுரிமைப்படுத்தவும் வடிவமைக்கவும் உதவும்.

நிலச்சரிவு அபாயங்களை மதிப்பிடுவதற்கான முதல் படிகளில் ஒன்று, மண்சரிவு ஏற்படக்கூடிய இடங்களைக் கண்டறிவதாகும். ஸ்கார்ப்ஸ், சாய்ந்த மரங்கள் அல்லது விரிசல் ஏற்பட்ட நடைபாதை போன்ற முந்தைய நிலச்சரிவுகளின் அறிகுறிகளைப் பார்க்கவும். செங்குத்தான சரிவுகள், பலவீனமான அல்லது நிலையற்ற மண் அல்லது அரிப்புக்கான சான்றுகள் உள்ள பகுதிகளுக்கு கவனம் செலுத்துங்கள். புவியியல் வரைபடங்களைப் பார்க்கவும் அல்லது உங்கள் பகுதியில் உள்ள புவியியல் அபாயங்களைப் பற்றிய சிறந்த புரிதலைப் பெற தொழில்முறை ஆலோசனையைப் பெறவும்.

கூடுதலாக, உள்ளூர் மழைப்பொழிவு முறைகள் மற்றும் வடிகால் பண்புகளைக் கவனியுங்கள். அதிக மழைப்பொழிவு உள்ள பகுதிகள், நீண்ட கால மழை அல்லது மோசமான வடிகால் அமைப்புகள் நிலச் சரிவுகளுக்கு மிகவும் எளிதில் பாதிக்கப்படுகின்றன. மழைப் பொழிவு நிகழ்வுகளின் போது நீர் தேங்கும் அல்லது வேகமாகப் பாயும் பகுதிகளைக் கண்டறிக, இவை சாத்தியமான நிலச்சரிவு அபாயங்களைக் குறிக்கலாம்.

உள்ளூர் அதிகாரிகள், புவியியல் வல்லுநர்கள் அல்லது பொறியியல் நிறுவனங்களுடன் தொடர்பு கொள்வது உங்கள் பகுதியில் உள்ள குறிப்பிட்ட அபாயங்கள் மற்றும் பாதிப்புகள் பற்றிய மதிப்புமிக்க நுண்ணறிவுகளை வழங்க முடியும். அவர்கள் விரிவான தள மதிப்பீடுகள், புவி தொழில்நுட்ப ஆய்வுகள் மற்றும் பொருத்தமான தடுப்பு நடவடிக்கைகளுக்கான பரிந்துரைகளை வழங்க முடியும்.

நிலச்சரிவுகளைத் தடுக்கவும் சரிவுகளை நிலைப்படுத்தவும் பொறி யியல் தீர்வுகள் ஒரு சிறந்த வழியாகும். இந்த நுட்பங்கள் சரிவின் நிலைத்தன்மையையும் ஒருமைப்பாட்டையும் மேம்படுத்துவதை நோக்கமாகக் கொண்டுள்ளன, நிலச்சரிவு அபாயத்தைக் குறைக் கின்றன. நிலச்சரிவு தடுப்புக்கு பொதுவாகப் பயன்படுத்தப்படும் சில பொறியியல் தீர்வுகள் இங்கே:

சாய்வு நிலைப்படுத்தல் : சாய்வு உறுதிப்படுத்தல் நுட்பங்கள் அதன் நிலைத்தன்மையை அதிகரிக்க சாய்வில் கட்டமைப்பு கூறுகளைச் சேர்ப்பதை உள்ளடக்கியது. தக்க வைக்கும் சுவர்கள், பாறை

போல்ட்கள், மண் நகங்கள் அல்லது தரை நங்கூரங்கள் ஆகியவை இதில் அடங்கும். இந்த கட்டமைப்புகள் ஆதரவை வழங்குகின்றன மற்றும் மண் அல்லது பாறை பொருட்களின் இயக்கத்தைத் தடுக்கின்றன.

தரப்படுத்தல் மற்றும் மொட்டை மாடி : நிலச்சரிவு அபாயத்தைக் குறைக்க சாய்வின் வடிவம் மற்றும் சாய்வை மாற்றியமைப்பதை தரப்படுத்து தல் அடங்கும். இந்த நுட்பம் மண் அல்லது பாறையின் வெகு ஜனத்தை மறுபகிர்வு செய்கிறது, சாய்வை இன்னும் நிலையானதாக ஆக்குகிறது. மறுபுறம், மொட்டை மாடி, செங்குத்தான சரிவுகளில் தட்டையான அல்லது மெதுவாக சாய்வான பகுதிகளை உருவாக்கு கிறது, நிலச்சரிவுக்கான சாத்தியத்தை குறைக்கிறது.

வடிகால் அமைப்புகள் : நிலச்சரிவுகளைத் தடுப்பதில் முறையான வடிகால் முக்கியமானது. இது நீரின் அளவு மற்றும் ஓட்டத்தை கட்டுப்படுத்தவும், துளை அழுத்தத்தை குறைக்கவும் மற்றும் மண்ணின் வலிமையை பராமரிக்கவும் உதவுகிறது. வடிகால் கால்வாய்கள், குழாய்கள் அல்லது கல்வெட்டுகளை நிறுவுதல், நிலச்சரிவு அபாயத்தைக் குறைத்து, சரிவிலிருந்து தண்ணீரைத் திறம்பட திருப்பிவிடலாம்.

மண் வலுவூட்டல் : மண் வலுவூட்டல் நுட்பங்கள் அதன் வலிமை மற்றும் நிலைத்தன்மையை அதிகரிக்க சாய்வில் பொருட்களை சேர்ப்பதை உள்ளடக்கியது. இவற்றில் ஜியோடெக்ஸ்டைல்ஸ், ஜியோகிரிட்கள் அல்லது ஜியோசெல்கள் இருக்கலாம். இந்த பொருட்கள் கூடுதல் ஆதரவை வழங்குகின்றன, மண் இயக்கம் மற்றும் சாத்தியமான நிலச்சரிவுகளைத் தடுக்கின்றன.

உங்கள் குறிப்பிட்ட சூழ்நிலைக்கு மிகவும் பொருத்தமான பொறி யியல் தீர்வுகளைத் தீர்மானிக்க, புவி தொழில்நுட்ப பொறியாளர்கள் அல்லது சாய்வு நிலைத்தன்மை நிபுணர்களுடன் கலந்தாலோசிப்பது முக்கியம். அவர்கள் தள நிலைமைகளை மதிப்பிடலாம், சரிவு நிலைத்தன்மையை பகுப்பாய்வு செய்யலாம் மற்றும் நிலச்சரிவு களைத் தடுக்க மிகவும் பயனுள்ள நடவடிக்கைகளை வடிவமைக்க லாம்.

பொறியியல் தீர்வுகளுக்கு மேலதிகமாக, நிலச்சரிவுகளைத் தடுக்கவும், சரிவு நிலைத்தன்மையை மேம்படுத்தவும் இயற்கை நுட்பங்களையும் பயன்படுத்தலாம். இந்த முறைகள் நிலச்சரிவு அபாயத்தைக் குறைக்க இயற்கை சூழல் மற்றும் சுற்றுச்சூழல் அமைப்பு சேவைகளை மேம்படுத்துவதில் கவனம் செலுத்துகின்றன. நிலச்சரிவு தடுப்புக்கான சில இயற்கை தீர்வுகள் இங்கே:

தாவரக் கட்டுப்பாடு : நிலச்சரிவுகளைத் தடுப்பதில் தாவரங்கள் முக்கியப் பங்கு வகிக்கின்றன. மரங்கள், புதர்கள் அல்லது புற்களை நடவு செய்வது மண்ணை உறுதிப்படுத்தவும், அதிகப்படியான தண்ணீரை உறிஞ்சவும், அரிப்பைக் குறைக்கவும் உதவும். தாவரங்களின் வேர்கள் மண்ணை ஒன்றாக இணைக்கின்றன, அதன் வலிமையை அதிகரிக்கின்றன மற்றும் மண்ணின் இயக்கத்தைத் தடுக்கின்றன. கூடுதலாக, தாவரங்கள் மழைப்பொழிவை இடைமறித்து, மேற் பரப்பு ஓட்டத்தை குறைக்கிறது மற்றும் நிலச்சரிவுக்கான சாத்தியக் கூறுகளை குறைக்கிறது.

தழைக்கூளம் : தழைக்கூளம் என்பது மண்ணின் மேற்பரப்பில் பயன் படுத்தப்படும் கரிம அல்லது கனிமப் பொருட்களின் ஒரு அடுக்கு

ஆகும். இது ஈரப்பதத்தைத் தக்கவைக்கவும், அரிப்பைத் தடுக்கவும், சாய்வை உறுதிப்படுத்தவும் உதவுகிறது. தழைக்கூளம், வைக்கோல், மர சில்லுகள் அல்லது ஜியோடெக்ஸ்டைல்களில் இருந்து தயாரிக்கப் படலாம். இது மழையின் தாக்கத்தைக் குறைக்கிறது, மண் செறி வூட்டப்படுவதைத் தடுக்கிறது மற்றும் நிலச்சரிவு அபாயத்தைக் குறைக்கிறது.

பயோ இன்ஜினியரிங் நுட்பங்கள் : பயோ இன்ஜினியரிங் நுட்பங்கள் தாவரங்களின் பயன்பாடு மற்றும் சரிவுகளை நிலைப்படுத்த பொறியியல் கொள்கைகளை இணைக்கின்றன. இந்த நுட்பங்களில் தூரிகை அடுக்குதல், மண் உயிரி பொறியியல் அல்லது நேரடி தொட்டில் சுவர்கள் போன்ற நுட்பங்கள் அடங்கும். அவை நீண்ட கால நிலைத்தன்மையை வழங்கும், சாய்வை வலுப்படுத்த நேரடி தாவர பொருட்கள் மற்றும் இயற்கை கூறுகளைப் பயன்படுத்து கின்றன.

நீர் மேலாண்மை : நிலச்சரிவுகளைத் தடுப்பதில் முறையான நீர் மேலாண்மை அவசியம். காண்டூரிங், ஸ்வால்ஸ் அல்லது மழைத் தோட்டங்கள் போன்ற நடவடிக்கைகளை செயல்படுத்துவது நீர் ஓட்டத்தை திறம்பட நிர்வகிக்கலாம் மற்றும் சரிவு உறுதியற்ற தன்மையின் அபாயத்தைக் குறைக்கலாம். இந்த நுட்பங்கள் நீரின் ஓட்டத்தை மெதுவாக்குகின்றன. இது மண்ணில் படிப்படியாக ஊடுருவ அனுமதிக்கிறது.

இயற்கை தீர்வுகளை செயல்படுத்தும் போது, காலநிலை, மண் வகை மற்றும் தாவர இனங்கள் போன்ற உங்கள் தளத்தின் குறிப்பிட்ட பண்புகளை கருத்தில் கொள்வது அவசியம். உங்கள் பகுதிக்கு மிகவும் பொருத்தமான இயற்கை நுட்பங்களைத் தீர்மானிக்க சுற்றுச்சூழல் நிபுணர்கள் அல்லது இயற்கைக் கட்டிடக் கலைஞர் களுடன் கலந்தாலோசிக்கவும்.

நிலச்சரிவுகளைத் தடுப்பதில் பயனுள்ள நிலப் பயன்பாடு மற்றும் இயற்கையை ரசித்தல் நடைமுறைகள் முக்கியமானவை. சரியான திட்டமிடல், வடிவமைப்பு மற்றும் பராமரிப்பு ஆகியவை சரிவு உறுதியற்ற தன்மையின் அபாயத்தை கணிசமாகக் குறைக்கும்.

நிலச்சரிவுகளைத் தடுக்க இயற்கையை ரசித்தல் மற்றும் நிலப் பயன்பாட்டிற்கான சில சிறந்த நடைமுறைகள் இங்கே:

சாய்வு மாற்றத்தைத் தவிர்க்கவும்: இயற்கை சரிவுகளின் மாற்றத்தை முடிந்தவரை குறைக்கவும். மலைச்சரிவுகளில் வெட்டுதல் அல்லது பள்ளங்களை நிரப்புதல் போன்ற சரிவுகளை மாற்றுவது இயற்கை யான வடிகால் முறைகளை சீர்குலைத்து நிலச்சரிவு அபாயத்தை அதிகரிக்கும். இயற்கை நிலப்பரப்பை முடிந்தவரை பாதுகாக்கவும்.

இருக்கும் தாவரங்களை தக்க வைத்தல்: சரிவுகளில் இருக்கும் தாவரங் களை பாதுகாக்கவும். மரங்கள், புதர்கள் மற்றும் புற்கள் மண்ணை நங்கூரமிட்டு, அதிகப்படியான நீரை உறிஞ்சி, அரிப்பைக் குறைக்க உதவுகின்றன. தேவைப்பட்டால் தவிர தாவரங்களை அகற்றுவதைத் தவிர்க்கவும், தேவைப்பட்டால் மீண்டும் நடவு செய்யவும்.

ஊடுருவாத மேற்பரப்புகளை வரம்பிடவும்: சரிவுகளில் கான்கிரீட் அல்லது நிலக்கீல் போன்ற ஊடுருவாத மேற்பரப்புகளின் பயன்பாட்டைக் குறைக்கவும். இந்த மேற்பரப்புகள் மண்ணில் நீர் ஊடுருவுவதைத் தடுக்கிறது, மேலும் நீரோட்டத்தை அதிகரிக்கிறது மற்றும் நிலச் சரிவுக்கான சாத்தியக்கூறுகளை அதிகரிக்கிறது. நீர் உறிஞ்சுதலை ஊக்குவிக்க ஊடுருவக்கூடிய பொருட்களைப் பயன்படுத்தவும் அல்லது பச்சை இடைவெளிகளை இணைக்கவும்.

முறையான வடிகால் வடிவமைப்பு: இயற்கையை ரசித்தல் திட்டங்களில் முறையான வடிகால் வடிவமைப்பை இணைக்கவும். நீர் சரிவுகளில் இருந்து விலகிச் செல்லப்படுவதையும், முறையாகச் செலுத்தப்படு வதையும் உறுதி செய்யவும். சரிவுகளில் நீர் தேங்குவதைத் தடுக்க, சாக்கடைகள், தாழ்வானங்கள் மற்றும் பிரெஞ்சு வடிகால் போன்ற வடிகால் அமைப்புகளை நிறுவவும்.

அரிப்பு கட்டுப்பாட்டு நடவடிக்கைகள்: மண் அரிப்பைத் தடுக்க சுவர்கள் அல்லது அரிப்பு கட்டுப்பாட்டு போர்வைகள் போன்ற அரிப்பு கட்டுப்பாட்டு நடவடிக்கைகளை செயல்படுத்தவும். இந்த நடவடிக்கைகள் சரிவை உறுதிப்படுத்தவும், வண்டல் ஓட்டத்தை குறைக்கவும், நிலச்சரிவு அபாயத்தைக் குறைக்கவும் உதவுகின்றன.

வழக்கமான பராமரிப்பு : சரிவுகள் மற்றும் வடிகால் அமைப்புகளை தவறாமல் ஆய்வு செய்து பராமரிக்கவும். குப்பைகளை அழிக்கவும், வண்டல் படிவுகளை அகற்றவும், மற்றும் வடிகால் தடங்கள் தடைகள் இல்லாமல் இருப்பதை உறுதி செய்யவும். மேலும் சேதத்தைத் தடுக்க ஏதேனும் சிக்கல்கள் அல்லது உறுதியற்ற அறிகுறி களை உடனடியாகத் தீர்க்கவும்.

இந்தச் சிறந்த நடைமுறைகளைப் பின்பற்றுவதன் மூலம், நிலச்சரிவு களைத் தாங்கக்கூடிய நிலப்பரப்பு சூழலை நீங்கள் உருவாக்கலாம். பொருத்தமான இயற்கையை ரசித்தல் மற்றும் நிலப் பயன்பாட்டுத் திட்டங்களை உருவாக்க இயற்கைக் கட்டிடக் கலைஞர்கள் அல்லது நில பயன்பாட்டுத் திட்டமிடுபவர்களுடன் கலந்தாலோசிக் கவும்.

நிலச்சரிவுகளுக்கான முன் எச்சரிக்கை அமைப்புகள் மற்றும் கண்காணிப்பு

நிலச்சரிவைத் தடுப்பதில் முன் எச்சரிக்கை அமைப்புகள் மற்றும் கண்காணிப்பு முக்கிய பங்கு வகிக்கிறது. அவை சரியான நேரத்தில் தகவல் மற்றும் எச்சரிக்கைகளை வழங்குகின்றன. முன்கூட்டிய எச்சரிக்கை அமைப்புகள் மற்றும் கண்காணிப்பின் சில முக்கிய கூறுகள் இங்கே :

ஜியோடெக்னிக்கல் கண்காணிப்பு : புவி தொழில்நுட்ப கண்காணிப்பு என்பது சாய்வு நிலைத்தன்மையை அளவிடுவதற்கும் தரை நிலை களில் ஏதேனும் மாற்றங்களைக் கண்டறிவதற்கும் கருவிகள் மற்றும் சென்சார்களைப் பயன்படுத்துவதை உள்ளடக்கியது. இந்த கருவிகளில் இன்க்ளினோமீட்டர்கள், பைசோமீட்டர்கள் அல்லது தரையில் ஊடுருவக்கூடிய ரேடார் ஆகியவை அடங்கும்.

மழைப்பொழிவு கண்காணிப்பு : நிலச்சரிவு ஏற்படக்கூடிய பகுதிகளில் மழைப்பொழிவு முறைகளை கண்காணிப்பது அவசியம். மழையின் தீவிரம், கால அளவு மற்றும் ஒட்டுமொத்த மழைப்பொழிவு அனைத்தும் நிலச்சரிவு பாதிப்புக்கு பங்களிக்கும். மழை அளவீடு களை நிறுவவும் அல்லது மழைப்பொழிவைக் கண்காணிக்கவும் மற்றும் சாத்தியமான நிலச்சரிவு தூண்டுதல்களைக் கண்டறியவும் உள்ளூர் வானிலைத் தரவை அணுகவும்.

தொலை உணர்திறன் மற்றும் செயற்கைக்கோள் படங்கள் : செயற்கைக்கோள் படங்கள் அல்லது LiDAR போன்ற தொலை நிலை உணர்திறன் நுட்பங்கள், சாய்வு நிலைகள் மற்றும் காலப் போக்கில் ஏற்படும் மாற்றங்கள் பற்றிய மதிப்புமிக்க தகவலை வழங்க முடியும். இத்தொழில்நுட்பங்கள் நிலச்சரிவு அபாயங்களைக் குறிக்கும் நிலத்தின் அசைவுகள், தாவர உறைகளில் ஏற்படும் மாற்றங்கள் அல்லது மேற்பரப்பு சிதைவைக் கண்டறிய முடியும்.

சமூகம் சார்ந்த கண்காணிப்பு : உள்ளூர் சமூகத்தை கண்காணிப்பு முயற்சிகளில் ஈடுபடுத்துவது முன்கூட்டிய எச்சரிக்கை அமைப்பு களை மேம்படுத்தலாம். சமூக உறுப்பினர்கள் நில நிலைமைகள், சரிவு உறுதியற்ற தன்மையின் அறிகுறிகள் அல்லது நீர் மட்டங்களில் ஏற்படும் மாற்றங்கள் ஆகியவற்றின் மதிப்புமிக்க அவதானிப்புகளை வழங்க முடியும். தகவல்தொடர்பு சேனல்களை நிறுவுதல் மற்றும் தகவல்களைப் பகிர்தல் ஆகியவை பதில் மற்றும் தயார்நிலையை மேம்படுத்தலாம்.

அவசர எச்சரிக்கை அமைப்புகள் : பயனுள்ள அவசர எச்சரிக்கை அமைப்புகளை செயல்படுத்துவது, ஆபத்தில் உள்ள தனிநபர்கள் மற்றும் சமூகங்களுக்கு சரியான நேரத்தில் எச்சரிக்கைகள் சென்ற டைவதை உறுதி செய்கிறது. விழிப்பூட்டல்கள் மற்றும் வெளியேற்ற உத்தரவுகளைப் பரப்புவதற்கு உரைச் செய்திகள், சைரன்கள் அல்லது சமூக ஊடகங்கள் போன்ற பல்வேறு தகவல் தொடர்பு சேனல் களைப் பயன்படுத்தவும்.

உள்ளூர் நிலைமைகள் பற்றிய விரிவான புரிதல் மற்றும் முன் கூட்டியே எச்சரிக்கை அமைப்புகளை செயல்படுத்துதல் மற்றும் கண்காணிப்பதில் நிபுணர்களுடன் கலந்தாலோசிப்பது முக்கியம். பயனுள்ள அமைப்பை உருவாக்கி செயல்படுத்த உள்ளூர் அதிகாரிகள், புவி தொழில்நுட்ப பொறியாளர்கள் அல்லது பேரிடர் மேலாண்மை முகவர்களுடன் ஒத்துழைக்கவும்.

தடுப்பு நடவடிக்கைகள் இருந்தபோதிலும், நிலச்சரிவுகள் இன்னும் ஏற்படலாம். நிலச்சரிவு நிகழ்வின் போது எவ்வாறு பதிலளிப்பது என்பதைத் தயார்படுத்திக் கொள்வதும், அபாயங்களைக் குறைப்ப

தற்கும் உங்களுக்கும் உங்கள் அன்புக்குரியவர்களின் பாதுகாப்பை உறுதி செய்வதற்கும் முக்கியமானதாகும். அவசரகாலத் தயார் நிலைக்கான சில முக்கிய உத்திகள் இங்கே:

அவசரகாலத் திட்டத்தை உருவாக்கவும் : நிலச்சரிவு நிகழ்வின்போது எடுக்க வேண்டிய தேவையான நடவடிக்கைகளை கோடிட்டுக் காட்டும் அவசரத் திட்டத்தை உருவாக்கவும். வெளியேற்றும் வழிகள், பாதுகாப்பான தங்குமிடங்கள் மற்றும் தகவல் தொடர்பு முறைகளை அடையாளம் காணவும். அனைத்து குடும்ப உறுப்பினர்களும் திட்டத்தைப் பற்றி அறிந்திருப்பதை உறுதி செய்து, அவசர கால பயிற்சிகளை தவறாமல் பயிற்சி செய்யுங்கள்.

அவசரகாலப் பெட்டியை அசெம்பிள் செய்யவும் : கிட் எளிதாக அணுகக் கூடியதாக வைத்து, தொடர்ந்து பொருட்களை சரிபார்த்து நிரப்பவும்.

தகவலறிந்தபடி இருங்கள் : வானிலை நிலைமைகள், நிலச்சரிவு எச்சரிக்கைகள் மற்றும் வெளியேற்ற உத்தரவுகள் குறித்து தொடர்ந்து புதுப்பித்த நிலையில் இருங்கள். உள்ளூர் செய்திகள், ரேடியோக் களைக் கேளுங்கள் அல்லது சமீபத்திய தகவலுக்கு அதிகாரப்பூர்வ இணைய தளங்களை அணுகவும். உள்ளூர் அதிகாரிகள் அறிவுறுத்தப் பட்டால் உடனடியாக வெளியேறவும்.

சுற்றுப்புறங்களைக் கண்காணித்தல் : விழிப்புடன் இருக்கவும், நில விரிசல்கள், சாய்ந்த மரங்கள் அல்லது நீர் ஓட்டத்தில் திடீர் மாற்றங்கள் போன்ற நிலச்சரிவுகளின் அறிகுறிகளைக் கண்காணிக்க வும். ஏதேனும் எச்சரிக்கை அறிகுறிகளை நீங்கள் கண்டால், உடனடியாக அப்பகுதியை காலி செய்துவிட்டு உயரமான நிலத்தை தேடுங்கள்.

கட்டமைப்பு பாதுகாப்பை உறுதி செய்தல் : கட்டமைப்பு சேதம் அல்லது உறுதியற்ற தன்மைக்கான ஏதேனும் அறிகுறிகள் உள்ளதா என உங்கள் சொத்தை தவறாமல் பரிசோதிக்கவும். பலவீனமான பகுதி களை வலுப்படுத்துதல், விரிசல்களை சரிசெய்தல் மற்றும் நிலச்சரிவின் போது எரிபொருளாக மாறக்கூடிய தளர்வான பொருட்களைப் பாதுகாத்தல்.

தொடர்பைப் பேணுதல் : குடும்ப உறுப்பினர்கள், அண்டை வீட்டார் மற்றும் அவசரகாலத் தொடர்புகளுடன் தொடர்புத் திட்டத்தை உருவாக்குங்கள். நியமிக்கப்பட்ட சந்திப்புப் புள்ளியைத் தீர்மானித்து, பிரிந்தால் ஒருவரையொருவர் எப்படி அணுகுவது என்பது அனைவருக்கும் தெரியும் என்பதை உறுதிப்படுத்தவும்.

தயார் நிலையில் இருப்பதன் மூலமும், தேவையான முன்னெச் சரிக்கை நடவடிக்கைகளை எடுப்பதன் மூலமும், நிலச்சரிவின் போது ஏற்படும் அபாயங்களைக் குறைத்து, உங்களையும் உங்கள் அன்புக் குரியவர்களையும் பாதுகாக்கலாம். தகவலறிந்து இருங்கள், விழிப்புடன் இருங்கள் மற்றும் எல்லாவற்றிற்கும் மேலாக பாது காப்பிற்கு முன்னுரிமை கொடுங்கள்.

நிலச்சரிவு தடுப்பு மற்றும் தணிப்பு என்று வரும்போது, பல்வேறு வளங்கள் மற்றும் நிறுவனங்கள் மதிப்புமிக்க தகவல், வழிகாட்டுதல் மற்றும் ஆதரவை வழங்குகின்றன. நீங்கள் திரும்பக்கூடிய சில முக்கிய ஆதாரங்கள் மற்றும் நிறுவனங்கள் இங்கே உள்ளன:

யுனைடெட் ஸ்டேட்ஸ் புவியியல் ஆய்வு (USGS) : நிலச்சரிவு அபாயங்கள், கண்காணிப்பு நுட்பங்கள் மற்றும் தணிப்பு உத்திகள் பற்றிய விரிவான தகவல்களை USGS வழங்குகிறது. அவர்களின் இணைய தளம் கல்வி ஆதாரங்கள், வரைபடங்கள் மற்றும் நிலச்சரிவு பற்றிய அறிக்கைகளை வழங்குகிறது.

நிலச்சரிவுக்கான சர்வதேச கூட்டமைப்பு (ICL) : ICL என்பது நிலச்சரிவு ஆராய்ச்சி, தடுப்பு மற்றும் தணிப்பு ஆகியவற்றிற்கு அர்ப்பணிக்கப் பட்ட நிபுணர்கள் மற்றும் நிறுவனங்களின் உலகளாவிய வலைய மைப்பாகும். அவர்கள் மாநாடுகளை ஏற்பாடு செய்கிறார்கள், அறிவியல் பத்திரிகைகளை வெளியிடுகிறார்கள் மற்றும் நிலச்சரிவு தொடர்பான தலைப்புகளில் ஆதாரங்களை வழங்குகிறார்கள்.

ஃபெடரல் எமர்ஜென்சி மேனேஜ்மென்ட் ஏஜென்சி (FEMA) : FEMA நிலச்சரிவு அபாய மதிப்பீடு, அவசரகால திட்டமிடல் மற்றும் மீட்புக்கான ஆதாரங்களையும் வழிகாட்டுதலையும் வழங்குகிறது.

∎

8. இயற்கையின் அழிவு மனிதகுலத்தின் அழிவு

இயற்கையின் அழிவு என்பது மனித குலத்தினை அழிவினை நோக்கியே வழி நடத்தும் என்பதனை நிறுவும் விதமாக, பல்லுயிர் மற்றும் சூழலியல் தொடர்பான அரசாங்கங்களுக்கிடையேயான அறிவியல் கொள்கை மன்றத்தால் வெளியிடப்பட்ட அறிக்கை அதிர்வுகளை ஏற்படுத்தி உள்ளது.

'இயற்கையால் மனிதர்களின் தேவையினை மட்டுமே நிறைவு செய்ய இயலும், பேராசையினை அல்ல' என்றார் காந்தி. அதன் சான்றாக உள்ளன இந்த அறிக்கையில் சொல்லப்பட்டுள்ள தகவல்கள். குறிப்பாக, 1 மில்லியன் உயிரினங்கள் உலகில் இருந்து அழியும் தருவாயில் உள்ளன, தகுந்த நடவடிக்கைகள் எடுக்கா விட்டால் மனித இனம் தோன்றுவதற்கும் பல்லாயிரம் ஆண்டுகள் முன்பிருந்து இந்த மண்ணில் வாழ்ந்த 10 லட்சம் உயிரினங்கள் உலகில் இருந்து முற்றிலும் அழிந்து போய்விடும் என்கின்றது இந்த அறிக்கை.

இங்கு நடைபெறும் சூழலியல் சிதைவுகளும், உயிர்களின் அழிவிற்கும் மனித செயல்பாடுகளே முதன்மை காரணம் எனக்

கூறும் இந்த அறிக்கையில் உள்ள சில அவசிய தகவல்களை தொகுத்து அளிக்கிறோம்.

புவியில் மனித இனம் நிலைத்திருப்பதற்கும், வளமானதொரு வாழ்வை வாழவும் முதன்மை ஆதாரமாக இருப்பது இயற்கையும், அது அள்ளித்தரும் வளங்களும்தான். மக்கள் தொகை அதிகரித்துக் கொண்டே இருக்கும் நிலையிலும் அனைத்து உயிர்களுக்கும் தேவையான உணவும், நந்நீரும், உயிர்க்காற்றும் கிடைத்துக் கொண்டே இருப்பதன் காரணம் தொடர்ந்து இயற்கை வலிமையாக தன்னை நிலைநிறுத்திக் கொண்டும், புதுப்பித்துக் கொண்டும் மனிதர்களுக்கான வாழ்வாதாரங்களை வழங்கிக் கொண்டே இருந்திருக்கின்றது. ஆனால், வரலாற்றில் முன்னெப்போதும் இல்லாத அளவிற்கு இயற்கையும், பல்லுயிர்களும் பெரும் அழுத்தங்களை சந்தித்துக் கொண்டிருக்கின்றன.

இயற்கையின் அழிவு என்பது மனிதகுலத்தின் அழிவு தான், ஏனெனில் இயற்கை வளங்களை எந்த தொழில்நுட்பத்தினைக் கொண்டும் ஈடு செய்ய முடியாது. இயற்கை வளங்களின் துணை யின்றி மனிதகுலம் வாழ்வதும் சாத்தியமில்லை. சுமார் 200 கோடி மக்கள் தங்களது முதன்மை ஆற்றல் தேவைகளை நிறைவு செய்து கொள்வதற்கான எரிபொருள் தேவைக்காக மரங்களை நம்பி யுள்ளனர்.

ஏறக்குறைய 400 கோடி மக்களின் மருத்துவத் தேவையினை நிறைவு செய்வது இயற்கைதான். எடுத்துக்காட்டாக புற்றுநோய்க்கு பயன் படுத்தப்படும் 70 சதவீத மருந்துகள் இயற்கையாக கிடைப்பவை, அல்லது இயற்கை மூலப் பொருட்களை கொண்டு உருவாக்கப்படு பவை.

75 சதவீதத்திற்கும் மேலான உணவுப் பயிர்களின் மகரந்தசேர்க்கை பறவைகள் மற்றும் விலங்குகளின் உதவியோடுதான் நடைபெறு கின்றது. மனித செயல்பாடுகளால் அளவில்லாமல் உமிழப்படும் கரியமில வாயுவினை உட்கிரகித்துக் கொள்வது நிலப்பரப்பில் உள்ள சூழல் அமைப்பும், கடல்பரப்பும் தான்.

மனிதர்களுக்கு தேவையான வளங்களை இயற்கை நிலையாக வழங்கிக் கொண்டே இருந்தாலும், இயற்கையின் பங்களிப்பினை பகிர்ந்து கொள்வதில் மனிதக் குழுக்களுக்கு இடையில் நிலவும் சமத்துவமின்மைதான் இன்றைய பல சிக்கல்களுக்கு காரணம். இயற்கையின் பங்களிப்புகள் அனைத்தும் ஒரு குறிப்பிட்ட மக்கள் அல்லது நாடுகளுக்கு அதிகமாகவும், ஒரு சிலருக்கு குறைவாகவும் பங்கிடப்படுகின்றது.

உலக உணவுத் தேவையினை திருப்தி செய்யுமளவிற்கு உணவு உற்பத்தி நடைபெற்றுக் கொண்டிருக்கின்றது, எனினும் உலக மக்கள்தொகையில் சுமார் 11 சதவீதத்தினர் ஊட்டசத்து பற்றாக் குறையினால் பாதிக்கப்பட்டுக் கொண்டிருக்கின்றனர். மேலும் 20 சதவீத இளவயது மரணங்கள் உணவு தொடர்பான நோய்களால் தான் நிகழ்கின்றது. 1970க்கு பிறகு உணவு உற்பத்தி மூன்று மடங்கு அதிகரித்திருக்கின்றது. உணவு பற்றாக்குறை ஏற்படுவதன் காரணம் இயற்கை அல்ல, மனிதர்கள்தான்.

மர அறுவடை 45 சதவீதம் அதிகரித்துள்ளது, வனங்களினால் 13.2 மில்லியன் மக்களால் வேலை வாய்ப்புகள் பெற்றுள்ளனர். ஆனால், இப்பொழுது மகரந்த சேர்க்கையினை நிகழ்த்தும் உயிரினங்கள் அழிந்து கொண்டே வருவதாலும், நிலப் பயன்பாடு மாற்றத்தாலும் பயிர்கள் உற்பத்தி பெரிய அளவில் குறைந்து வருகின்றது. இது மிகப்பெரிய உணவுப் பஞ்சத்திற்கு வழிசெய்யும்.

கடலோரப் பகுதிகளில், கடற்கரை சோலைகளும், பவளப்பாறை களும் அழிக்கப்படுவதால் புயல் பாதிப்புகள் தொடர்ந்து நடந்து கொண்டே இருக்கின்றது. 100 மில்லியன் - 300 மில்லியன் மக்கள் புயல் மையங்களுக்குள்தான் வாழ்கின்றனர். தொடர்ந்து கடலோரத்தில் நடக்கும் சூழலியல் சிதைவுகளால் அந்த மக்களின் வாழ்க்கை கேள்விக்குறியாகி உள்ளது.

மனிதர்கள், இயற்கை அமைப்பில் மிகப்பெரிய மாற்றங்களை ஏற்படுத்திக் கொண்டே இருப்பதால், 75 சதவீத நிலப்பரப்பு அதன் இயற்கை தன்மையினை இழந்து விட்டது. 66 சதவீத கடல் பகுதி பாதிப்பிற்குள்ளாகி இருக்கின்றது. 85 சதவீத ஏரி, குளம் போன்ற

நீராதாரங்கள் தொலைந்து போய்விட்டன. 2010ல் இருந்து 2015க்கு உள்ளாக, 32 ஹெக்டேர் பரப்புள்ள உயிரிப்பன்மையும் நிறைந்த அடர்ந்த காடுகள் அழிந்து போய் விட்டன.

ஒவ்வொரு பகுதியிலும் அந்த மண்ணுக்கே உரிய தாவரங்கள் அழிக்கப்பட்டு, அயல் தாவரங்கள் பெருகி வருவதால் மரபு தாவரங்கள் பாதிப்புக்கு உள்ளாவது மட்டுமல்லாது அங்கு வாழும் மக்களும் வாழ்வாதாரங்களை இழந்து வருகின்றனர். அதுமட்டு மல்லாமல் கட்டுப்பாடில்லாத பணப்பயிர்கள் விளைவித்தலும், தாவரப்பன்மையும் அழிவதற்கான முதன்மை காரணங்களுள் ஒன்று.

2016 ஆம் ஆண்டில், உணவிற்காகவும், விவசாயத்திற்காகவும் பயன் படுத்தப்பட்ட 6,190 வகையான வளர்ப்பு நாட்டு விலங்கினங்களில் 55 வகையான நாட்டு ரக விலங்கினங்கள் அழிந்து விட்டன, 1000க்கும் மேற்பட்ட விலங்கினங்கள் அழியும் தருவாயில் உள்ளன.

மனித வரலாற்றில் முன்னெப்போதும் இல்லாத அளவிற்கு, கடந்த 50 வருடங்களில் இயற்கை சிதைக்கப்பட்டு இருக்கின்றது. இதற் கான அடிப்படைக் காரணங்கள், நிலம் மற்றும் கடல் பரப்பினை பயன்படுத்துவதில் ஏற்பட்டுள்ள மாற்றம், உயிரினங்களின் மீது ஆதிக்கம் செலுத்தி அதன் அழிவுக்கு வழிசெய்தல், பருவநிலை மாற்றம், சூழல் மாசுபாடு, அயல் தாவரங்கள் மற்றும் விலங் கினங்கள் ஊடுருவல், உற்பத்தி மற்றும் நுகர்வில் ஏற்பட்டுள்ள மாற்றம், மக்கள்தொகை பெருக்கம், தொழில் நுட்பம் என மனித செயல்பாடுகளின் விளைவுகளே.

அளவில்லாமல் வெளியிடப்படும் பசுமை இல்ல வாயுக்கள், சுத்திகரிக்கப்படாத ஊரக- நகர்ப்புற கழிவுகள், தொழிற்சாலை மாசுகள், சுரங்கங்கள் தோண்டுதல், விவசாயத்திற்காக பயன்படுத்தப் படும் வேதிப்பொருட்கள், எண்ணெய் கசிவுகள், நச்சு கழிவுகள் குவிப்பு ஆகிய சிக்கல்களால் மண்ணும், நீரும் பாழ்பட்டுள்ளது.

கடந்த 50 வருடங்களில் மக்கள்தொகை இரண்டு மடங்காக உயர்ந் துள்ளது, உலகப் பொருளாதாரம் நான்கு மடங்கு வளர்ந்துள்ளது,

உலக வணிக சந்தை 10 மடங்கு பெருகியுள்ளது, இவை அனைத்தும் ஒருங்கிணைந்து ஆற்றல் தேவைகளை அதிகரித்துள்ளது.

பழங்குடிகள் அல்லது மண் சார்ந்த மக்கள் வாழும் பகுதிகள் எடுத்துக்காட்டாக மீனவர்கள், வனப் பழங்குடிகள் ஆகியோர் வாழ்கின்ற பகுதிகளில் இயற்கை சுரண்டல்கள் நடைபெற்றதில்லை. ஆனால், தற்போது மண்சார்ந்த மக்களின் வாழ்வியல் பாதிக்கப் பட்டுள்ளது.

ஆக, இந்த அறிக்கையின்படி மண், நன்னீர், கடல் என இயற்கை அமைப்புகள் தொடங்கி புழு, பூச்சி இனங்கள், ஊர்வன, மீன்கள், பறவைகள், பாலூட்டிகள் என பல்வகை உயிர்களில் இருந்து பழங்குடிகள் வரை அழிவை சந்திக்கின்ற நிலை உருவாகி இருக் கின்றது. இதற்கான முதன்மை காரணம், மனிதர்களின் முறையாக திட்டமிடப்படாத வளர்ச்சி தொழில்நுட்பங்களும், மீநுகர்வு போக்கும், இயற்கை வளங்களை நியாயமாக பகிர்ந்து கொள்ளாத சுரண்டல் மனப்பான்மையும் தான் என்கின்ற இந்த அறிக்கையினை தயாரித்த குழு உலகம் முழுக்க உள்ள அரசுகள் ஒன்றிணைந்து நிலைத்த சமூக பொருளாதார வளர்ச்சி கொள்கைகளை திட்டமிட வேண்டும் என்ற கோரிக்கையினை வலியுறுத்தி திட்ட கொள்கை வரைவுக்கான அறிவுரைகள் அடங்கிய அறிக்கையினை தயாரித் துள்ளது.

தொடர்ந்து இயற்கையும், இயற்கை சார்ந்து வாழும் உயிர்களும் அழிக்கப்பட்டு கொண்டே வருவதால், மனித இனம் மிகப்பெரிய, நினைத்து பார்க்க இயலாத அளவிற்கு ஆபத்துக்களை சந்திக்க வேண்டி இருக்கும் என்பதால் உலக அரசுகள் ஒன்றிணைந்து, நிலைத்த நீடித்த வளர்ச்சிக்கு கொள்கைகளை வகுத்து நடைமுறைப் படுத்த வேண்டிய கட்டாயத்தில் இருக்கிறோம் என்றும், அரசுகள் வளர்ச்சித் திட்டங்கள் வகுக்கும் பொழுது கவனத்தில் கொள்ள வேண்டிய அம்சங்களை அறிக்கையில் பட்டியலிட்டுள்ளது பல்லுயிர் மற்றும் சூழலியல் தொடர்பான அரசாங்கங்களுக் கிடையேயான அறிவியல் கொள்கை மன்றம்.

■

9. பேரிடர் மீட்புத் திட்டம்

ஒரு முழுமையான பேரிடர் மீட்புத் திட்டம், இந்தப் பேரழிவுகள் அனைத்தையும் கருத்தில் கொண்டு, ஒரு நிறுவனம் பாதுகாப்பில் சிக்காமல் இருக்கும். அவற்றைத் தடுக்க முடியாது என்றாலும், தயாரிப்பின் மூலம் மீட்பு சாத்தியமாகும்.

அவசரகால நிர்வாகத்தில் ஒரு முக்கிய படியானது இடர் மதிப் பீட்டை நடத்துகிறது. இடர் மதிப்பீடு ஒரு நிறுவனத்தையும் அதன் மீட்பு முயற்சிகளையும் எதிர்மறையாக பாதிக்கக்கூடிய உள் மற்றும் வெளிப்புற சூழ்நிலைகளை அடையாளம் காண முடியும்.

வெறுமனே, இடர் மதிப்பீடு அனைத்து அச்சுறுத்தல்களையும் இயற்கை மற்றும் மனிதனால் ஏற்படும் - கணக்கில் எடுத்துக் கொள் கிறது. அவை ஏற்படுத்தக்கூடிய சேதம், மீட்க எடுக்கும் நேரம் மற்றும் தீவிரத்தை தடுக்க அல்லது குறைக்க எடுக்கப்படும் நடவடிக்கைகள் அச்சுறுத்தல். இடர் மதிப்பீட்டின் மூலம், தணிப்பு நடவடிக்கைகள், மீட்பு நடவடிக்கைகள் மற்றும் தற்செயல் திட்டங்கள் போன்ற தற்காப்பு பதில்களை ஒரு நிறுவனம் பரிசீலிக்க லாம்.

ஆபத்தின் நிகழ்தகவு மற்றும் அது ஏற்படுத்தக்கூடிய தாக்கத்தை அறிந்து கொள்வது, ஒரு நிறுவனம் எதிர்கொள்ளக்கூடிய பல்வேறு அபாயங்களின் சாத்தியக்கூறுகளை எடைபோட உதவும். இவை வணிகத்தால் வேறுபடுகின்றன மற்றும் முந்தைய சீர்குலைக்கும் நிகழ்வுகளின் நிறுவனத்தின் பதிவுகள், இந்த நிகழ்வுகளை ஊழியர் நினைவுபடுத்துதல், மீடியா பதிவுகள் மற்றும் தேசிய வானிலை சேவைத் தரவு ஆகியவற்றிலிருந்து பெறலாம்.

இயற்கை பேரழிவு மீட்புக்கு தயாராகும் போது மற்றொரு பயனுள்ள கருவி வணிக தாக்க பகுப்பாய்வு (BIA) ஆகும், இது ஒரு நிறுவனத்தின் மிக முக்கியமான செயல்முறைகள் மற்றும் ஒரு இடையூறு அவற்றை எவ்வாறு பாதிக்கலாம் என்பதை அடையாளம் காட்டுகிறது. இடர் மதிப்பீட்டை நடத்துவதற்கு முன், சாத்தியமான அபாயங்களைக் கருத்தில் கொள்ளும்போது வணிகத்தின் சில அம்சங்களை முன்னுரிமைப்படுத்த BIA உதவும்.

இயற்கை பேரிடர் மீட்பு திட்டத்தை உருவாக்குதல்

தேவையான மதிப்பீடுகளை நடத்திய பிறகு, இயற்கை பேரிடர் மீட்புத் திட்டத்தை நிறுவுவதற்கு ஒரு அமைப்பு எடுக்கக்கூடிய வேறு சில படிகள் உள்ளன. இயற்கை பேரிடர் மீட்பு நிலைகளை கணக்கில் எடுத்துக்கொண்டால், திட்டமானது நேரடி மற்றும் மறைமுக இழப்புகளை உள்ளடக்கியதாக இருக்க வேண்டும். நேரடி இழப்புகள் என்பது ஒரு பேரழிவின் உடனடி விளைவுகளாகும், அதாவது கட்டமைப்பு சேதம் மற்றும் வசதி மூடல் போன்றவை. மறைமுக இழப்புகள் முக்கியமானவை. ஏனென்றால் அவை ஒரு பேரழிவைத் தொடர்ந்து காலப்போக்கில் ஏற்படக்கூடிய இழப்பு களை உருவாக்குகின்றன.

இயற்கை பேரழிவுகளின் வகைகள்

நோய் கட்டுப்பாடு மற்றும் தடுப்பு மையங்களின்படி, 11 முதன்மை இயற்கை பேரழிவுகள் உள்ளன. பூகம்பங்கள், நிலச்சரிவுகள், மண்சரிவுகள், எரிமலை வெடிப்புகள், மின்னல்கள், காட்டுத்தீ, வெள்ளம், சூறாவளி, சுனாமிகள், தீவிர வெப்பம் மற்றும் கடுமை யான குளிர்கால வானிலை. இந்த பேரழிவுகள் அனைத்தும் ஒரு

தரவு மையத்தை சேதப்படுத்தலாம் அல்லது அழிக்கலாம், மேலும் பலர் தரவு மையத்தை பணியாளர்களுக்கு பாதுகாப்பற்றதாக மாற்றலாம்.

தேசிய சூறாவளி மையம் போன்ற ஏஜென்சிகள் சூறாவளியின் தீவிரம் மற்றும் பாதையை கணிக்க முடியும் என்றாலும், இந்த வகையான நிகழ்வுகளுக்கான தயாரிப்பு கடினமாக உள்ளது. 2017இல் மரியா சூறாவளி தாக்கிய பிறகு, பேரிடர்களைத் தொடர்ந்து தகவல் தொடர்பு சேவைகளை சரிசெய்வதில் கவனம் செலுத்தும் ஒரு இலாப நோக்கற்ற நிறுவனமான ஃபெடரல் எமர்ஜென்சி, மேனேஜ்மென்ட் ஏஜென்சி, அமெரிக்க செஞ் சிலுவைச் சங்கம், சிஸ்கோ தந்திரோபாய செயல்பாடுகள் மற்றும் நெட்ஹோப் ஆகியவை புயலில் இருந்து கற்றுக் கொண்ட DR பாடங்களைத் தொகுத்துள்ளன.

ஒரு சூறாவளியிலிருந்து மீள்வதற்குத் தயாராகும் முக்கிய கூறுகள், DR உத்திகளைச் செயல்படுத்துதல், உபகரண இருப்புக்கள், DR திட்டத்தில் பணிநீக்கத்தை உருவாக்குதல் மற்றும் கிளவுட் தொழில் நுட்பங்களைப் பயன்படுத்துதல் ஆகியவை அடங்கும். DR திட்டத்தின் கூறுகளுக்கு முன்னுரிமை அளிப்பதன் மூலம், குழப்ப மான சூழ்நிலைகளில் ஒழுங்கு தீர்மானிக்கப்படுகிறது. பணிநீக்கம், காப்புப் பிரதி ஜெனரேட்டர்கள் மற்றும் செயற்கைக்கோள்கள் போன்ற உபகரண இருப்புக்கள் மற்றும் கிளவுட் அடிப்படை யிலான தொழில்நுட்பங்கள் காப்புப் பிரதி பாதுகாப்பு மற்றும் ஒரு நிறுவனத்தை மீண்டும் அதன் காலடியில் கொண்டு வரக்கூடிய ஆதாரங்களை வழங்க முடியும்.

2005ஆம் ஆண்டில் வகை 5 கத்ரீனா சூறாவளியைத் தொடர்ந்து, அதே வானிலை மண்டலத்திற்கு வெளியே உள்ள DR தளங்களைத் தழுவுவது மட்டுமின்றி, வழக்கமான பயிற்சிகள் மற்றும் மீட்பு சோதனைகளை நடத்துவது மற்றும் வழக்கமான பராமரிப்பைச் செய்வது.

சூறாவளிகளை மனதில் கொண்டு விவாதிக்கும்போது, இந்த கோட்பாடுகள் மற்ற இயற்கை பேரழிவுகளுக்கும் உதவும்.

இயற்கை பேரழிவுகள் எதிராக மனிதனால் ஏற்படும் பேரழிவுகள்

மனிதனால் ஏற்படும் பேரழிவுகள் திட்டமிட்ட செயல்கள் மற்றும் அலட்சியம் அல்லது பிழையின் விளைவாக இருக்கலாம். தீ வைப்பு மற்றும் குண்டுவெடிப்பு போன்ற தீங்கிழைக்கும் செயல்கள் வேண்டு மென்றே செய்யப்படுகின்றன, அதே நேரத்தில் எண்ணெய் கசிவுகள் மற்றும் இரசாயன ஆலை வெடிப்புகள் மனிதனால் ஏற்படும் பேரழிவுகள். ஒரு இயற்கை பேரழிவைப் போலவே, இந்த வகையான ஆபத்துகள் வசதிகளுக்கு உடல் சேதத்தை ஏற்படுத்தும் மற்றும் கணிக்க முடியாதவை.

இயற்கை பேரழிவுகளுக்கான இதேபோன்ற தயார்நிலை நடவடிக்கைகள் மனிதனால் ஏற்படும் பேரழிவுகளுக்கும் மற்றும் நேர்மாறாகவும் பொருந்தும். இருப்பினும், ransomware மற்றும் பிற வகையான தீம்பொருள்களும் மனிதனால் ஏற்படும் பேரழிவு களாகக் கருதப்படுகின்றன மற்றும் அவற்றின் சொந்த தேவைகள் மற்றும் அச்சுறுத்தல்களுடன் வருகின்றன.

மற்றும் நற்பெயரை இழப்பதன் மூலம் இழந்த வருமானம் மறைமுக இழப்புகளில் அடங்கும்.

எந்தவொரு இயற்கை பேரழிவு எதிர்வினையிலும் சமூக ஊடகங்கள் ஒரு முக்கிய அங்கமாக மாறியுள்ளன. பேரழிவைத் தொடர்ந்து தொடர்புகொள்வது ஒரு நிறுவனத்தின் நிலையைப் பற்றி ஊழியர்களுக்கும், பொது மக்களுக்கும் தெரிவிக்கும் அழைப்பு மரங்கள் மற்றும் பிற தகவல் தொடர்பு நெறிமுறைகள் விரைவாகவும், திறமையாகவும் பணியாளர்கள் மற்றும் அத்தியாவசிய பணியாளர்களுக்கு பேரழிவு பற்றி தெரிவிக்க பயன்படும் கருவிகள். ஆனால் பொது மக்கள் கவலையாக இருந்தால், சமூக ஊடகங்கள் புதுப்பிப்புகளை அனுப்பவும், சேவைகள் செயலிழக்கும் போது நல்ல எண்ணததை பாதுகாக்கவும் உள்ளன.

வணிகத் தொடர்ச்சியை உறுதிப்படுத்த, ஆஃப்-சைட் தரவு காப்புப் பிரதிகள் மற்றும் ஆதாரங்களைப் பாதுகாத்தல் மற்றும் சோதனை செய்தல் வேண்டும்.

பரவலான பேரழிவு ஏற்பட்டால், அப்பகுதியில் உள்ள பிற இயற்பியல் தரவு மையங்களுக்கு மாற்றாக கிளவுட் பேரழிவு மீட்பு ஆராயப்பட வேண்டும். டேப் காப்புப்பிரதிகள் தரவுகளை வேறொரு இடத்தில் பாதுகாப்பாக வைத்திருக்க முடியும் - சாத்தியமான இயற்கை போழிவுகளுக்கு எட்டாத ஒன்று.

■

10. புவி சூடாதல்

புவி சூடாதல் (Global Warming) என்பது புவியின் மேற்புறப் பகுதியின் சராசரி வெப்பநிலையில் ஏற்பட்டிருக்கும் சீரான வெப்ப நிலை உயர்வை குறிக்கிறது. 20 ஆம் நூற்றாண்டின் இரண்டாம் பாதியில் புவியின் வளிமண்டலத்தின் சராசரி வெப்பநிலை கூடி யிருப்பதும் தொடர்ந்து கூடிவருவதுமான நிகழ்வு புவி வெப்ப மயமாதல் எனப்படுகிறது. சென்ற நூற்றாண்டில் புவியின் மேற்பரப்பு வெப்பநிலை $0.74 \pm 0.18°C$ ($1.33 \pm 0.32°F$) கூடியிருக்கிறது.

இருபதாம் நூற்றாண்டின் நடுவிலிருந்து தற்போது வரையான வெப்பநிலை கூடுவதற்கு புதைபடிவ எரிமங்களின் எரிப்பு, காடழிப்பு, போன்ற மனித செயற்பாடுகளே காரணமென தட்ப வெப்பநிலை மாற்றத்திற்கான அரசிடைக்குழு (IPCC) முடிவு செய் துள்ளது. இந்த அடிப்படையான முடிவுகள், ஜி8 நாடுகளில் அறிவியல் கழகங்கள் உட்பட 70-க்கும் கூடுதலான அறிவியல் சமூகங்களாலும், அறிவியல் கழகங்களாலும் ஏற்றுக் கொள்ளப் பட்டிருக்கின்றன.

தட்பவெப்பநிலை மாற்றத்திற்கான அரசிடைக்குழுவின் அறிக்கையில் தொகுக்கப்பட்டுள்ள தட்பவெப்பநிலை மாதிரிகளின் எதிர்கால மதிப்பீடுகள் இருபத்தொன்றாம் நூற்றாண்டில் புவியின் மேற்பரப்பு வெப்பநிலை மேலும் 1.1 தொடக்கம் 6.4 °C வரை (2.0–11.5°F) கூடலாம் என்பதைச் சுட்டிக் காட்டுகின்றன. ஒவ்வொரு தட்பவெப்பநிலை மாதிரியும் வெவ்வேறான அளவு வெப்பம் சிக்குறுத்தும் வளிமங்களின் வெப்பநிலை கூட்டும் திறனையும் எதிர்கால உற்பத்தி அளவுகளையும் பயன்படுத்துவதால் தட்ப வெப்பநிலை மாதிரிகளின் மதிப்பீடுகள் மாறுபடுகின்றன.

புவி வெப்பமயமாதல் புவியின் எல்லா இடங்களிலும் ஒரே அளவில் இருக்காது என்பது உட்பட பல நிச்சயமற்ற தன்மைகளும் இந்த தட்பவெப்பநிலை மாதிரிகளின் மதிப்பீடுகளில் காணப்படுகிறன. கூடுதலான ஆய்வுகள் 2100 ஆம் ஆண்டு வரை கருதியே செய்யப் பட்டுள்ளன. எனினும், வெப்பம் சிக்குறுத்தும் வளிமங்களின் உமிழ்வு முற்றாக நிறுத்தப்பட்டாலும் பெருங்கடல்களின் பாரிய வெப்பக் கொள்ளளவு, வளிமண்டலத்தில் கரியமில வளிமத்தின் நீண்ட ஆயுட்காலம் என்பவற்றைக் கருதும் போது 2100 ஆம் ஆண்டுக்கு அப்பாலும் புவி வெப்பமயமாதல் தொடரும் என எதிர்பார்க்கப்படுகிறது.

கூடிவரும் புவி வெப்பநிலை கடல் மட்டத்தை உயரச் செய்து வீழ்படிவு கோலத்தை மாற்றிவிடும். மேலதிகமாக இதில் மிதவெப்ப மண்டல பாலைவனப் பகுதிகள் விரிவடைவதும் அடங்கலாம். பனியாறுகள், நிலை உறை மண், கடல் பனி என்பவை துருவங்களை நோக்கி தொடந்து பின்வாங்கும் என எதிர்வு கூறப்படுகிறது. வெப்பமயமாதல் விளைவு ஆர்க்டிக் பகுதியில் கூடுதலாக காணப் படும். சீரற்ற தட்பவெப்பநிலை நிகழ்வுகளின் கடுமை கூடுதல், உயிரின அழிவு வேகம் கூடுதல், வேளாண்மை விளைச்சலின் மாற்றங்கள் என்பவை எதிர்பார்க்கப்படும் சில விளைவுகளாகும்.

புவி வெப்பமயமாதலினைக் குறித்தும் அதைத் தடுப்பதற்கான நடைமுறைகள் குறித்தும் கருத்துப் பரிமாற்றங்கள் தொடர்ந்து கொண்டிருக்கின்றன. புவி சூடாதல் விளைவுகளை தடுப்பதற்கு

இப்போதைக்குள்ள முறைகளாக வெப்பம் சிக்குறுத்தும் வளிமங்களின் உமிழ்வைக் குறைத்தல், சூடாதல் காரணமாக ஏற்படும் விளைவுகளிற்கு ஏற்றவாறு மாறிக்கொள்ளல் என்பன முக்கியமானவையாகும். வெப்பம் சிக்குறுத்தும் வளிமங்களின் உமிழ்வைக் குறைக்கும் நோக்குடைய கியோத்தோ நெறிமுறையில் பல நாடுகள் கைச்சாத்திட்டு நடைமுறைக்கு கொண்டு வந்துள்ளன.

வெப்பநிலை மாற்றங்கள்

புவி வெப்பமயமாதலின் போது புவிக்கு அண்மித்த வெப்பநிலையின் உலகளாவிய சராசரியின் மாற்றம் பொதுவாகப் பயன்படுத்தப்படுகிறது. 1906-2005 வரையான காலப்பகுதியில் வெப்பநிலை 0.74 °C ±0.18 °C அளவில் கூடியுள்ளது. 1906-2005 வரையான காலப்பகுதியில் வெப்பநிலை கூடும் வீதத்தோடு ஒப்பிடுகையில் அதன் கடைசி 50 ஆண்டுகளில் வெப்பநிலை கூடும் வீதம் இரட்டிப்பாகியுள்ளது. (பத்து ஆண்டுகளுக்கு 0.13 °C ±0.03 °C என்பதுடன் பத்து ஆண்டுகளுக்கு 0.07°C ± 0.02°C என்பதை ஒப்பிடுக).

நகர்ப்புற வெப்பத் தீவு விளைவு புவி வெப்பமயமாதலுக்கு 1900 ஆண்டு முதல் பத்து ஆண்டுகளுக்கு 0.002 °C என்ற வீதத்ததால் புவி வெப்பநிலையைக் கூட்டியுள்ளது. செய்மதி அளவீடுகளின்படி 1979ஆம் ஆண்டு முதல் அடிவளிமண்டலத்தின் கீழ் பகுதியில் வெப்பநிலை பத்து ஆண்டுகளுக்கு 0.12 தொடக்கம் 0.22°C வரை கூடியுள்ளது (0.22 - 0.4 °F). 1850 ஆம் ஆண்டுக்கு முந்தைய ஒன்று அல்லது இரண்டு ஆயிரம் ஆண்டுகளின் காலத்தில், இடைமத்திய கால வெப்பமான காலகட்டம் அல்லது சிறு பனியுகம் ஆகிய உள்ளூர் ஏற்றத்தாழ்வுகள் தவிர்ந்தவிடத்து ஒப்பீட்டளவில் சராசரி வெப்பநிலை கூடுதல் மாற்றம் இருந்திருந்திருக்கலாம் என்று நம்பப்படுகிறது.

நாசாவின் கோடார்டு விண்வெளி ஆய்வுகளுக்கான நிறுவனத்தின் மதிப்பீட்டின் படி, 1800 ஆண்டுகளின் பிற்பகுதியில் வெப்பநிலை தொடர்பான நம்பகமான பரவலான கருவியியல் அளவீடுகள் கிடைக்கப் பெற்றதில் இருந்து 2005 ஆம் ஆண்டே வெப்பநிலை கூடிய ஆண்டாகும். இவ்வெப்பநிலைத் தரப்படுத்தலில் இரண்டாவது

இடத்தைப்பிடித்த 1998 ஆம் ஆண்டினதை விட சில கீழ்நூறு பாகைகள் கூடுதலாகும்.

உலக வானிலையியல் அமைப்பும் தட்பவெப்பநிலை ஆராய்ச்சிப் பிரிவும் மேற்கொண்ட மதிப்பீடுகளின்படி 1998 ஆம் ஆண்டு முதலிடத்தையும், 2005 ஆம் ஆண்டு இரண்டாம் இடத்தை யும் பிடித்திருக்கின்றன. 20ஆம் நூற்றாண்டின் மிகவும் வலிமை யான எல் நீனோ 1998 ஆம் ஆண்டில் நடைபெற்றமையால் அவ்வாண்டின் வெப்பநிலைகள் சராசரி அளவைவிட கூடுதலாகக் காணப்பட்டன.

வெப்பநிலை மாற்றம் உலகம் முழுவதும் ஒரே அளவில் நடைபெற வில்லை. 1979 ஆம் ஆண்டு முதல் நிலத்தின் வெப்பநிலை கடல் வெப்பநிலையைவிட இரண்டு மடங்கு வேகமாக கூடியுள்ளது. (பத்து ஆண்டுகளுக்கு 0.25 °C என்பதுடன் பத்து ஆண்டுகளுக்கு 0.13°C என்பதை ஒப்பிடுக). நிலத்தைவிட கடல் கூடுதல் வெப்பக் கொள்ளளவைக் கொண்டுள்ளமையும் கடல் ஆவியாதல் மூலம் நிலப்பரப்பை விடவும் வெகு துரிதமாக வெப்பத்தை இழக்கக் கூடியமையும் என்ற இரண்டு காரணியங்களால் கடல் வெப்ப நிலைகள் நிலப்பரப்பினதை விடவும் மெதுவாகவே கூடுகின்றன.

வடக்கு அரைக்கோளம் தெற்கு அரைக்கோளத்தை விட கூடுதல் நிலப்பரப்பை கொண்டிருப்பதாலும் பனி-வெண் எதிர்சிதறல் பின்னூட்டச் சக்கரத்துக்குள்ளாகும் கூடுதலான பருவ-தூவிப்பனி யுள்ள நிலப் பகுதிகளும் கடல் பனியும் காணப்படுவதாலும் வட வரைக்கோளம் துரிதமாக வெப்பமடைகிறது. வெப்பம் சிக்குறுத்தும் வளிமங்கள் கூடுதலாக வடவரைக்கோளத்தில் கூடுதலாக உமிழப் பட்டாலும் அவ்வளிமங்கள் இரண்டு அரைக்கோளங்களின் வளிமங்கள் கலக்க எடுக்கும் நேரத்தை விட கூடிய நேரம் வளி மண்டலத்தில் இருப்பதால் வெப்பமடைதலில் எந்த வித்தியாச த்திற்கும் காரணமாவதில்லை.

பெருங்கடல்களின் கூடுதலான வெப்பக் கொள்ளளவுக் காரண மாகவும், ஏனைய நேரியல் விளைவுகளின் மெதுவான தாக்கம் காரணமாகவும் தட்பவெப்பநிலை சீராக பல நூற்றாண்டுகள்

ஆகலாம். ஆய்வுகளின்படி வெப்பம் சிக்குறுத்தும் வளிமங்களிலும் உமிழ்வு 2000 ஆம் ஆண்டு அள்வுகளில் கட்டுப்படுத்தப்பட்டாலும் வெப்பநிலை 0.5 °C (0.9 °F) அளவினால் மேலும் கூடலாம் என கணக்கிடப்பட்டுள்ளது.

தட்பவெப்பநிலையுடன் தொடர்பில்லாத காரணியங்களும் தட்பவெப்பநிலை மாற்றங்களுக்குக் காரணமாகிறது. வெப்பம் சிக்குறுத்தும் வளிமங்களின் அளவு, சூரிய ஒளிர்வில் உள்ள மாற்றங்கள், எரிமலை வெடிப்புகள், புவி சூரியனைச் சுற்றும் பாதையில் ஏற்படும் மாற்றங்கள் என்பன தட்பவெப்பநிலையில் செல்வாக்குச் செலுத்தும் வெளிக்காரணியங்களாகும். பொதுவாக இதில் முதல் மூன்று காரணியங்களே வெப்பநிலை மாற்றத்துக்கு ஏது வாகிறது. நிலவுலகு சூரியனைச் சுற்றும் பாதை மிக மெதுவாகவே மாற்றமடைவதால் கடந்த நூற்றாண்டின் வேகமான வெப்பநிலை மாற்றங்களுக்கு இது காரணியமாகாது.

வளிமண்டலத்திலுள்ள வளிமங்கள் அகச்சிவப்பு கதிர்களை உறிஞ்சி மீண்டும் உமிழ்வதன் மூலம் கோள் ஒன்றின் கீழ் வளிமண்டலமும் அதன் மேற்பரப்பும் வெப்பமடைதல் வெப்பம் சிக்குறுத்தும் விளைவு எனப்படுகிறது. வெப்பம் சிக்குறுத்தும் விளைவை ஜோசப் ஃபோரியர் 1824 ஆம் ஆண்டு கண்டறிந்தார், 1896 ஆம் ஆண்டில் சிவாந்தே அரினியஸ் வெப்பம் சிக்குறும் விளைவின் அளவைக் கண்டறிந்தார். புவி சூடாதலுக்கு மாந்த நடவடிக்கைகள் ஒரு காரணியமல்லவென கருதும் அறிவியலாளர்கள் உட்பட எவராலும் வெப்பம் சிக்குறுத்தும் விளைவின் இருப்பு மறுப்புக்குள்ளாகவில்லை. மாறாக மனித நடவடிக்கைகளால் வளிமண்டலத்தில் உள்ள வெப்பம் சிக்குறுத்தும் வளிமங்களின் செறிவு மாறும் போது வெப்பம் சிக்குறுத்தும் விளைவு எவ்வாறு மாற்றமைடையும் என்பதே கேள்விக்குள்ளாகியுள்ளது.

இயற்கையாக வளிமண்டலத்திலுள்ள வெப்பம் சிக்குறுத்தும் வளிமங்கள் சுமார் 33°C (59 °F) வரை சராசரியான வெப்பமாக்கும் விளைவைக் கொண்டுள்ளன. நீராவி (இது வெப்பச்சித்துறுத்தும் விளைவில் 36-70 சதவீதத்திற்கு காரணியாகிறது), கரியமில வளிமம் (CO_2), இது வெப்பம் சிக்குறும் விளைவில் 9-26 சதவீதத்திற்கு

காரணியாகிறது), மீத்தேன் (CH4 இது வெப்பம் சிக்குறும் விளைவில் 4-9 சதவீதத்திற்கு காரணியாகிறது), ஓசோன் (இது வெப்பம் சிக்குறும் விளைவில் 3-7 சதவீதத்திற்கு காரணியாகிறது) என்பன முக்கிய வெப்பம் சிக்குறுத்தும் வளிமங்களாகும்.

கதிரியக்க சமநிலையில் முகில்களும் முக்கியப் பங்கு வகிக்கின்றன, ஆனால் இவை நீரை நீர்ம நிலையையோ அல்லது திண்ம நிலையையோ கொண்டிருப்பதால் இதன் வெப்பம் சிக்குறுத்தும் விளைவு நீராவியிலிருந்து வேறாக கணிக்கப்படுகிறது.

தொழிற்புரட்சி முதல் மனிதர்களின் நடவடிக்கைகள் வளிமண்டலத்தில் வெப்பம் சிக்குறுத்தும் வளிமங்களின் செறிவை கூட்டியது, இதன் மூலம் CO_2, மீத்தேன், அடிவளிமண்டல ஓசோன், குளோரோபுளோரோகார்பன், நைட்ரஸ் ஆக்சைடு வளிமங்களில் இருந்தான கதிர்வீச்சு திணிப்பிற்கு இட்டுச் செல்கிறது. 1700களின் நடு ஆண்டுகள் தொடக்கம் வளிமண்டலத்தில் CO_2, மீத்தேனின் செறிவு முறையே 36% மற்றும் 148% ஆல் கூடியிருக்கிறது.

பனிக் கருவங்களிலிருந்து நம்பகமான தரவுகள் பெறப்பட்டுள்ள கடந்த 650,000 ஆண்டுகளைவிட இந்த அளவுகள் குறிப்பிடத்தக்க அளவு கூடுதலானவையாகும். நேரில் புவியியல் தரவுகளின் படி வளிமண்டலத்தில் இந்த அளவு CO_2 20 மில்லியன் ஆண்டுகளுக்கு முன்னரே நிலவுலகில் காணப்பட்டது.

கடந்த 20 ஆண்டுகளில் பல்வேறு மனித நடவடிக்கைகளின் போது எரிக்கப்பட்ட புதைபடிவ எரிபொருள் மூலமே கூடியிருக்கும் CO_2 அளவில் சுமார் முக்கால் பங்கிற்கு உமிழப்பட்டுள்ளது. மிகுதி CO_2 அளவில் பெருமளவு காடழிப்பை முதன்மையாகக் கொண்ட நில-பயன்பாடு மாற்றத்தினால் உமிழப்பட்டுள்ளது.

புதைபடிவ எரிமங்களின் எரிப்பு நில-பயன்பாடு மாற்றம் காரணமாக CO_2 செறிவு கூடிச்செல்கிறது. எதிர்காலத்தில் CO_2 செறிவு கூடிச்செல்லும் வேகம் பொருளாதார, சமுக, தொழில்நுட்ப, இயற்கைத் துறைகளில் ஏற்படும் வளர்ச்சிகளில் தங்கியுள்ளது. தட்ப வெப்பநிலை மாற்றத்திற்கான அரசிடைக்குழுவின் (IPCC) வளிம

உமிழ்வு சூழல்கள் மீதான சிறப்பு அறிக்கையில் 2100 ஆம் ஆண்டில் CO_2வின் செறிவுக்கு 541 ppm முதல் 970 ppm வரை ஒரு பரந்த வீச்சை கொடுத்துள்ளது.

நிலக்கரி, தார் மணல், மீத்தேன் சேர்மம் ஆகியவை அளவுக்கு மீறி பயன்படுத்தப்படுமானால் புதைபடிவ எரிமங்களே குறித்த அளவை எட்டுவதற்கு போதுமானவை என்பதோடு 2100 ஆம் ஆண்டு தாண்டியும் உமிழ்வுகள் தொடரக் கூடும்.

குளோரோபுளோரோகார்பன்களால் மேல் வளிமண்டல ஓசோன் படை அழிக்கப்படுதல் சில வேளைகளில் புவி சூடாதலுக்குக்கு ஒரு காரணியாகக் கொள்ளப்படுகிறது. ஆனால் ஓசோன் படை அழிவிற்கும் புவிசூடாதலுக்கும் நெருங்கிய தொடர்பு கிடையாது. மேல் வளிமண்டல ஓசோன் அழிவு ஒரு குளிர்விக்கும் விளைவைக் கொண்டிருக்கிறது. ஆனால் 1970களின் பிற்பகுதி வரையில் ஓசோன் ஓட்டையின் பெரும்பகுதி ஏற்பட்டிருக்கவில்லை. கீழ் வளி மண்டலத்தில் ஓசோன் காணப்பட்டால் அது புவி சூடாதலுக்கு கரணியமாகிறது.

நிலவுலகின் மேற்பரப்பில் கிடைக்கப்பெறும் ஒளிக்கதிர்களின் அளவு குறைந்துச் செல்லுதல் நிகழ்வான புவி மங்குதல் 1960 ஆம் ஆண்டு முதல் தற்போது வரை புவி சூடாதலை பகுதியளவில் எதிரீடு செய்து வந்துள்ளது. மாசுக்களாலும், எரிமலைகளாலும் உற்பத்திச் செய்யப்படும் வளித்தொங்கல்கள் நிலவுலகு மங்கலுக்கும் முக்கியக் காரணியாகும். உள்வரும் சூரிய ஒளியின் தெறிப்பைக் கூட்டுவதன் மூலம் இவை ஒரு குளிர் விளைவை ஏற்படுத்துகின்றன.

புதைபடிவ எரிமங்களின் எரிப்பின்போது வெளியாகும் கரியமில வளிமத்தால் (CO_2) உண்டாகும் சூடாக்கும் விளைவை அதே எரிப்பில் வெளியாகும் வளித்தொங்கல்கள் இல்லாது செய்து விடுகின்றன, எனவே, அண்மைய ஆண்டுகளில் உள்ள வெப்பநிலை கூடுதலுக்கு கரியமில வளிமமல்லாத ஏனைய வெப்பச்சித்துறுத்தும் வளிமங்களே காரணம் என ஜேம்ஸ் ஹென்செனும் (James Hansen) அவரது சகாக்களும் ஒரு கோட்பாட்டை முன்மொழிந்திருக் கின்றனர்.

பல பத்தாண்டுகளாக புவி வெப்பமயமாதலைக் கட்டுப்படுத்த வேண்டும் எனில் கரியமில வாயு உமிழ்வை கட்டுப்படுத்துவதே வழி என்று அதிலேயே கவனமாக இருந்தார்கள். காடுகள் அழிப்பு, அனல் மின்சார உற்பத்தி போன்ற மனித நடவடிக்கைகளாலேயே கரியமில வாயு உற்பத்தி நிகழ்ந்தது. தொழிற்புரட்சிக்குப் பிறகு ஏற்பட்ட புவி வெப்பநிலை உயர்வில் 70 சதவீதம் கரியமில வாயு வாலேயே நிகழ்ந்துள்ளது.

தற்போது புவி வெப்ப நிலை அதிகரித்து வருவதற்கு பெருமளவுக்கு மீத்தேன் வாயு காரணமாக இருக்கிறது என்பது சமீபத்தில் வெளியான பருவநிலை மாற்றம் தொடர்பான பன்னாட்டுக் குழு (ஐபிசிசி) ஆய்வறிக்கையின் முக்கியக் கண்டுபிடிப்புகளில் ஒன்று. தற்போது நிகழும் புவி வெப்பநிலை உயர்வில் 30-50 சதவீதம் இந்த மீத்தேன் வாயுவால் நிகழ்கிறது என்கிறது அந்த ஆய்வறிக்கை. வேளாண்மை, எண்ணெய், எரிவாயு உற்பத்தியில் நடக்கும் கசிவு, குப்பை மேடுகள் போன்றவை மீத்தேன் வாயு உற்பத்திக்கு பெருமளவுக்கு காரணமாக அமைகின்றன.

மீத்தேன் வாயு உமிழ்வை கட்டுப்படுத்துவதற்கு தீவிர நடவடிக்கை எடுத்தால், அது பருவநிலை மாற்றத்துக்கு எதிரான போராட்டத்தில் புவிக்கு கொஞ்சம் கால அவகாசம் தருவதாக அமையும் என்று வல்லுநர்கள் கூறுகிறார்கள்.

புவி வெப்பமாதலில் அணு ஆற்றலின் பங்கு

சர்வதேச அணுசக்தி கழகம் (international atomic energy agency) அறிக்கையில் 2030ஆம் ஆண்டுவாக்கில் கார்பனீராக்சைடு உலகில் அதிகரிக்கும் என்கிறது. 2050 ஆம் ஆண்டுக்குள் 50 முதல் 85 சதவிகிதம் வரை பசுமையில்ல வாயுக்களின் வெளியீட்டை அதிகரிக்க வேண்டும், இல்லையெனில் அதிக மோசமான விளைவு களை உலகம் சந்திக்க வேண்டியதிருக்கும் என அறிவித்துள்ளது.

சூரிய வெளியீடு மாற்றம்

சூரிய வெளியீட்டில் ஏற்படும் மாற்றங்கள் இறந்த காலத்தில் தட்பவெப்பநிலை மாற்றத்துக்கு காரணியாக இருந்துள்ளது. இருப்பினும் சூரிய வெளியீட்டில் உள்ள மாற்றம் அண்மைய நிலவுலகுச் சூடாதலுக்கு போதாது என்பது பொதுவான கருத்து.

வெப்பம் சிக்குறுத்தும் வளிமங்களும் சூரிய திணிப்புகளும் வெப்ப நிலையை வெவ்வேறு விதமாக பாதிக்கின்றன. இரண்டு காரணி களின் கூடுகையானது அடிவளிமண்டலத்தின் வெப்ப நிலையைக் கூட்டும் அதே வேளை சூரிய திணிப்பின் கூடுகை அடுக்கு மண்டலத்தை சூடாக்குவதோடு வெப்பம் சிக்குறுத்தும் வளிமங் களின் கூடுகை அடுக்குமண்டலத்தை குளிர்விக்க வேண்டும்.

1979 இல் செயற்கைக்கோள் அளவீடுகள் கிடைக்கப்பெற்றது முதல் அடுக்குமண்டலத்தின் வெப்பநிலை சீராகவோ அல்லது குறைவ தாகவோ உள்ளது. அதற்கு முன்னர் தட்பவெப்பநிலை பலூன் அளவீடுகளையும் உள்ளடக்கினால் 1958 ஆம் ஆண்டு முதல் அடுக்கு மண்டலம் குளிர்வடைவதைக் காணலாம்.

∎

II. வயநாடு நிலச்சரிவுகள் 2024

வயநாடு நிலச்சரிவுகள் 2024 ஆம் ஆண்டு ஜூலை 30 ஆம் தேதி அதிகாலையில் இந்தியாவின் கேரளாவில் உள்ள வயநாடு மாவட்டத்தில் உள்ள வைத்திரி தாலுகாவில் உள்ள மேப்பாடி பஞ்சாயத்தில் உள்ள புஞ்சிரிமட்டம், முண்டக்கை, சூரல்மலா மற்றும் வெள்ளரிமலா கிராமங்களில் நிகழ்ந்த தொடர் நிலச்சரிவுகள் ஆகும். பலத்த மழையால் மலைப்பகுதிகள் சரிந்து கீழே உள்ள அப் பகுதிகளை அழித்தது. 420 க்கும் மேற்பட்ட இறப்புகள், 397 காயங்கள், மற்றும் 118 பேரைக் காணவில்லை என்ற அறிக்கை களுடன் இந்த பேரழிவு கேரளாவின் வரலாற்றில் மிக மோசமான பேரழிவுகளில் ஒன்றாகும். காடழிப்பு, நில அதிர்வு உணர்திறன், மோசமான கட்டிட கட்டுமானம் மற்றும் புவி வெப்பமடைதல் ஆகியவை நிலச்சரிவுகள் மற்றும் உயிரிழப்புகளுக்கான சாத்திய மான காரணங்களாக அடையாளம் காணப்பட்டுள்ளன.

ஆயுதப் படைகள், தேசிய பேரிடர் மீட்புப் படை (NDRF), தீயணைப்பு மற்றும் மீட்பு சேவைகள் மற்றும் வன மற்றும் வன விலங்கு அதிகாரிகள் மற்றும் தன்னார்வலர்கள் போன்ற பல அரசு

நிறுவனங்கள் உயிர் பிழைத்தவர்களைத் தேட பெரிய அளவிலான மீட்புப் பணியைத் தொடங்கின.

வயநாடு பருவமழை காலங்களில் நிலச்சரிவு அபாயத்தில் உள்ளது. மேற்குத் தொடர்ச்சி மலைத் தொடரில் அமைந்துள்ள அதன் மலைகள் தக்காண பீடபூமியின் பழுதடைந்த மற்றும் அரிக்கப்பட்ட மலை விளிம்புகளைக் கொண்டுள்ளது. கோண்ட் வானாவின் சூப்பர் கண்டம் உடைந்த போது இந்த பகுதி உருவா னது என்று புவியியல் சான்றுகள் தெரிவிக்கின்றன. இந்த உடைவின் விளைவாக, டெக்கான் பீடபூமி பாசால்ட் பாறைகளிலிருந்து உருவாக்கப்பட்டது, இது மேற்குத் தொடர்ச்சி மலைகளின் எழுச்சிக்கு வழிவகுத்தது. இயற்பியல் தரவுகள், ஜுராசிக் காலத்தின் பிற்பகுதியில் இருந்து ஆப்பிரிக்கக் கண்டத்திலிருந்து இந்தியா பிரிந்த ஆரம்பகால கிரெட்டேசியஸ் காலகட்டங்களில் இந்தியா வின் மேற்குக் கடற்கரையில் வயநாட்டின் மலைப் பகுதி தோன்றிய தாகக் குறிப்பிடுகிறது.

1,555க்கும் மேற்பட்ட வீடுகள் மற்றும் பள்ளிகள், மருந்தகம், பஞ்சாயத்து பவன், மின்சார வாரிய அலுவலகம், 136 சமுதாயக் கட்டடங்கள் உள்ளிட்ட கட்டிடங்கள் சேதமடைந்துள்ளன. கூடுதலாக, 290 கடைகள், 124 கி.மீ (77 மைல்) மின்சார உள் கட்டமைப்பு, இரண்டு மின்மாற்றிகள், 1.5 கிமீ (0.93 மைல்) கிராமப்புற சாலைகள் மற்றும் மூன்று பாலங்கள் பாதிக்கப்பட்டன. நிலச்சரிவுகள் 310 ஹெக்டேர் (770 ஏக்கர்) விவசாய நிலங்கள் உட்பட மொத்தம் 600 ஹெக்டேர் (1,500 ஏக்கர்) நிலத்தையும் அழித்தன. நிலச்சரிவுக்குப் பிறகு, கூடுதல் நிலச்சரிவு ஏற்படும் அபாயத்தைக் காரணம் காட்டி, சூரல்மாலா மற்றும் முண்டக்கை யில் உள்ள நூற்றுக்கணக்கான கடைகள் உள்ளிட்ட வணிக நிறுவனங்கள் அதிகாரிகளால் மூடப்பட்டன. கேரளா வியாபாரி வியாவசாயி ஏகோபன சமிதியின் கூற்றுப்படி, இந்த கட்டுப்பாடு களால் பாதிக்கப்பட்ட பகுதிகளில் உள்ள வணிக சமூகத்திற்கு ரூ.25 கோடிக்கும் (US$3.0 மில்லியன்) செலவாகும். ஹாரிசன்ஸ் மலையாளம் 10 ஹெக்டேர் (25 ஏக்கர்) தேயிலைத் தோட்டத்தை

இழந்தது. இது ரூ.3.5 கோடி (US$420,000) மதிப்புள்ள 230 டன் தேயிலை உற்பத்தியை பயிரிடுகிறது. நாற்பத்தொரு தோட்ட ஊழியர்கள் மற்றும் அவர்களது குடும்ப உறுப்பினர்களில் நாற்பத்தெட்டு பேர் காணாமல் போயுள்ளனர் அல்லது இறந்து விட்டனர்.

சுமார் 150 கால்நடைகளும், 75 ஆடுகளும் உயிரிழந்ததாக வயநாடு கால்நடை பராமரிப்புத்துறை தெரிவித்துள்ளது. வன விலங்கு ஆர்வலர்கள், இயற்கை பேரழிவுகள் குறித்த அதிக விழிப்புணர்வு காரணமாக, நிலச்சரிவுகளால் பெரிய அளவிலான காடுகள் தட்டையான போதிலும், ஒப்பீட்டளவில் குறைந்த எண்ணிக்கையிலான வனவிலங்குகளின் இறப்புகளைக் குறிப்பிட்டனர். இறந்த வனவிலங்குகளில் இரண்டு புலிகள், ஒரு சாம்பார் மான் மற்றும் அதன் குட்டி, மற்றும் எட்டு காட்டு யானைகள், பெரியாறு புலிகள் காப்பகத்தில் இருந்து நான்கு மற்றும் வயநாடு வனவிலங்கு சரணாலயம் மற்றும் மலையத்தூர் காடுகளில் இருந்து தலா இரண்டு. கால்நடை பராமரிப்புத் துறை மேலும், சூரல்மாலா பால் கூட்டுறவு சங்கத்தில் உள்ள 40 பால் பண்ணையாளர்களில் 14 பேர் பேரழிவால் பாதிக்கப்பட்டவர்களில் இருப்பதாக நம்பப்படு

கிறது. இதனால் 12,420 லிட்டர்கள் (2,730 இம்ப் கேல்; 3,280 அமெரிக்க கேல்) குறைந்துள்ளது. வயநாட்டில் பால் உற்பத்தியில், பால் விநியோகத்தில் பற்றாக்குறை ஏற்படுகிறது கேரளா. ன் 41 தி கூடுதலாக, வளர்க்கப்பட்ட கால்நடைகளுக்கு உணவளிக்கப் பயன் படுத்தப்பட்ட தீவனப் புல் பெருமளவு அழிக்கப்பட்டது.

மீட்பு நடவடிக்கைகள் - முதல் வாரம்

தொடர் கனமழை மற்றும் மேலும் நிலச்சரிவு அபாயம் காரண மாக, ஜூலை 30 அன்று பல்வேறு குழுக்களில் இருந்து ஏராளமான மீட்புப் பணியாளர்கள் அனுப்பப்பட்ட பின்னரே, தேடுதல் நடவடிக்கைகளைத் தொடங்க முடியவில்லை. ஜூலை 31 அன்று மனிதாபிமான உதவி மற்றும் பேரிடர் நிவாரண நடவடிக்கைகளை ஒருங்கிணைக்க இந்திய இராணுவம் கோழிக்கோடு மாவட்டத்தில் கட்டளை மற்றும் கட்டுப்பாட்டு மையத்தை நிறுவியது. 4,000 க்கும் மேற்பட்டோர் மீட்கப்பட்டனர் மற்றும் 10,000க்கும் மேற் பட்டோர் வயநாட்டில் உள்ள 93 பேரிடர் நிவாரண முகாம்களுக்கு மாற்றப்பட்டனர். முன்னெச்சரிக்கையாக, கேரளாவில் உள்ள 14 மாவட்டங்களில் 10 மாவட்டங்களில் பள்ளிகள் மற்றும் கல்லூரிகள் மூடப்பட்டன. ஆகஸ்ட் 1 அன்று, மெட்ராஸ் பொறியாளர் குழுவின் பொறியாளர் பணிப் படையைச் சேர்ந்த 144 ராணுவ வீரர்கள் 31 மணி நேரத்திற்குள் 190 அடி நீளம் (58 மீ) பெய்லி பாலத்தை தற்காலிகமாக கட்டினார்கள். இந்த பாலம் இருவஞ்சிப்புழா ஆற்றின் மீது சூரல்மலை கிராமத்தை முண்டக்கையுடன் இணைக்கிறது.

கேரள அரசு வயநாட்டில் 45 நிவாரண முகாம்களை நிறுவி, 4,000 பேருக்கு மேல் தங்குமிடத்தை வழங்கியது, அதே நேரத்தில் மாநில சுகாதாரத் துறை அவசர உதவி வழங்க ஒரு கட்டுப்பாட்டு அறையை அமைத்தது. கேரள சுகாதார அமைச்சர் வீனா ஜார்ஜ், தடயவியல் அறுவை சிகிச்சை நிபுணர்கள் உட்பட குறைந்தது 1,500 மீட்புப் பணியாளர்கள் ஈடுபடுத்தப்பட்டதாகக் கூறினார்.

ஆகஸ்ட் 2 அன்று, இந்திய விமானப்படை லாக்ஹீட் சி-130 ஹெர்குலிஸ் விமானம், ட்ரோன்கள் மற்றும் காஜியாபாத்தில் உள்ள ஹிண்டன் விமானப்படை நிலையத்தில் இருந்து நிலத்தடி வெளி

யேற்றம் மற்றும் மீட்பு கண்காணிப்பு நிபுணர்களின் சிறப்புக் குழுவை அனுப்பியது. மீட்புக் குழுக்கள் ஆறு மண்டலங்களாகப் பிரிக்கப்பட்டன (அட்டமலா, ஆரன்மலா, முண்டக்கை, புஞ்சிரி மட்டம், வெள்ளர்மலை கிராம சாலை, ஜிவிஹெச்எஸ்எஸ் வெள்ளர்மலை), அத்துடன் சாலியார் ஆற்றின் கீழ் பகுதிகளிலும், சாலியாறு ஆற்றங்கரையோரம் உள்ள அனைத்து காவல் நிலையங்களும் மீட்புப் பணிகளில் ஈடுபட்டு, பிராந்திய வல்லுனர்கள் உதவியுடன் மீட்புப் பணியில் ஈடுபட்டுள்ளனர். முண்டக்காய் கிராமத்தில் மீட்பு நடவடிக்கையின் போது, மேம்பட்ட ரேடார் மண்ணுக்கு அடியில் சுவாசித்ததற்கான அறிகுறிகளைக் கண்டறிந்தது; மாலைக்குள், இவை மனிதர்களிடம் சிக்கியதை விட விலங்குகளிடமிருந்து வந்தவை என்று தீர்மானிக்கப்பட்டது.

ஆகஸ்ட் 3 அன்று, புதைக்கப்பட்ட பாதிக்கப்பட்டவர்களைக் கண்டறிய மேம்பட்ட ரேடார் கருவிகள் மற்றும் நாய்ப் படைகளைப் பயன்படுத்தி மீட்புப் பணிகள் மீண்டும் தொடங்கப்பட்டன. 148 உடல்கள் அடையாளம் காணப்பட்ட நிலையில், 341 பிரேத பரிசோதனைகள் நிறைவடைந்துள்ளதாக அதிகாரிகள் பின்னர் தெரிவித்தனர். சேதத்தை மதிப்பிடுவதற்கும் மீட்புப் பணிகளை மேற்கொள்வதற்கும் ஏர் மார்ஷல் பாலகிருஷ்ணன் மணிகண்டன் மற்றும் ராணுவ நிலையத் தளபதி எம்.பி. சலீல் ஆகியோர் பாதிக்கப்பட்ட பகுதிகளில் வான்வழி ஆய்வு நடத்தினர்.

இரண்டாவது வாரம்

வயநாட்டின் பேரிடர் பகுதிகளில் ஆகஸ்ட் 4 ஆம் தேதி மீட்பு நடவடிக்கைகள் அதிகரித்தன. அதிநவீன ரேடார், ட்ரோன்கள் மற்றும் பூமியை நகர்த்துபவர்கள் மற்றும் கிரேன்கள் உட்பட கனரக இயந்திரங்கள் உயிர் பிழைத்தவர்களை அல்லது புதைக்கப்பட்ட எச்சங்களை கண்டுபிடிக்க பயன்படுத்தப்பட்டன. ஒடிசா காவல் துறை K9 பிரிவு புயல், கடுமையான சூழ்நிலைகளில் மோப்பம் பிடிக்கும் திறன் மற்றும் நிரூபிக்கப்பட்ட கடந்தகால சாதனைகளுக்காக அறியப்படுகிறது, மீட்பு நடவடிக்கையிலும் ஈடுபட்டது. மீட்புப் பணிகளுக்கு ஏராளமான அனுபவம் வாய்ந்த தன்னார்வலர்கள்

உதவினார்கள். பெரும்பாலான மீட்புப் பணிகள் மலப்புரம், கோழிக்கோடு மற்றும் வயநாடு வழியாகப் பாயும் செலியாறு ஆற்றுக்குத் திருப்பி விடப்பட்டன. ஏனெனில் ஆற்றில் எச்சங்கள் காணப்படுவதற்கான வாய்ப்புகள் அதிகரித்தன. உரிமை கோரப் படாத எட்டு உடல்கள் புதுமலையில் புதைக்கப்பட்டன.

காணாமல் போனவர்களைத் தேடும் பணி ஆகஸ்ட் 5 அன்று அதன் ஏழாவது நாளை எட்டியது, சாலியாறு ஆற்றில் மீண்டும் தேடுதல் பணிகள் தொடங்கப்பட்டன. அடையாளம் தெரியாத உடல்களில் இருந்து DNA மாதிரிகள் சேகரிக்கப்பட்டு, பின்னர் குடும்ப உறுப்பினர்களுடன் பொருத்தப்பட்டன. சூரல்மலை மற்றும் முண்டக்கையை இணைக்கும் தற்காலிக பாலத்தின் மீது போக்குவரத்துக் கட்டுப்பாடுகள் போடப்பட்டு, மீட்புப் பணி யாளர்கள் மட்டுமே கடக்க அனுமதிக்கப்பட்டனர். புதுமலையில், உரிமை கோரப்படாத 31 உடல்கள் மற்றும் 158க்கும் மேற்பட்ட உடல் உறுப்புகள் சர்வமத பிரார்த்தனைகளுக்குப் பிறகு புதைக்கப் பட்டன. ஒவ்வொரு கல்லறையிலும் DNA மாதிரி எண் குறிக்கப் பட்டது.

தேடுதல் மற்றும் மீட்பு நடவடிக்கைகளில் அதிக எண்ணிக்கையி லான ஆம்புலன்ஸ்கள் மற்றும் அதிகமான சடல நாய்கள் ஈடுபடுத்தப் பட்டன. ஆழமாக புதைக்கப்பட்ட உடல்களை கண்டுபிடிக்க புதைக்கப்பட்ட பொருள் கண்டறிதல் அமைப்புகள் பயன்படுத்தப் பட்டன. சூச்சிப்பாரா நீர்வீழ்ச்சி மற்றும் பொதுகல்லு இடையே உள்ள தொலைதூரப் பகுதிகளில் ஆகஸ்ட் 6 ஆம் தேதி மேப்பாடி யில் பாதிக்கப்பட்டவர்களைக் கண்டறிய பன்னிரண்டு ராணுவ மீட்புப் படையினர், நாய்ப் படைகள் மற்றும் வனத்துறை அதிகாரி களின் உதவியுடன் சிறப்பு இயக்கம் தொடங்கப்பட்டது. குடியிருப்பு கட்டிடங்களின் கட்டமைப்பின் ஒருமைப்பாட்டை மதிப்பிடுவதற்காக கிராம பஞ்சாயத்தின் ஒரு பஞ்சாயத்து வார்டு உறுப்பினர் உட்பட குழுக்கள் அமைக்கப்பட்டன. கேரள அரசு அரபிக்கடலில் தேடுதல் நடவடிக்கையை ஆரம்பித்தது மற்றும் கடற்படை மற்றும் கடலோர காவல் படையின் உதவியை நாடியது.

நிலச்சரிவில் சிக்கி 53 குழந்தைகள் இறந்துள்ளனர் அல்லது காணாமல் போயுள்ளதாக உள்ளூர் அதிகாரிகள் தெரிவித்தனர். ஆகஸ்ட் 7 ஆம் தேதி சன்ரைஸ் பள்ளத்தாக்கு பகுதியில் மீட்பு பணிகள் தொடங்கியது. முதலமைச்சரின் பேரிடர் நிவாரண நிதியை தவறாகப் பயன்படுத்தியதாக கேரள காவல்துறை 62 வழக்குகளைப் பதிவு செய்து, 15 பேரைக் கைது செய்தது.

ஆகஸ்ட் 8 அன்று தேடுதல் நடவடிக்கைகள் தொடர்ந்தன. விமானப்படை ஹெலிகாப்டர்கள் மூலம் சாலியார் ஆற்றங்கரையில் அணுக முடியாத பகுதிகளுக்கு தேடுதல் குழுக்கள் அனுப்பப் பட்டன. மேலும் கனரக இயந்திரங்கள் மற்றும் சூரல்மாலா மற்றும் முண்டக்காய் பகுதியில் K9 நாய் படைகளின் பயன்பாடு தொடர்ந்தது. இந்திய இராணுவம் தேடுதல் நடவடிக்கைகளில் இருந்து ஓரளவு பின்வாங்கி, மேலும் நடவடிக்கைகளை NDRF, மாநில பேரிடர் மீட்புப் படை (SDRF), தீயணைப்பு வீரர்கள் மற்றும் கேரள காவல் துறையிடம் ஒப்படைத்தது. தற்காலிக பாலத்தை பராமரிக்கவும், தேடுதல் நடவடிக்கைகளுக்கு உதவவும் ஒரு சிறிய குழு அப்பகுதி

யில் தங்கியுள்ளது. முதலமைச்சர் பினராயி விஜயன், நிவாரணப் பொருட்கள் கிட்டத்தட்ட 400 லாரிகள் உபரியாக இருப்பதால், மறுவாழ்வுக்கான நிதிப் பங்களிப்பை வழங்குவதற்குப் பதிலாக, பேரிடர் மண்டலத்திற்கு உணவுப்பொருட்கள், உடைகள், காய் கறிகள் அல்லது தின்பண்டங்களை அனுப்புவதைத் தவிர்க்குமாறு தன்னார்வலர்களை கேட்டுக் கொண்டார்.

ஆகஸ்ட் 9 அன்று 06:00 முதல் 11:00 IST வரையிலான இறுதித் தேடுதல் நடவடிக்கையில், பேரிடர் மேலாண்மை அதிகாரிகளுடன் இணைந்து உயிர் பிழைத்தவர்கள் மற்றும் காணாமல் போனவர்கள் அல்லது இறந்தவர்களின் உறவினர்கள் பங்கேற்க அனுமதிக்கத் தொடங்கியது. மற்றும் மருத்துவ குழுக்கள் இந்திய ராணுவத்தின் K-9 நாய்ப் படையும் தங்கள் தேடுதல் மற்றும் மீட்புப் பணிகளை முடித்துக் கொண்டு வயநாட்டின் நிலச்சரிவு மண்டலத்திலிருந்து வெளியேறியது. உள்ளூர் மக்களிடையே பீதியை கிளப்பிய ஒலியால் பாதிக்கப்பட்ட பகுதியில் உள்ள அனைத்து பள்ளிகள் மற்றும் கல்லூரிகளுக்கு விடுமுறை அறிவிக்கப்பட்டது. மாநில அரசு பாரிய கழிவு மேலாண்மை முயற்சிகளை ஆரம்பித்தது. மேலும் 150 டன் கழிவுகளை அகற்றியது. மூன்று இறந்த உடல்கள் மற்றும் ஒரு உடல் பாகம் கண்டெடுக்கப்பட்டு பின்னர் காந்தன்பாறை அருவிக்கு அருகில் இருந்து விமானம் மூலம் கொண்டு செல்லப்பட்டது. வருவாய் சான்றிதழ்கள், நில உரிமைச் சான்றிதழ்கள், ரேஷன் கார்டுகள் மற்றும் வீட்டு உரிமை ஆவணங்கள் போன்ற 700க்கும் மேற்பட்ட ஆவணங்கள் பாதிக்கப்பட்ட குடும்பங்களுக்கு விநியோகிக்கப்பட்டன.

மூன்றாவது வாரம்

காணாமல் போனவர்களைத் தேடுவதற்காக, பிரதமரின் வருகை யின் இடைநிறுத்தத்திற்குப் பிறகு, ஆகஸ்ட் 11 அன்று கடைசித் தேடுதல் மற்றும் மீட்பு முயற்சி தொடங்கியது. நூற்றுக்கணக்கான சிவில் தன்னார்வலர்கள் தேடல் நடவடிக்கைகளுக்கு உதவினர் மற்றும் தீயணைப்பு மற்றும் மீட்புப் பணியாளர்களுக்கு உதவி னார்கள். காந்தன்பாறை நீர் வீழ்ச்சியிலிருந்து மேலும் இரண்டு

உடல் பாகங்கள் மீட்கப்பட்டன. இந்த நிலச்சரிவுகளால் கேரள மாநிலத்திற்கு சுமார் ரூ.1,200 கோடி (அமெரிக்க $140 மில்லியன்) செலவானது என்று வருவாய் அமைச்சர் கே.ராஜன் உறுதிப்படுத்தினார். உள்துறை அமைச்சகத்தின்படி, காயமடைந்த 378 பேரில் 322 பேர் மருத்துவமனைகளில் இருந்து வெளியேற்றப்பட்டனர். கேரள அரசு சென்னையில் ஒரு உதவி மையத்தை நிறுவியது. ராணுவம் மற்றும் கேரள காவல்துறையின் சிறப்பு நடவடிக்கைக் குழுவின் சிறப்புத் தேடல் குழுக்கள் ஆகஸ்ட் 12 அன்று மலப்புரத்தில் உள்ள சாலியார் ஆற்றுக்கு அருகில் உள்ள ஐந்து பகுதிகளில் தேடுதல்களை தீவிரப்படுத்தியது; தன்னார்வலர்கள் அனுமதிக்கப்படவில்லை. முண்டேரி இருட்டுக்குத்தி மற்றும் சாலியார் கொட்டுப்பாறை கடவு ஆகிய இடங்களில் இருந்து மனித மண்டை ஓடு உட்பட மேலும் இரண்டு உடல் பாகங்கள் மீட்கப்பட்டன.

நிலச்சரிவுகளால் இடம்பெயர்ந்தவர்களுக்கு தற்காலிக வீடுகளாக செயல்பட, பாதிக்கப்பட்ட கிராமங்களிலும் அதைச் சுற்றியுள்ள பகுதிகளிலும் அரசாங்க குடியிருப்புகள் உட்பட இருநூற்று ஐம்பத்து மூன்று வாடகை வீடுகள் அடையாளம் காணப்பட்டன. கேரளா மாநில பேரிடர் மேலாண்மை ஆணையத்தின் நிபுணர்கள் குழு நிலச்சரிவினால் பாதிக்கப்பட்ட பகுதிகளில் எதிர்கால வாழ்விடங்களை ஆய்வு செய்ய உருவாக்கப்பட்டது.

ஆகஸ்ட் 13 அன்று நிலச்சரிவு பாதித்த பகுதிகளை ஆய்வு செய்ய, பேரழிவு எப்படி நடந்தது மற்றும் நிலச்சரிவின் போது என்ன நடந்தது என்பதை மதிப்பிடுவதற்காக, தேசிய புவி அறிவியல் மையத்தின் மூத்த விஞ்ஞானி ஜான் மத்தாய் தலைமையில் ஒரு நிபுணர் குழு, மாநில பேரிடர் மேலாண்மை ஆணையத்தால் நியமிக்கப்பட்டது. பின்னர் அவர்கள் புதிய நகரங்களை உருவாக்க ஐந்து இடங்களை பரிந்துரைத்தனர். மேலும் மூன்று உடல் பாகங்கள் வயநாட்டின் வெள்ளர்மலை மற்றும் தலப்பலி பகுதிகள் மற்றும் மலப்புரத்தின் கும்பாளப்பாரா ஆகிய பகுதிகளில் இருந்து மீட்கப்பட்டன. சூரல் மாலா பாலத்திற்கு கீழே காடு வழியாக ஓடும் ஆற்றின் கரையில் உள்ள முண்டகை-சூரல்மாலா பேரிடர் பகுதிகளில் சில மணிநேரம்

தேடுதல் பணிகள் தொடர்ந்தன. ன் 98 தி இந்திய வானிலை ஆய்வுத் துறை ஆகஸ்ட் 15 அன்று கடுமையான வானிலை எச்சரிக்கைகளை வெளியிட்டது மற்றும் மீண்டும் ஒரு திடீர் வெள்ளம் ஏற்படுவதற்கான சாத்தியக்கூறுகளுக்கு எதிராக எச்சரித்தது.

நான்காவது வாரம்

உடல்களில் இருந்து தரமான டிஎன்ஏ மாதிரிகள் இல்லாததால், தடயவியல் விஞ்ஞானிகள் அடுத்த தலைமுறை டிஎன்ஏ வரிசை முறை தொழில்நுட்பத்தைப் பயன்படுத்தி 52 சிதைந்த மாதிரிகளை டிஎன்ஏ சுயவிவரங்களுக்கு எதிராக கேரளா ஜீனோம் டேட்டா சென்டரின் (கேஜிடிசி) தடயவியல் ஆய்வகத்தில் 401 மாதிரிகளிலிருந்து கட்டமைக்க முயன்றனர். கண்ணூர் ஆகஸ்ட் 19 அன்று, வயநாடு மாவட்ட நிர்வாகம், அண்டை மாவட்டங்கள் மற்றும் தமிழ்நாடு மற்றும் கர்நாடகா மாநிலங்களில் இருந்து நிலச்சரிவால் பாதிக்கப்பட்ட கிராமங்களான முண்டக்கை மற்றும் சூரல்மாலா விற்கு பார்வையாளர்கள் நுழைவதற்கு தடை விதித்தது. ஆகஸ்ட் 26க்குள், பாதிக்கப்பட்ட அனைத்து குடும்பங்களும் நிவாரண முகாம்களில் இருந்து நிவாரண வீடுகளுக்கு மாற்றப்பட்டனர். ஆகஸ்ட் 21 அன்று, கேரள அரசு ரூ.900 கோடி (US$110 மில்லியன்) மத்திய உதவியைக் கேட்டது.

மீட்பர் அணிதிரட்டல்

NDRF-ஐச் சேர்ந்த 35 பேர், இந்திய ராணுவத்தைச் சேர்ந்த 582 பேர், மெட்ராஸ் பொறியாளர் குழு, பாதுகாப்புப் பாதுகாப்புப் படை, இந்திய விமானப் படையைச் சேர்ந்த 23 பேர், 120 பேர் என மொத்தம் 1,531 பேர் பல்வேறு படைகளில் இருந்து திரட்டப்பட்டனர். SDRF-ல் இருந்து, 460 கேரள தீயணைப்பு மற்றும் மீட்பு சேவைகள், 31 வனத்துறை பணியாளர்கள், 61 தமிழ்நாட்டின் பணியாளர்கள் பேரிடர் மீட்புப் படை, தமிழ்நாடு மருத்துவக் குழுவைச் சேர்ந்த ஏழு பேர், இந்திய கடலோரக் காவல்படையைச் சேர்ந்த 50 பேர், இந்தியக் கடற்படையைச் சேர்ந்த 80 பேர், கேரளக் குடிமைத் தற்காப்புப் படையைச் சேர்ந்த 82 பேர்.

நான்கு ஹெலிகாப்டர்கள், ஒரு சி-130 சரக்கு விமானம் மற்றும் ஏராளமான ட்ரோன் விமானங்கள் இந்திய விமானப்படையால் மீட்புப் பணிக்காக ஈடுபடுத்தப்பட்டன. பதினான்கு இராணுவப் பத்திகள், ஐந்து மருத்துவக் குழுக்கள், மெட்ராஸ் இன்ஜினியர் குழு, பாதுகாப்புப் பாதுகாப்புப் படையின் இரண்டு குழுக்கள், ஒரு பாராசூட் படைப்பிரிவுக் குழு மற்றும் K-9 நாய்ப் படையிலிருந்து 15 நாய்கள் இந்திய இராணுவத்தால் அணி திரட்டப்பட்டன. ரேடார் மற்றும் அகழ்வாராய்ச்சிகள் போன்ற பிற சிறப்பு உபகரணங்களும் இராணுவத்தால் பயன்படுத்தப்பட்டன. மீட்பு நடவடிக்கைகளுக்கு உதவுவதற்காக INS ஜமோரின் அப்பகுதிக்கு அனுப்பப்பட்டது. கோழிக்கோட்டில் இருந்து ஒரு இந்திய கடற் படைக் குழு, ஒரு மருத்துவக் குழு, ஒரு ஆற்றைக் கடக்கும் குழு மற்றும் இரண்டு செட் UAV-அடிப்படையிலான துணை-மண் ஸ்கேனர்கள் மீட்பு மற்றும் நிவாரண நடவடிக்கைகளுக்காக பயன் படுத்தப்பட்டன. இந்திய கடலோர காவல்படை மூன்று பேரிடர் மீட்பு குழுக்களை (கொச்சியில் இருந்து இரண்டு மற்றும் பேப்பூரில் இருந்து ஒன்று) வழங்கியது, கொச்சி, CGS கொச்சி, ICGS பேப்பூர் மற்றும் CGS விழிஞ்சம் ஆகிய இடங்களில் ALH MK III விமானம் நிறுத்தப்பட்டது. பிற பேரிடர் மீட்புப் படைகளில் NDRF, SDRF, வனத்துறை, தீயணைப்பு சேவை மற்றும் கேரள காவல்துறை ஆகிய நான்கு குழுக்களும் அடங்கும். வயநாடு மாவட்ட நிர்வாகம் மற்றும் குடிமைத் தற்காப்புத் துறையினர் 100 ஆம்புலன்ஸ்கள், மருத்துவர்கள், மருத்துவப் பொருட்கள் மற்றும் உபகரணங்களைத் திரட்டினர்.

அரசியல் கட்சிகள், தொண்டு நிறுவனங்கள், மத, சமூக, கலாச்சார அமைப்புகளைச் சேர்ந்த ஏராளமான தன்னார்வலர்கள் மாவட்ட நிர்வாகத்திடம் தங்களைப் பதிவு செய்து, பாதிக்கப்பட்ட இடங் களிலும் நிவாரண முகாம்களிலும் ஈடுபட்டுள்ளனர். இதில் சேவா பாரதி, ஒயிட் கார்ட் தொண்டர்கள், மாதா அமிர்தானந்தமயி மடம், சமஸ்தா கேரள சுன்னி மாணவர்கள் கூட்டமைப்பு, சுன்னி மாணவர் கூட்டமைப்பு, இந்திய ஜனநாயக இளைஞர் கூட்டமைப்பு, அகில இந்திய இளைஞர் கூட்டமைப்பு, மக்கள் அறக்கட்டளை மற்றும் இலட்சிய நிவாரண அமைப்பு ஆகியவை

அடங்கும். பாரத் சாரணர் மற்றும் வழிகாட்டிகள், தேசிய சேவைத் திட்டம் மற்றும் தேசிய கேடட் கார்ப்ஸ் ஆகியவற்றின் தன்னார்வத் தொண்டர்களும் உதவினர். பள்ளி ஆசிரியர்கள் தங்கள் மாணவர்களை என்எஸ்எஸ் மற்றும் என்சிசி திட்டங்களில் பங்கேற்க தூண்டினர். வயநாட்டில் உள்ள பல்வேறு பள்ளிகளைச் சேர்ந்த மாணவர்களும் நிலச்சரிவில் தப்பியவர்களுக்கு நிவாரணப் பொருட்கள் மற்றும் உணவுப் பொருட்களை விநியோகித்தனர், மேலும் உடல் உதவி மற்றும் உணர்ச்சிபூர்வமான ஆதரவை வழங்கினர்.

காரணங்கள்

மக்கள்தொகை அதிகரிப்பு, மோசமான கட்டுமான நுட்பங்கள் மற்றும் மோசமான திட்டமிடப்பட்ட நிலப் பயன்பாடு ஆகியவற்றால் நிலச்சரிவுகள் ஏற்படலாம்.

இந்திய அரசாங்கத்தால் வழங்கப்பட்ட சமீபத்திய மக்கள்தொகை கணக்கெடுப்பின்படி, வயநாடு மாவட்டத்தின் மக்கள்தொகை கடந்த நூற்றாண்டில் 11 மடங்கு அதிகரித்துள்ளது. 1901 இல் 75,149இல் இருந்து 2011 இல் 817,420 ஆக, 2,132 கிமீ (823 சதுர மைல்) பரப்பளவில் உள்ளது. மக்கள் தொகையின் அதிகரிப்புடன், சமீபத்திய தசாப்தங்களில் வசதியான பயணிகள் பீடபூமி மாவட்டத்திற்கு நீட்டிக்கப்பட்ட வார இறுதிகளில் வருகை தரத் தொடங்கியதால் சுற்றுலாவும் இப்பகுதியில் வளர்ச்சியடைந்தது. மாநில சுற்றுலாத் துறையின் தரவுகளின்படி, 2003 (6.16 மில்லியன்) முதல் 2023 வரை (22.52 மில்லியன்) மாநிலத்திற்கு சுற்றுலாப் பயணிகளின் வருகை 72% அதிகரித்துள்ளது. 2022 ஆம் ஆண்டில் கேரளாவிற்கு வருகை தந்த 19.21 மில்லியன் சுற்றுலாப் பயணிகளில் 1.51 மில்லியன் பேர் வயநாடு மாவட்டத்திற்கு மட்டும் வருகை தந்துள்ளனர். இவ்வளவு பெரிய எண்ணிக்கையிலான சுற்றுலாப் பயணிகளை விருந்தளிக்க, பல ஓய்வு விடுதிகள் கட்டப்பட்டுள்ளன.

கொச்சியில் உள்ள கொச்சி அறிவியல் மற்றும் தொழில்நுட்ப பல்கலைக்கழகம் வயநாட்டின் மண் நிலப்பரப்பு மற்றும் புவியியல் பற்றிய ஆய்வை நடத்தியது மற்றும் தேயிலை தோட்டங்களை

உருவாக்கியதன் விளைவாக வயநாடு மாவட்டத்தில் பெரும் காடுகள் அழிக்கப்பட்டது, இது நிலச்சரிவுகளுக்கு பங்களித்தது.

வயநாடு மாவட்டத்தில் காடழிப்பு பற்றிய சர்வதேச சுற்றுச் சூழல் ஆராய்ச்சி மற்றும் பொது சுகாதார இதழால் 2022 இல் வெளி யிடப்பட்ட மற்றொரு ஆய்வில், 1950 மற்றும் 2018 க்கு இடையில் மாவட்டத்தில் 62% பசுமை மறைந்து விட்டதாகவும், தேயிலை தோட்ட பரப்பு சுமார் 1800% அதிகரித்து, குறைந்த காடுகளை விட்டு விட்டதாகவும் காட்டுகிறது. சேற்று மலைகளை நிலையாக வைத்திருங்கள். கேரளாவின் மலைப்பாங்கான பகுதிகள் 20 டிகிரிக்கு மேல் சரிவுகளைக் கொண்டிருக்கின்றன, கனமழையின் போது திடீர் வெள்ளம் ஏற்படும் அபாயம் அதிகரிக்கிறது.

இந்திய புவியியல் ஆய்வின்படி, மொத்தம் 19,301 கிமீ^{2} (7,452 சதுர மைல்) அல்லது கேரளாவின் மொத்த பரப்பளவில் 49.7% நிலச்சரிவு அபாயப் பகுதிகளுக்குள் வருகிறது. மேற்குத் தொடர்ச்சி மலை சூழலியல் நிபுணர் குழுவின் தலைவர் மற்றும் சூழலியல் நிபுணர் மாதவ் காட்கில் வயநாட்டின் மூன்று பிரிவுகளையும் (வைத்திரி, சுல்தான் பத்தேரி மற்றும் மானந்தவாடி) சுற்றுச்சூழல் உணர்திறன் மண்டலம்-I என வகைப்படுத்தி, எதிர்கால கட்டுமானம் உள்ளிட்ட கடுமையான தடை விதிகளை பரிந்துரைத்தார்.

இந்தியா, ஸ்வீடன், அமெரிக்கா மற்றும் யுனைடெட் கிங்டம் ஆகிய நாடுகளைச் சேர்ந்த 24 விஞ்ஞானிகள் உட்பட உலக வானிலை பண்புக்கூறு குழு, வயநாட்டைச் சுற்றியுள்ள ஒப்பீட்டளவில் சிறிய ஆய்வுப் பகுதியில் மழைப்பொழிவைத் துல்லியமாகக் கணிக்க காலநிலை உயர்-தெளிவு மாதிரிகளை ஆய்வு செய்தது. காலநிலை மாற்றத்தின் காரணமாக மழையின் தீவிரம் 10% அதிகரித்துள்ள தாகவும், சராசரி வெப்பநிலை இரண்டு டிகிரி அதிகரித்தால் மேலும் 4% அதிகரிக்கும் என்றும் அந்த மாதிரிகள் சுட்டிக் காட்டுகின்றன. இதனால் கேரளா வெப்ப இயக்கவியல் மற்றும் சூழலியல் ரீதியாக நிலையற்றதாக மாறும். வெப்பமான வளிமண்டலம் அதிக ஈரப் பதத்தைத் தக்கவைத்து, குறுகிய காலத்திற்குள் கடுமையான மழைப்பொழிவுக்கு வழிவகுத்து, எதிர்காலத்தில் கேரளாவைச்

சுற்றித் தூண்டக்கூடிய நிலச்சரிவுகளின் சாத்தியக்கூறுகளின் எண்ணிக்கையை அதிகரிக்கும் என்று ஆய்வு பரிந்துரைத்தது.

மாநில பேரிடர் மேலாண்மை ஆணையம் நியமித்துள்ள தேசிய புவி அறிவியல் மையத்தின் மூத்த புவி விஞ்ஞானி ஜான் மத்தாய் தலைமையிலான நிபுணர் குழு, பாதிக்கப்பட்ட பகுதியில் உள்ள கிராமங்களுக்குச் சென்று, ஒரு மலையேற்ற கனமழையால் 'அணை வெடிப்பு விளைவு' ஏற்பட்டதாக அறிக்கை அளித்தது. மூன்று கிராமங்களை அழித்த நிலச்சரிவு.

எடக்கல் குடியிருப்பாளர்கள் ஆகஸ்ட் 9 அன்று 10:15 IST அளவில் மர்மமான நிலத்தடி சத்தத்தை கவனித்தனர், இது மற்றொரு நிலச்சரிவை எதிர்பார்த்து உள்ளூர் மக்களிடையே பீதியை ஏற்படுத்தியது. இந்திய வானிலை ஆய்வு மையம் பூகம்பம் ஏற்பட்டதாக முதலில் சந்தேகித்தது. ஆனால் நிலநடுக்கத்திற்கான தேசிய மையம் எந்த நில அதிர்வு நிலையங்களாலும் பதிவு செய்யப்படவில்லை என்பதை உறுதிப்படுத்தியது. நில அதிர்வு வல்லுநர்கள் பின்னர் இந்த சம்பவத்தை 'ஹில்லிங் எஃபெக்ட்' என்று விளக்கினர், இதில் வலுவிழந்த நிலப்பரப்பு இயற்கையாகவே ஸ்திரத்தன்மையை பெறுவதற்கு மாறுகிறது, இது சத்தம் எழுப்புகிறது.

நிவாரணப் பணிகள்

அபுதாபியை தளமாகக் கொண்ட ஒரு பன்னாட்டு நிறுவனமான VPS ஹெல்த்கேர், தேடல் மற்றும் மீட்புக் குழுக்களுக்கு பிரித்தெடுத்தல் ஆதரவையும் காயமடைந்த குடியிருப்பாளர்களுக்கு மருத்துவ சிகிச்சையையும் வழங்கியது. ஜியோ இன்ஃபோகாம் பாதிக்கப்பட்ட பகுதியில் நெட்வொர்க் வலிமையை அதிகரித்தது, மேலும் தகவல் தொடர்பு சேவைகளை மேம்படுத்த கூடுதல் டவரை அமைத்தது. பாதிக்கப்பட்ட வாடிக்கையாளர்களின் குரல் மற்றும் தரவு சேவைகளில் ஏர்டெல் இந்தியா வரம்பை அதிகரித்தது. கோழிக்கோட்டில் உள்ள பிசினஸ் கிளப் ரூ. 3 கோடி (US$360,000) மதிப்புள்ள 40 வீடுகளைக் கட்ட முன்வந்தது. மூணார் கேட்டரிங் கல்லூரி ரூ.1 கோடி (US$120,000) மதிப்பிலான கல்வித் திட்டத்தை உருவாக்க உறுதியளித்தது. பிரதித்வானி ஐடி ஊழியர் நல

அமைப்பு, கோட்டக்கல் ஆர்ய வைத்யாசாலா மற்றும் தேசிய சேவைத் திட்டம் ஆகியவை முறையே 2 வீடுகள், 10 வீடுகள் மற்றும் 150 வீடுகள் கட்ட முன்வந்தன. கேரளாவில் உள்ள சுகாதார அமைப்பான அஹாலியா மருத்துவக் குழு, அனைத்து அனாதை குழந்தைகளையும் தத்தெடுப்பதாக உறுதியளித்தது. K-FON பாதிக்கப் பட்ட பகுதியில் உள்ள அனைத்து தேடல் மற்றும் மீட்பு குழுக் களுக்கும் அதிவேக இணைய இணைப்புகளை வழங்கியது. துபாயை தளமாகக் கொண்ட ரியல் எஸ்டேட் நிறுவனமான சோபா குழுமம் ரூ.10 கோடி (US$1.2 மில்லியன்) மதிப்பிலான 50 வீடுகளைக் கட்ட உதவி செய்தது. கடுமையாக காயமடைந்தவர்களுக்கு அமிர்தா மருத்துவமனை மேம்பட்ட மருத்துவ சேவையை வழங்கியது. கோகுலம் குழுமம் மற்றும் அகில இந்திய மலையாளி சங்கம் இணைந்து 25 வீடுகளைக் கட்ட உறுதியளித்தன. ரிப்போர்டர் டிவி, ஒரு இந்திய மலையாள மொழி செய்தி சேன லானது. ஒரு புதிய டவுன்ஷிப்பிற்காக 150 ஏக்கர் (61 ஹெக்டேர்) நிலத்தை வழங்க முன்வந்தது.

கேரள மாநில மின்சார வாரியம் ஆறு மாதங்களுக்கு பேரிடர் பாதித்த பகுதிகளில் உள்ள நுகர்வோருக்கு இலவச மின்சாரம் வழங்குவதாக உறுதியளித்தது. மேலும் பேரிடர் பாதித்த பகுதிகளில் நிலுவையில் உள்ள தொகைகளுக்கு வாரியம் விலக்கு அளித்தது. யெனெபோயா பல்கலைக்கழகம், மங்களூர் பாதிக்கப்பட்ட குடும்பங்களைச் சேர்ந்த மாணவர்களுக்கு இலவசக் கல்வியை வழங்கியது. ஐக்கிய அரபு எமிரேட்ஸைச் சேர்ந்த ஏபிசி கார்கோ என்ற கார்கோ நிறுவனம் பாதிக்கப்பட்ட குடும்பங்களைச் சேர்ந்த சுமார் 100 பேருக்கு வேலை வாய்ப்பை வழங்கியது. கேரள கத்தோலிக்க பிஷப்ஸ் கவுன்சில் 100 வீடுகளைக் கட்டுவதற்கும், நிபுணத்துவ மருத்துவ பராமரிப்பு மற்றும் அதிர்ச்சி ஆலோசனை களை வழங்குவதற்கும் உதவி வழங்கியது. குழந்தைகளின் மன ஆரோக்கியத்தை மையமாகக் கொண்டு, தொழில்முறை சமூகப் பணியாளர்களின் கேரள சங்கம் அவசர உளவியல் உதவியை வழங்கியது. சென்னையை தளமாகக் கொண்ட ஒரு இலாப நோக்கற்ற அமைப்பான ப்ரோடோமினோ அறக்கட்டளை,

குடியிருப்பாளர்கள் மீண்டும் நுழைவதற்கு முன்பு வீடுகளை சுத்தம் செய்ய முன்வந்தது.

கொச்சியைச் சேர்ந்த Faircode Infotech என்ற மென்பொருள் நிறுவனம் நிவாரண முகாம்களுக்கு அனுப்பப்படும் பொருட்களை நிர்வகிக்க ERP மென்பொருளை வழங்கியது. கேரளா சுசித்வா மிஷன், உபயோகப்படுத்தாத உணவுப் பாத்திரங்கள் மற்றும் பிற பொருட்கள் போன்ற பொருட்களை வழங்கியது. அக்ஷய பாத்ரா அறக்கட்டளை மூன்று பேர் கொண்ட ஒரு குடும்பத்தை ஒரு வாரம் வரை பராமரிக்க 10,000 உணவுப் பொருட்களை வழங்குவதாக உறுதியளித்தது. Fujifilm உள்ளூர் அதிகாரிகளுக்கு மருத்துவ உபகரணங்களை வழங்கியது. ரிலையன்ஸ் அறக்கட்டளை பொருட்கள், ஆலோசனை மற்றும் தொழில் பயிற்சி ஆகியவற்றை வழங்கியது. நேஷனல் இன்ஸ்டிடியூட் ஆஃப் பிசிகல் மெடிசின் அண்ட் ரிஹாபிலிடேஷன், திருச்சூரை தளமாகக் கொண்ட மறு

வாழ்வு மையம், உயிர் பிழைத்தவர்களுக்கு ஆலோசனை சேவை களை வழங்கியது. ஹாரிசன்ஸ் மலையாளம் லிமிடெட், வெள்ளர் மாலா கிராமத்தில் அடக்கம் செய்வதற்காக சுமார் 2,500 சதுர மீட்டர் (0.25 ஹெக்டேர்) நிலத்தை உள்ளூர் அதிகாரிகளுக்கு மாற்று வதாக உறுதியளித்தது. நூருல் இஸ்லாம் இன்ஸ்டிடியூட் ஆஃப் மெடிக்கல் சயின்ஸ் அண்ட் ரிசர்ச் ஃபவுண்டேஷன் பாதிக்கப்பட்ட 1,000 மாணவர்களுக்கு இலவசக் கல்வியை வழங்கியது.

மைசூரில் உள்ள இந்திய உணவு ஆராய்ச்சி நிறுவனம் மற்றும் ஆய்வகமான மத்திய உணவு தொழில்நுட்ப ஆராய்ச்சி நிறுவனம் உணவு வழங்கியது. கேரளா நத்வத்துல் முஜாஹிதீன் ஸ்ரீ கோகுலம் மூவிஸ் தங்களின் திரைப்படத்தின் விளம்பர நிகழ்ச்சிக்கு செலவிட வேண்டிய நிதியை நன்கொடையாக வழங்கியது. ஒரு நபர் தனது சேமிப்பைப் பயன்படுத்தி 100 கட்டில்களை வழங்கினார்.

கோயம்புத்தூரில் வசிப்பவர்கள் ரூ.20 லட்சம் (அமெரிக்க $24,000) மதிப்புள்ள உணவு, உடைகள், குறிப்பேடுகள் மற்றும் போர்வைகள் உள்ளிட்ட அத்தியாவசியப் பொருட்களை ஒரு லாரியில் வழங்கினர். கேரளா வங்கி அதன் முண்டக்கை மற்றும் சூரல்மாலா கிளையிலிருந்து பாதிக்கப்பட்டவர்கள் மற்றும் உயிர் பிழைத்த வர்கள் மூலம் பெறப்பட்ட கடன்களை ரூ.29 கோடி (US$3.5 மில்லியன்) தள்ளுபடி செய்தது. கேரள சட்டசபையின் எதிர்க்கட்சித் தலைவர் வி.டி. சதீசன், தனது முழு குடும்பத்தையும் இழந்த ஒரு இளம் உயிர் பிழைத்தவரின் வாழ்நாள் முழுவதும் செலவழிப்பதாக உறுதியளித்தார். கேரளாவின் நிகழ்வு மேலாண்மை சங்கம் பாதிக்கப்பட்ட குடும்பத்திற்கு ஒரு புதிய வீட்டைக் கட்ட முன் வந்தது. பாதிக்கப்பட்ட குடும்பங்களுக்கு ரூ.1.5 கோடி (US$180,000) மதிப்புள்ள பல வீடுகளைக் கட்டித்தர டாக்டர் மூப்பனின் மருத்துவக் கல்லூரி உறுதியளித்தது.

கேரள மாநில சிறு தொழில்கள் சங்கம் 1 ஏக்கர் (0.40 ஹெக்டேர்) நிலத்தில் 10 வீடுகளைக் கட்ட முன்வந்தது. கண்ணூர் பல்கலைக் கழகத்தின் NSS மாணவர்கள் பாதிக்கப்பட்ட மக்களுக்கு ரூ.10 லட்சம் (US$12,000) மதிப்புள்ள அத்தியாவசியப் பொருட்களை

வழங்கினர். கோவாவின் சங்கோல்டாவிலிருந்து ஏழைகளுக்கான உணவு வங்கியான ஸ்ட்ரீட் பிராவிடன்ஸ், படுக்கை மற்றும் பிற பொருட்களை வழங்கியது. கிருஷ்ணா உணர்வுக்கான சர்வதேச சங்கம் நிலச்சரிவால் பாதிக்கப்பட்ட பகுதிகளில் உணவு மற்றும் ரப்பர் காலணிகளை வழங்குவதாக உறுதியளித்தது.

நிலச்சரிவால் ஏற்பட்ட இடிபாடுகளுக்குள் ஏராளமான செல்லப் பிராணிகள் மற்றும் கால்நடைகள் சிக்கித் தவிக்கின்றன. கால்நடை பராமரிப்புத் துறை, விலங்குகள் மீட்பு அமைப்புகள் மற்றும் இந்திய கால்நடை மருத்துவ சங்கத்தைச் சேர்ந்த கால்நடை மருத்துவர்கள் குழு வயநாடு மாவட்டத்தில் பாதிக்கப்பட்ட பகுதிகளைச் சுற்றி இந்த விலங்குகளைத் தேடினர். பல செல்லப்பிராணிகள் தங்கள் முந்தைய வீடுகளின் பகுதியைச் சுற்றி மோப்பம் பிடித்தது அல்லது இடிபாடுகளில் உட்கார்ந்திருப்பது கண்டறியப்பட்டது மற்றும் சாப்பிட அல்லது குடிக்கத் தயங்கியது மற்றும் அதிர்ச்சியின் அறிகுறிகளைக் காட்டியது. ஹ்யூமன் சொசைட்டி இன்டர்நேஷனல் மூலம் 90 கால்நடைகள், 22 நாய்கள், 7 பூனைகள் மற்றும் 50க்கும் மேற்பட்ட கோழிகளுக்கு தற்காலிக தங்குமிடங்கள் மற்றும் மருத்துவ உதவிகள் வழங்கப்பட்டன.

நிலச்சரிவுகள் ஐந்து குழந்தைகளை எந்த உயிருள்ள குடும்ப உறுப்பினர்களையும் இல்லாமல் விட்டன, மேலும் ஆறு பேர் தங்கள் பெற்றோரில் ஒருவரை இழந்தனர். பல குடும்பங்கள் இந்த அனாதை குழந்தைகளை தத்தெடுக்க விருப்பம் தெரிவித்த பிறகு, தத்தெடுப்பு மற்றும் குழந்தை வளர்ப்பு செயல்முறையை மேற் பார்வையிடவும், குழந்தைகளை பொருத்தமான குடும்பங்களுக்கு ஒதுக்கவும் மத்திய தத்தெடுப்பு வள ஆணையம் சிறார் நீதிச் சட்டத்தை செயல்படுத்தியது. இடுக்கியைச் சேர்ந்த இரண்டு குழந்தைகளின் தாய் ஒருவர் தாயை இழந்த குழந்தைகளுக்கு அவர்கள் தத்தெடுக்கப்படும் வரை தாய்ப்பால் கொடுக்க முன் வந்தார்.

தமிழக அரசு நிவாரண நடவடிக்கைகளுக்காக ரூ.5 கோடி (அமெரிக்க $600,000) வழங்கியது மற்றும் மருத்துவ மற்றும் மீட்புக் குழுக்களை அனுப்பியது. கர்நாடகாவின் முதல்வர் சித்தராமையா,

நிலச்சரிவால் பாதிக்கப்பட்டவர்களுக்கு 100 வீடுகள் கட்டித் தரும் என்று கேரள அரசுக்கு உறுதியளித்தார். ஆந்திரப் பிரதேச அரசு வயநாட்டின் பாதிக்கப்பட்ட குடும்பங்களுக்கு ரூ.10 கோடி (US$1.2 மில்லியன்) மொத்த நன்கொடையாக அறிவித்தது. ஆகஸ்ட் 26 அன்று, உத்தரப்பிரதேச அரசு கேரளாவில் நிவாரணப் பணிகளுக்காக ரூ.10 கோடி (US$1.2 மில்லியன்) அனுமதித்தது, இது முதலமைச்சர் யோகி ஆதித்யநாத்தின் அதிகாரப்பூர்வ கடிதத்தில் தெரிவிக்கப்பட்டுள்ளது.

வயநாடு மாவட்டத்தின் முண்டகை மற்றும் சூரல்மாலா பகுதிகளில் நிலச்சரிவுகளால் அனைத்தையும் இழந்தவர்களுக்கு ஒரு குடும்பத்திற்கு மாதம் ஒன்றுக்கு ரூ.10,000 (US$120) உதவித் தொகையாக ஆகஸ்ட் 12 அன்று கேரள அரசு அறிவித்தது. ஆகஸ்ட் 13 அன்று அரசாங்கம் குடும்பங்கள் தங்கள் வீடுகளின் பழுது முடியும் வரை மாதத்திற்கு ரூ.6,000 (US$72) வாடகைக் கொடுப்பனவாகப் பெறுவதாக அறிவித்தது. இறந்தவர்களின் குடும்பங்களுக்கு ரூ.6 லட்சம் (US$7,200), பெரிய காயங்கள் உள்ளவர்களுக்கு ரூ.75,000 (US$900) மற்றும் சிறு காயங்கள் உள்ளவர்களுக்கு ரூ.5,000 (US$60) வழங்கப்படும் என்றும் அரசாங்கம் அறிவித்தது. ஆகஸ்ட் 17 அன்று, வாழ்வாதாரத்தை இழந்த 617 நபர்களுக்கு தலா ரூ.10,000 (US$120) அரசாங்கம் வழங்கியது. மேலும் தகனம் மற்றும் அடக்கம் செய்வதற்கு 124 நபர்களுக்கு தலா ரூ. 10,000 (US$120) வழங்க அனுமதித்தது.

பேரிடர் நிவாரண நிதிக்காக மொத்தம் ரூ.110 கோடி (US$13 மில்லியன்) வசூலிக்கப்பட்டுள்ளதாக கேரள அரசு ஆகஸ்ட் 13 அன்று அறிவித்தது, அதில் ரூ.26.83 கோடி (US$×3.2 மில்லியன்) ஆன்லைன் கட்டண முறைகள் மூலமாகவும், மீதமுள்ளவை காசோலை அல்லது டிமாண்ட் வரைவு. செப்டம்பர் 06 அன்று பேரிடர் நிவாரண நிதி ரூ.330.12 கோடியாக இருந்தது (US$×40 மில்லியன்), இன்னும் எதுவும் ஒதுக்கப்படவில்லை.

இறந்தவர்களின் உறவினர்களுக்கு ரூ.2 லட்சம் (US$×2,400) மற்றும் காயமடைந்தவர்களுக்கு ரூ.50,000 (US$×600) வழங்கப்படும் என பிரதமர் நரேந்திர மோடி அறிவித்தார். பின்னர் அவர் ஆகஸ்ட் 10

அன்று வயநாடு மாவட்டத்திற்கு விஜயம் செய்தார், அவர் கேரள முதல்வர் பினராயி விஜயன், ஆளுநர் ஆரிப் முகமது கான் மற்றும் மாநில அமைச்சர் சுரேஷ் கோபி ஆகியோருடன் அப்பகுதியை வான்வழி ஆய்வு நடத்தினார். மேலும் நிலச்சரிவால் பாதிக்கப்பட்ட மக்களை நேரில் சென்று பார்வையிட்டார்.

மக்களவை எதிர்க்கட்சித் தலைவரும், வயநாடு மக்களவைத் தொகுதியின் முன்னாள் நாடாளுமன்ற உறுப்பினருமான ராகுல் காந்தி, கேரள முதல்வர் பினராயி விஜயனிடம் பேசி, ஐக்கிய ஜனநாயக முன்னணித் தொழிலாளர்களுக்கு உதவி செய்யுமாறு வலியுறுத்தினார். காந்தியும் அவரது சகோதரி பிரியங்கா காந்தியும் முதலில் ஜூலை 31 அன்று வயநாட்டிற்குச் செல்ல திட்டமிடப் பட்டிருந்தது, ஆனால் கனமழை மற்றும் சீரற்ற காலநிலை காரண மாக பயணம் அடுத்த நாளுக்கு ஒத்திவைக்கப்பட்டது. இருவரும் ஆகஸ்ட் 1ஆம் தேதி வயநாட்டில் உள்ள நிவாரண முகாம்களுக்குச் சென்றனர். அன்றைய தினம் வயநாட்டில் நடந்த செய்தியாளர் சந்திப்பின் போது, பாதிக்கப்பட்ட பகுதிகளில் இந்திய தேசிய காங்கிரஸ் 100 வீடுகளை கட்டித் தரும் என்று கூறினார். இந்திய

யூனியன் முஸ்லீம் லீக் தலைவர் சயீத் சாதிக் அலி ஷிஹாப் தங்கல், 100 வீடுகளுக்கு கூடுதலாக, வேலை, மருத்துவம் மற்றும் கல்வி ஆகியவை ஏழை மக்கள் வாழ்வதற்கு இன்றியமையாததாகவும், விரிவான மறுவாழ்வுத் தொகுப்பு செயல்படுத்தப்படும் என்றும் கூறினார்.

இந்திய கத்தோலிக்க ஆயர்கள் பேரவையின் தலைவர் பேராயர் ஆண்ட்ரூஸ் தாழத், வயநாடு நிலச்சரிவில் பாதிக்கப்பட்ட குடும்பங்களுக்கு இரங்கல் தெரிவித்துள்ளார், அருகிலுள்ள அனைத்து கத்தோலிக்க திருச்சபைகள் மற்றும் நிறுவனங்கள் மீட்பு பணியில் தீவிரமாக ஈடுபட்டு அரசு நிறுவனங்களின் நிவாரணப் பணிகளுக்கு ஆதரவாக இருக்கும் என்றார். வயநாடு சமூக சேவை சங்கம், ஷ்ரேயாஸ் மற்றும் ஜீவனா போன்ற உள்ளூர் கூட்டாளர்களுடன் ஒருங்கிணைந்து, நெருக்கடியால் பாதிக்கப்பட்டவர்களுக்கு உடனடி நிவாரண உதவி மற்றும் அதிர்ச்சி ஆலோசனைகளை வழங்குவதற்காக Caritas India ஏற்கனவே களத்தில் உள்ளது என்றார்.

இந்திய மத்திய உள்துறை அமைச்சர் அமித் ஷா, இந்திய நாடாளு மன்றத்தில், ஜூலை 23 முதல் 26 வரையிலான காலப்பகுதியில் கேரள அரசுக்கு நான்கு முன்னறிவிப்புகள் வழங்கப்பட்டதாக இந்திய நாடாளுமன்றத்தில் தெரிவித்தார். கேரள முதல்வர், பேரழிவுக்குப் பிறகுதான் வயநாடுக்கு ரெட் அலர்ட் விடுக்கப்பட்ட தாகவும், ஜூலை 30 மற்றும் 31 ஆம் தேதிகளில் வயநாட்டிற்கு நிலச்சரிவு ஏற்படுவதற்கான சாத்தியக்கூறுகள் குறைவு என்ற முன்னறிவிப்பு மட்டுமே மத்திய நிறுவனங்களால் வழங்கப்பட்ட தாகவும் கூறினார். கேரள மாநில அரசு மொபைல் போன்கள், இலவச ரேஷன்கள் மற்றும் நகல் சான்றிதழ்கள் தேவைப்படும் பாதிக்கப்பட்ட நபர்களுக்கு விநியோகித்தது.

நிலச்சரிவைத் தொடர்ந்து, மாநில அரசின் சுற்றுலாத் துறையானது நேரு டிராபி , சாம்பியன்ஸ் படகு லீக் மற்றும் அனைத்து வகையான ஓணம் வார கொண்டாட்டங்களையும் மாநிலம் முழுவதும் ஆகஸ்ட் 10 அன்று தொடங்க திட்டமிடப்பட்டுள்ளது. ஓணத்தின் போது திருச்சூரில் புலிகலி, கும்மட்டிகளி போன்றவற்றையும்

அரசாங்கம் ரத்து செய்தது. புலிகலி ஏற்பாட்டுக் குழு மற்றும் பங்கேற்பு அணிகள் ஒருதலைப்பட்சமாக நிகழ்ச்சிக்காக அவர்கள் வாங்கிய கடனினால் ரத்து செய்யப்படுவதற்கு தங்கள் எதிர்ப்பை வெளிப்படுத்தினர். ஆகஸ்ட் 19 அன்று அரசு ரத்து செய்ததை திரும்பப் பெற்றது.

அமெரிக்காவின் ஜனாதிபதி ஜோ பிடன், சீனப் பிரதமர் லீ கியாங், மற்றும் ரஷ்ய ஜனாதிபதி விளாடிமிர் புடின் இந்திய மக்களுக்கு தங்கள் இரங்கலையும், அனுதாபங்களையும் தெரிவித் தனர். மாலைதீவு ஜனாதிபதி மொஹமட் முய்ஸு, போலவே, துருக்கிய வெளியுறவு அமைச்சகம், இந்தியாவுக்கான ஆஸ்திரேலிய உயர் ஆணையர் பிலிப் கிரீன், இந்தியாவிற்கான இஸ்ரேலிய தூதர் நவோர் கிலோன், இந்தியாவுக்கான பிரெஞ்சு தூதர் தியரி மாத்தூ, இந்தியாவில் உள்ள ஈரானிய தூதர் டெனிஸ் அலிபோவ், ஆர்மேனிய வெளியுறவு மந்திரி அரரத் மிர்சோயான், மொஹம்மட் ஷேக் ஜனாதிபதி அல் நஹ்யான், சவூதி அரேபியாவின் மன்னர் சல்மான் மற்றும் பட்டத்து இளவரசர் முகமது பின் சல்மான், பூட்டான் பிரதம மந்திரி Tshering Tobgay, மற்றும் லாட்வியா, ஜோர்டான், பஹ்ரைன், குவைத், எகிப்து, நெதர்லாந்து மற்றும் ஜெர்மனியின் வெளியுறவு அமைச்சகங்கள். திருத்தந்தை பிரான்சிஸ் செயிண்ட் பீட்டர் சதுக்கத்தில் தனது தேவதூதர் உரையின் போது நிலச்சரிவுகளில் பாதிக்கப்பட்டவர்களுக்காக பிரார்த்தனை செய் தார்.

■

12. பல்வேறு நாடுகளில் ஏற்பட்ட நிலநடுக்கங்கள்

எக்குவடார் நிலநடுக்கம் 235 பேர் பலி

தென் அமெரிக்க நாடான எக்வடோரில் 7.8 ரிக்டர் அளவுக்கு ஆற்றலுள்ள நிலநடுக்கத்தில் குறைந்தது 235 பேர் உயிரிழந்தனர். நாட்டின் வடமேற்கு கரையோரம் உள்ள முசீன் நகருக்கு தென் கிழக்கே 27 கிலோமீட்டர் தொலைவில் 19.2 கிமீ ஆழத்தில் இந்த நிலநடுக்கம் மையம் கொண்டிருந்தது. நிலநடுக்கம் ஏற்பட்ட நாட்டின் வடமேற்கு கரையோரப் பிரதேசங்களில் இருந்து கூடுதல் தகவல்கள் வரும்போது, உயிரிழந்தவர்களின் எண்ணிக்கை அதிகரிக்கும் அபாயம் உள்ளது என அதிகாரிகள் அஞ்சுகின்றனர்.

இதனிடையே இத்தாலிக்கான பயணத்தை மேற்கொண்டிருந்த அதிபர் ரஃபேயில் கொரேயா, தமது பயணத்தை சுருக்கிக் கொண்டு நாடு திரும்புகிறார். நிலநடுக்கம் மையம் கொண்டிருந்த பகுதிக்கு அருகிலுள்ள நகரான பெதர்னாலேவின் மேயர் தமது நகரம் முற்றிலும் அழிந்து போயுள்ளது எனத் தெரிவித்துள்ளார்.

1979இக்கு பிறகு எக்குவடோரில் ஏற்பட்ட பெரிய நிலநடுக்கம் இதுவாகும். 1979இல் ஏற்பட்ட நிலநடுக்கத்தில் 600 பேர் உயிரிழந்

தார்கள். குறிப்பாக பெதர்னாலேவுக்கு அருகில் 163 பின்னதிர்வுகள் உணரப்பட்டன என்று நாட்டின் நிலநடுக்க ஆய்வு மையம் தெரிவித்துள்ளது.

சிறிய அளவிளான நிலநடுக்கம் 3 மாதங்களாக உணரப்படுவதாகவும், இதுவும் அதுபோல் தான் என்று நினைத்ததாகவும் 20 வினாடிகளுக்கு பின் இது மிகவும் பெரியதாக மாறியதாகவும் கிரிசுடியன் இபாரரா என்பவர் கூறினார்.

சில நாட்களுக்கு முன்பு நிப்பானில் ஏற்றபட்ட நிலநடுக்கத்தை விட எக்குவடோரில் ஏற்பட்டது 6 மடங்கு கடுமையானது என தேவிது என்ற புவியியல் துறை பேராசிரியர் கூறுகிறார். இந்த நிலநடுக்கம் கொலம்பியா நாட்டிலும் உணரப்பட்டது. எக்குவரோர் நாசுக்கா நிலத்தட்டும் தென்னமெரிக்க நிலத்தட்டும் சந்திக்கும் இடத்தில் அமைந்துள்ளது.

இந்தூர்-பாட்னா ரயில் விபத்து 110 பேர் பலி

இந்தூர்- பாட்னா விரைவு தொடருந்து கான்பூர் அருகே தடம் புரண்டு விபத்துக்குள்ளானதில் 110 பேருக்கு மேற்பட்டோர் பலியாயினர். 150க்கும் மேற்பட்டோர் காயமுற்றனர். மொத்தம் 14 பெட்டிகள் தடம் புரண்டதாகத் தெரிவிக்கப்படுகிறது.

கான்பூர் அருகே 65 கிமீ தூரத்தில் உள்ள புக்கிரியான் என்ற இடத்தில் உள்ளூர் நேரம் அதிகாலை 3.10க்கு இவ்விபத்து ஏற்பட்டது. விபத்து நடந்த தொடருந்து 2000 பயணிகளுடன் 100 கிமீ வேகத்தில் பயணித்தது.

லக்னோ, மத்தியப் பிரதேச மாநிலம் மற்றும் மஹாராஷ்டிராவை இணைக்கும் இந்தப் பாதை ஒற்றை ரயில் பாதையாக இருப்பதால் பல ரெயில் சேவைகள் இதனால் பாதிக்கப்பட்டுள்ளன. விபத்துக் குள்ளான ரயிலில் பயணம் செய்த கிருஷ்ண கேசவ் என்பவர், விபத்து நடந்த போது மூன்று, நான்கு முறை பெரும் அதிர்வு ஏற்பட்டதை உணர்ந்ததாகக் கூறினார்.

நான் எஸ்-12 பெட்டியில் பயணித்துக் கொண்டிருந்தேன், அப்போது காலை சுமார் 3 மணி இருக்கும். நான் விழித்துக் கொண்டேன்.

எங்கும் ஒரே கூச்சல் குழப்பமாக இருந்தது. ஆனால் எங்கள் பெட்டியில் யாருக்கும் காயம் ஏற்படவில்லை' என்ற அவர், மேலும் நாங்கள் எல்லோரும் பெட்டியில் இருந்து இறங்கினோம். வெளியே ஒரே கும்மிருட்டாக இருந்தது. ரெயில் பெட்டிகள் தடம் புரண்டிருந்ததையும் சில பெட்டிகள் ஒன்றோடு ஒன்று சிக்கிக் கொண்டிருந்ததையும் பார்த்தோம் என்றார்.

அக்கம் பக்கத்திலுள்ள கிராமங்களிலிருந்து பலர் வந்து சிக்கிக் கொண்ட பயணிகளை வெளியே கொண்டுவர உதவினர் என்றும், காவலர்கள் ஒரு மணி நேரத்துக்குப் பின் தான் வந்தனர் என்றார்.

கொலம்பியா மண்சரிவு 200 பேர் பலி

தென் மேற்கு கொலம்பியாவில் ஏற்பட்ட மண்சரிவில் சிக்கி குறைந்தது 200 பேர் உயிரிழந்துள்ளர். அந்நாட்டின் அதிபர் யூவான் மானுவெல் சான்டோஸ் அப்பகுதிக்கு விரைந்துள்ளார்.

மொகோவா ஆற்றின் கரைகளில் உடைப்பு ஏற்பட்டு, புடுமயோ மாகாணத்தில் வீடுகளுக்குள் தண்ணீர் புகுந்தது. இதில் சிக்கிய பல பேரைக் காணவில்லை. சுற்றுப்புறப் பகுதிகள் அனைத்தும் மண் சரிவில் புதைந்திருப்பதாக அப்பகுதியின் ஆளுநர் சொரேல் ஆரோகா தெரிவித்திருக்கிறார்.

சாலை துண்டிக்கப்பட்ட இடத்தில் இருந்து மூன்று மணி நேரம் பயணித்தால்தான் மண்சரிவு நடந்த இடத்தை அடைய முடியும் என காவல்துறை அதிகாரி ஒருவர் தெரிவித்தார். அந்த நகரம், மின்சாரம், தண்ணீர் வசதியின்றி முழுமையாக துண்டிக்கப்பட்டிருப்பதாக மொகோவா மேயர் யோசு அந்தோனியோ காஸ்ட்ரோ தெரிவித் துள்ளார். தன் வீடும் பாதிக்கப்பட்டுள்ளதாக மேயர் அந்தோனியா தெரிவித்தார்.

ஆற்றின் கரைகள் உடையும் அபாய நிலையை அறிந்ததும் மக்கள் எச்சரிக்கப்பட்டதால், பலர் பாதுகாப்பான இடங்களுக்குச் சென்று விட்டனர். இல்லாவிட்டால் பெரும் உயிர் சேதம் ஏற்பட்டிருக்கும் என உள்ளூர் பத்திரிகை தெரிவிக்கிறது. மண்சரிவு ஏற்பட்ட பகுதி, ஈக்வடார் மற்றும் பெரு நாடுகளின் எல்லையை ஒட்டி

அமைந்துள்ளது. கனமழைக்கு இந்த ஆண்டு மட்டும் 90 பேருக்கு மேல் பெருவில் பலியாகி உள்ளனர்.

சுமத்திரா நிலநடுக்கம்

இந்தோனேசியத் தீவான சுமாத்திராவில் புதன்கிழமையன்று ஏற்பட்ட பெரும் நிலநடுக்கத்தில் இறந்தோரின் எண்ணிக்கை குறைந்தது 467 எனக் கணக்கிடப்பட்டுள்ளது. பெரும் மழை காரண மாக அங்கு மீட்புப் பணிகள் மிக மெதுவாகவே நடைபெறுகின்றன.

நானூறுக்கும் அதிகமானோர் காயமடைந்துள்ளதாகவும், இறந் தோரின் எண்ணிக்கை இன்னும் அதிகமாகலாம் எனவும் இந்தோனீசிய மீட்புப் பணியாளர்கள் தெரிவித்தனர்.

படாங் நகரில் மருத்துவமனையொன்று அடங்கலாக பல கட்டடங்கள் அழிவடைந்துள்ள நிலையில் அவற்றில் சிக்கி 21 பேர் வரை உயிரிழந்துள்ளதாக அந்நாட்டு சுகாதார அமைச்சகத்தின் மூத்த அதிகாரியொருவர் தெரிவித்தார்.

படாங் விமான நிலையத்தின் கூரைப்பகுதியொன்று இடிந்து விழுந்துள்ளதாக உள்ளூர் ஊடகங்கள் செய்தி வெளியிட்டுள்ளன.

சிங்கப்பூர் மற்றும் மலேசிய நாடுகளிலிருந்து நூற்றுக்கணக்கான கிலோ மீட்டர்கள் தொலைவில் ஏற்பட்டுள்ள இந்த நிலநடுக்கம் 7.6 ரிக்டர் அளவாக பதிவாகியுள்ளது. 6.8 அளவு இரண்டாவது நிலநடுக்கம் மீண்டும் படாங் நகரில் வியாழக்கிழமை 08.52 மணிக்கு இடம் பெற்றது.

நேபாள நிலநடுக்கம் 1500 பேர் பலி

நேபாளத்தில் 7.9 ரிக்டர் அளவில் உண்டான நிலநடுக்கத்தால் 1500க்கும் மேற்பட்டவர்கள் உயிரிழந்தனர். ஆயிரக்கணக்கானோர் காயமடைந்தனர். உயிரிழந்தவர்களின் எண்ணிக்கை மேலும் அதிக மாகும் என்று அதிகாரிகள் அஞ்சுகின்றனர்.

7.9 ரிக்டர் அளவு நிலநடுக்கத்துக்கு அடுத்து பதினாறு சிறு நில நடுக்கங்கள் ஏற்பட்டன. இதில் ஒன்று 4.5 ரிக்டர் அளவு அல்லது அதற்கு மேல் இருக்கும் என தெரிவிக்கப்பட்டுள்ளது. நிலநடுக்கம்

15 கி.மீ ஆழத்தில் ஏற்பட்டதால் பூமியின் மேல் பாதிப்பு அதிகம் இருக்கும் என அஞ்சப்படுகிறது.

நிலநடுக்கம் காத்மாண்டுவில் இருந்து வடமேற்கில் 80 கி.மீ தொலைவில் லாம்சங் என்ற இடத்தில் காலை 11.56க்கு முதலில் ஏற்பட்டது. நிலநடுக்கத்தின் தாக்கம் பீகார், மேற்கு வங்காளம், உத்திரப்பிரதேசம், சிக்கிம் போன்ற பல வடக்கு மற்றும் வடகிழக்கு இந்திய மாநிலங்களில் உணரப்பட்டது. பாகிஸ்தான், சீனா, வங்காளதேசம், பூடான் போன்ற நாடுகளிலும் இதன் தாக்கம் உணரப்பட்டது.

பல பழமையான கட்டடங்களும், கோவில்களும் இடிந்தாலும் காத்மாண்டுவில் உள்ள ஐந்தாம் நூற்றாண்டு பசுபதிநாத் கோவிலுக்கு பாதிப்பு ஏற்படவில்லை.

பீகாரில் 32 பேரும், உத்திரப்பிரதேசத்தில் 8 பேரும், மேற்கு வங்காளத்தில் 3 பேரும் உயிரழந்துள்ளனர். நிலநடுக்கம் உருவாக்கிய பனிச்சரிவினால் எவரெஸ்ட் அடிவார முகாமில் 18 பேர் உயிரிழந்தனர்.

மேற்கு வங்கம் விஷ சாராயம் அருந்தி 125 பேர் பலி

மேற்கு வங்காளத்தில் நச்சுச் சாராயம் அருந்தி 125 பேருக்கு மேல் உயிரிழந்துள்ளதாக அறிவிக்கப்பட்டுள்ளது. இறந்தவர்களில் பலியானவர்களில் பெரும்பாலானோர் ரிக்ஷா வண்டி இழுப்பவர்களும், சாலையில் கூலி விற்பனை செய்வோரும் ஆவர்.

175 பேர் வரையில் மருத்துவமனைகளில் சேர்க்கப்பட்டுள்ளனர். இவர்களில் பலரது நிலை கவலைக்கிடமாக இருப்பதாக கூறப்படுகிறது. இதனால் இறந்தவர்களின் எண்ணிக்கை அதிகரிக்கக் கூடும் என அஞ்சப்படுகிறது.

மேற்கு வங்காள மாநிலம் தெற்கு பர்கானாஸ் மாவட்டத்தில் உள்ள சங்கராம்புர் உள்ளிட்ட 10 கிராமங்களை சேர்ந்தவர்கள் அந்த பகுதியில் உள்ள ஒரு மதுக்கடையில் இரவு மது அருந்தியதாகவும், இதில் ஏராளமானோருக்கு வாந்தி, வயிற்றுப்போக்கு ஏற்பட்டதாகவும் காவல் துறையினர் தெரிவித்தனர். மது குடித்த பலரும் ஆங்காங்கே மயங்கி விழுந்து உயிரிழந்த பின்பே அவர்கள் குடித்தது நச்சுச் சாராயம் என்பது கண்டுபிடிக்கப்பட்டது.

ஒரே கிராமத்தைச் சேர்ந்த 80க்கும் மேற்பட்டோர் உயிரிழந்துள்ளதால் அவர்களின் உறவினர்கள் ஆத்திரமடைந்து அங்கிருந்த மதுபானக் கடைகளை அடித்து நொறுக்கினர். உயிரிழந்தவர்களின் குடும்பத்தினருக்கு மேற்கு வங்க அரசு தலா 2 லட்சம் ரூபாய் நிதி உதவி நிவாரணம் வழங்க முன்வந்துள்ளது. இதனை முதல்வர் மம்தா அறிவித்துள்ளார்.

இதே வேளையில், மதுபானம் விற்ற நான்கு பேரை காவல் துறையினர் கைது செய்துள்ளனர். இவர்கள் மீது வழக்குப்பதிவு செய்து கடும் தண்டனை வழங்கப்படும் என மம்தா அறிவித்துள்ளார்.

■

13. மின்னல் இடிதாக்குதல் - பாதுகாப்பு அம்சங்கள்

திடீரென்று ஏற்படும் மின்னல் மற்றும் இடிகளை தாங்கும் அளவுக்கு இந்தியாவில் பாதுகாப்பு அம்சங்கள் உள்ளதா என்ற கேள்விக்கு 'இல்லை' என்பதே வானிலை வல்லுனர்களின் ஏகமன தான பதிலாக உள்ளது. வடஇந்தியா முழுவதும் சமீபத்தில் ஏற்பட்ட அதிவேக காற்று மற்றும் மின்னல் தாக்குதலில் குறைந்தபட்சம் 125 பேர் இறந்த பின்னர் இந்த கேள்வி எழுந்துள்ளது.

மேலும், வரும் நாட்களில் மோசமான வானிலை தொடர்வதற்கு வாய்ப்புள்ளதாகவும், வானிலை மாற்றத்தை தொடர்ந்து கண் காணித்து வருவதாகவும் இந்திய வானிலை ஆய்வு மையத்தின் விஞ்ஞானி சதிதேவி கூறியுள்ளார்.

குறுகிய கால கண்ணோட்டத்தில் இதை பார்த்தால் மேற்கத்திய இடையூறுகள் மற்றும் வெப்பமண்டலத்திற்கும் இடையிலான மோதல்களால் தூண்டப்பட்ட ஒரு தனிப்பட்ட சம்பவம் என்று நிபுணர்கள் நம்புகின்றனர். நீண்டகால கண்ணோட்டத்தில் பார்க்கும்போது மின்னல் மற்றும் மோசமான வானிலை ஏற்படுவ தற்கு காரணமாக புவி வெப்பமடைதலை கருதுகின்றனர். கடந்த

20 ஆண்டுகளில் ஏற்பட்ட சூறாவளிகளில் இது மிகவும் மோச மானது என்று அதிகாரிகள் கூறுகின்றனர்.

நாட்டின் பல மின்னல் பாதிப்புள்ள பகுதிகளில் பணியாற்றிய அனுபவமுள்ள ஜார்கண்ட் மாநில பேரிடர் மேலாண்மை அதிகாரி யான சஞ்சய் ஸ்ரீவஸ்தவா, பருவமழை துவங்குவதற்கு முன்பு செய்ய வேண்டிய முன்னேற்பாடுகளில் ஏற்பட்டுள்ள தொய்வே புழுதிப் புயல் மற்றும் மின்னலால் ஏற்பட்டுள்ள அழிவிற்கு முக்கியமான காரணமென்று கூறுகிறார்.

மோசமான வானிலை நிலவும் சூழ்நிலையின்போது தங்களை தற்காத்துக் கொள்வதற்கு எடுக்க வேண்டிய முன்னெச்சரிக்கை நடவடிக்கைகள் குறித்த விழிப்புணர்வு மக்களிடம் இல்லாம லிருப்பதும் பேரழிவிற்கான காரணங்களுள் ஒன்றென அவர் கூறு கிறார். மின்னற் பாதிப்பு அதிகமுள்ள பகுதிகளிலுள்ள கட்டடங்கள் மற்றும் உயர்ந்த பகுதிகளில் பொதுவாக வைக்கப்படும் இடிதாங்கிகள் போன்ற அடிப்படை கட்டமைப்புகள் கூட இந்தியாவில் பரவலாக அமைக்கப்படுவதில்லை.

கடந்த 2017ஆம் ஆண்டு ஏற்பட்ட மின்னல் தாக்குதல் சம்பவங்களில் மட்டும் 3,500க்கும் அதிகமானோர் உயிரிழந்துள்ளதாக ஸ்ரீவஸ்தவா கூறுகிறார். ஆனால், அதே காலகட்டத்தில் அமெரிக்காவில் நடந்த மின்னல் பாதிப்பு சம்பவங்களோடு ஒப்பிடும்போது வெறும் 16 பேர் மட்டுந்தான் உயிரிழந்துள்ளனர்.

தற்காப்பு நடவடிக்கைகள் உடனடியாக எடுக்கப்படவில்லை என்றால் மேலும் பல பாதிப்புகள் ஏற்படுவதற்கு வாய்ப்புள்ளதாக வல்லுநர்கள் எச்சரிக்கின்றனர். இதுபோன்ற பாதிப்புகள் பற்றிய புரிதல்களை ஏற்படுத்துவதற்கு அடிப்படை தேவையாக கருதப்படும் ஆபத்து வரைபடத்தை இந்தியாவின் பல மாநிலங்கள் இதுவரை தயார் செய்யவில்லை என்று வல்லுநர்கள் தெரிவிக்கின்றனர். மின்னல் பாதிப்புள்ள ஒவ்வொரு பகுதியிலும் ஏற்படுத்த வேண்டிய பாதுகாப்பு நடவடிக்கைகளை கண்டறிவதற்கு மின் உணர்திறன் சோதனைகள் நடத்தப்படவேண்டும் என்று அவர்கள் கூறுகிறார்கள்.

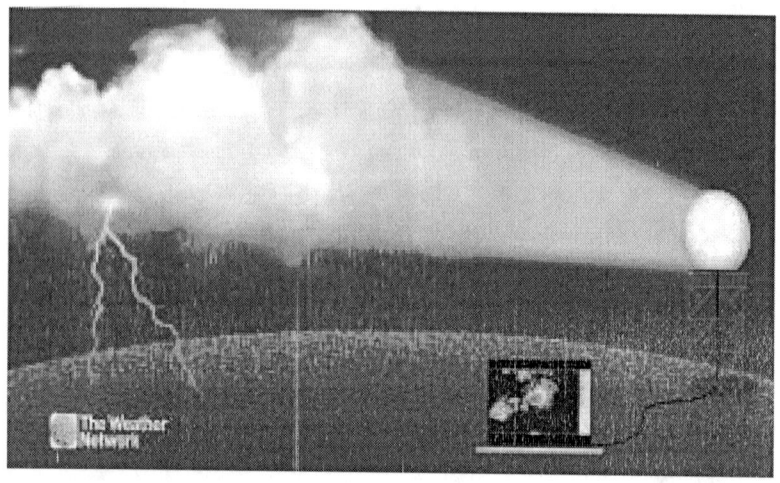

உதாரணத்திற்கு, மோசமான மின்னல் அல்லது உயிரிழப்பை ஏற்படுத்தக்கூடிய அளவுக்கு ஆபத்தான சூறாவளி வீசும் இடங்களாக அடையாளம் காணப்பட்டுள்ள பகுதிகளில் 'டோப்லர் ரேடார்கள்' உடனடியாக அமைக்கப்படவேண்டும். டோப்லர் ரேடார்கள் காற்றின் திசை, வேகம் மற்றும் திசைவேகத்தை அறிவதற்கு பயன் படுகிறது. இந்தியாவில் இத்தகைய ரேடார்கள் வெறும் 27 தான் உள்ளது.

ஆந்திரப்பிரதேசம், கேரளா, ஜார்கண்ட் மற்றும் ஒரிசா போன்ற இந்திய மாநிலங்கள் ஆபத்து வரைபடங்கள் மற்றும் இயற்கை பேரிடர்களை கண்காணிக்கும் அமைப்புகளையும் நிறுவியுள்ளது.

மாணவர்களிடத்தில் விழிப்புணர்வை ஏற்படுத்தும் வகையில் பேரிடர் மேலாண்மை குறித்த விஷயங்கள் ஜார்கண்ட் மாநில பள்ளிப் பாடத்திட்டத்தில் சேர்க்கப்பட்டுள்ளது. மேலும், உள்ளூர் வானொலி மற்றும் செய்தித்தாள்களின் மூலம் விவசாயிகளிடையே பல்வேறு வகையான காலநிலை அமைப்புகள் மற்றும் அது ஏற்படுத்தும் பாதிப்புகள் குறித்து விழிப்புணர்வு ஏற்படுத்தப்படு கிறது. மேலும், ஜார்கண்டில் கட்டப்படும் கட்டடங்களில் இடி தாங்கி அமைப்பது கட்டாயமாக்கப்பட்டுள்ளது.

■

14. பேரழிவை ஏற்படுத்தும் போர்கள்

போர் என்பது, ஒரு பன்னாட்டுத் தொடர்புகள் சார்ந்ததும், நாடுகளின் படைகளிடையே நடைபெறும் ஒழுங்கமைந்த வன்முறைகளால் வெளிப்படுவதுமான பிணக்கு ஆகும். கார்ல்வொன் குளோசவிட்ஸ் என்பார் தனது போர் தொடர்பில் (On War) என்னும் தனது நூலில், போர் என்பது 'வேறு வழிமுறைகளில் நடக்கும் தொடர்ச்சியான அரசியல் ஊடுதொடர்பு' எனக் குறிப்பிட்டுள்ளார். உள்நாட்டுப் போர் என்னும்போது, அது ஒரு குறிப்பிட்ட சமூகத்துக்குள் நிலவும் பிணக்கு ஆகும். இது ஆட்சி குறித்து நிகழ்வது. இறைமை குறித்தது அல்ல. இதன் ஒழுங்கமைக்கப்பட்ட முறையிலான படைத்துறைப் பங்களிப்புக் காரணமாகப் போர் என்பது கொலை அல்லது இனப்படுகொலை என்றாகிறது.

போர் என்பது ஒரு பண்பாட்டுக் கூறும் ஆகும். இது ஒரு குறிப்பிட்ட வகை அமைப்பினாலோ, சமூகத்தினாலோ மட்டும் நடத்தப்படுவது அல்ல. ஜான் கீகன் என்பவர், தனது போர்களின் வரலாறு (History Of Warfare) என்னும் நூலில், போர் என்பது, ஒரு உலகளாவிய தோற்றப்பாடு என்றும், அதை நடத்தும் சமூகத்தைப் பொறுத்து,

அதன் வடிவமும், வீச்செல்லையும் வரையறுக்கப் படுகின்றன என்றும் கூறுகிறார். போர் செய்தல் என்பது ஒரு தொடராக வருகிறது. வரலாற்றுக்கு முந்திய காலத்திலேயே தொடங்கிவிட்ட இனக்குழுக்கள் இடையேயான போரில் தொடங்கி, நகர அரசுகள், நாடுகள், பேரரசுகள் என்பவற்றுக்கு இடையிலான போர்கள் வரை இது இடம் பெற்று வருகிறது.

ஒரு குழுப் போராளிகளையும் அவர்களுடைய பின்னணித் துணைகளையும், அவை நிலத்தில் செயல்படும்போது தரைப்படை என்றும், கடலில் செயல்படும்போது கடற்படை என்றும், வானில் செயல்படும்போது வான்படை என்றும் அழைக்கப்படுகின்றன. போர் ஒரே நேரத்தில் பல அரங்குகளில் நடைபெறலாம், ஒன்றுக்கு மேற்பட்ட படை நடவடிக்கைகள் தொடர்ச்சியாகவும் இடம் பெற லாம். ஒரு படை நடவடிக்கை என்பது சண்டை செய்தல் மட்டுமல்ல. இது, உளவறிதல், படைகளை நகர்த்தல், வழங்கல்கள், பரப்புரை போன்ற பல கூறுகளைக் கொண்டிருக்கும்.

போர் ஆயுதங்களைப் பயன்படுத்தி சண்டையிடும் சில பணிகளைச் செய்ய மற்றும் இராணுவத் தந்திரோபாயங்கள் மற்றும் செயல்திறன்

கலை ஆகியவற்றுடன் இராணுவ தளவாடங்கள் உட்பட்ட ஆயுதப் படைகளால் மற்ற இராணுவ தொழில்நுட்பங்கள் மற்றும் உபகரணங்கள் பயன்படுத்தப்படுகின்றன. இராணுவக் கோட்பாட்டாளர்களால் போர் பற்றிய ஆய்வுகள், இராணுவ வரலாற்றில், தத்துவத்தின் போக்கை அடையாளம் காணவும், இராணுவ விஞ்ஞானத்திற்கு குறைக்க முயல்கின்றன. போர் தொடங்குவதற்கு அனுமதிக்கப்படுவதற்கு தேசிய பாதுகாப்பு கொள்கை உருவாக்கப் படுவதற்கு முன், நவீன இராணுவ விஞ்ஞானம் பல காரணிகளைக் கருதுகிறது. போர் நடவடிக்கைகளின் பகுதியில் (சுற்றுச்சூழல்) சூழ்நிலை, தேசிய சக்திகள் போர், மற்றும் போர்க்கால துருப்புக்கள் ஆகியவை ஈடுபடும்.

- சமச்சீரற்ற போர் இரண்டு வெவ்வேறு அளவிலான திறன் கொண்ட இராணுவங்களுக்கு இடையேயான மோதல் ஆகும்.
- உயிரியல் போர் அல்லது கிருமப் போர் என்பது உயிரியல் நச்சுகள் அல்லது பாக்டீரியா, வைரஸ்கள் மற்றும் பூஞ்சை போன்ற தொற்றுநோய்களின் பயன்பாடு ஆகும்.
- இரசாயன ஆயுதங்கள் போரில் ஆயுதமயமாக்கப்பட்ட இரசாயனப் பயன்பாடுகளைப் பயன்படுத்துகிறது. விஷ வாயுவை வேதியியல் ஆயுதம் முக்கியமாக உலகப் போரில் பயன்படுத்தப்பட்டது, இதன் விளைவாக ஒரு மில்லியன் கணக்கில் உயிரிழப்பு ஏற்பட்டது, இதில் 100,000 பொதுமக்கள் அடங்குவர்.
- உள்நாட்டு யுத்தம் ஒரே நாடு அல்லது அரசியல் அமைப்பைச் சார்ந்த சக்திகளுக்கு இடையேயான போர்.
- வழக்கமான போர், அணு ஆயுதங்கள், உயிரியல் அல்லது இரசாயன ஆயுதங்கள் வரையறுக்கப்பட்ட வரிசைப்படுத்தல்.
- இணையப் போர் ஒரு தேசிய-அரசு அல்லது சர்வதேச அமைப்பின் செயல்கள், மற்றொரு நாட்டின் தகவல் முறைமை களைத் தாக்கும் முயற்சியில் ஈடுபடுவது.

- தகவல் போர் தகவல் சொத்துக்கள் மற்றும் அமைப்பு முறைகளுக்கு எதிராக ஒரு பெரிய அளவிலான அழிவு சக்தியை, கணினி மற்றும் நெட்வொர்க்கள் ஆகியவற்றிற்கு எதிராக நான்கு முக்கியமான உட்கட்டமைப்புகள் (மின் கடத்திகள், தகவல் தொடர்பு, நிதி மற்றும் போக்குவரத்து) பயன்படுத்துவது.
- அணு ஆயுதப் போர் அணு ஆயுதங்களை முதன்மையாக பயன்படுத்துவது. இதை ஒரு பெரிய, சரணாகதி அடைவதற்கான வழிமுறையாகும் பயன்படுத்துவது.
- வழக்கத்திற்கு மாறான போர் என்பது வழக்கமான யுத்தத்தின் எதிரான, இராணுவ வெற்றியை அடைவதற்கான ஒரு முயற்சியாகும். இது ஒரு முரண்பாட்டின் ஒரு பக்கத்திற்கான ஒத்துழைப்பு, சரணடைதல் அல்லது இரகசிய ஆதரவு ஆகியவற்றின் மூலம் ஆகும்.
- ஆக்கிரமிப்பு போர் என்பது சுய பாதுகாப்புக்கு பதிலாக வெற்றி பெற அல்லது வெற்றி பெற ஒரு போர்; இது சாதாரண சர்வதேச சட்டத்தின் கீழ் போர்க் குற்றங்கள் அடிப்படையாக இருக்கலாம்.

யுத்தத்தின் ஆரம்பகால பதிவு செய்யப்பட்ட சான்றுகள் மீசோலிதிக் கல்லறை 117 117 ஆகும், இது சுமார் 14,000 ஆண்டுகள் பழமையானது என உறுதியாக உள்ளது. எலும்புக்கூடுகள் சுமார் நாற்பத்தி ஐந்து சதவீதம் வன்முறை மரணம் அறிகுறிகள் காட்டப்பட்டது. சுமார் 5,000 ஆண்டுகளுக்கு முன்னர் மாநிலம் (அரசியலமைப்பு) உலகின் பெரும்பகுதிக்கு இராணுவ நடவடிக்கைகள் நிகழ்ந்தன. வெடிப்பு மற்றும் தொழில்நுட்ப வளர்ச்சிகளின் முடுக்கம் நவீன போர்முறைக்கு வழிவகுத்தது. கான்வே டபிள்யூ. ஹென்டர்சனின் கருத்துப்படி, கி.மு. 3500 ஆம் ஆண்டுகளுக்கு இடையில் 14,500 போர்கள் நடைபெற்றுள்ளன என்று ஒரு ஆதாரம் கூறுகிறது மற்றும் 20ஆம் நூற்றாண்டில் பிற்பாதியில் 3.5 பில்லியன் உயிர்களைக் மாண்டு இருக்கிறார்கள், 300 ஆண்டுகளுக்கு சமாதானத்தை (பீடர் 1981: 20) விட்டுச் செல்கிறது. இந்த மதிப்பீட்டின் ஒரு சாதகமற்ற மதிப்பாய்வு இந்த மதிப்பீட்டின் ஆதரவாளர்களில் ஒருவர் குறித்து

பின்வருமாறு குறிப்பிடுகிறார்: "கூடுதலாக, யுத்த இழப்புக்களின் எண்ணிக்கையை ஒப்பிட முடியாத அளவிற்கு உயர்ந்ததாக அவர் உணர்ந்தார், மரணமடைந்த சுமார் 3,640,000,000 மனிதர்கள் யுத்தம் அல்லது யுத்தத்தால் உருவாக்கப்பட்ட நோய்கள் சுமார் 1,240,000,000 மனிதர்கள் குறைந்த எண்ணிக்கை இன்னும் நம்பத் தகுந்த, ஆனால் 480 BCE மற்றும் 2002 CEக்கு இடையில் (குறைந்த பட்சம் 300,000 மற்றும் 66 மில்லியனுக்கும் அதிகமான போர் குற்றங்கள் மற்றும் மனிதனால் உருவாக்கப்படும் பேரழிவுகள்) 455 மில்லியன் மனித உயிர்களைப் பற்றிக் குறிப்பிடுகையில், மொத்தமாகும்.

15.1% இறப்புக்கள் மற்றும் 400 மில்லியனுக்கும் அதிகமானோர் பாதிக்கப்பட்டுள்ளனர் என மதிப்பிட்டுள்ளனர். கி.மு. 3500 க்கும் 20 ஆம் நூற்றாண்டின் பிற்பகுதியிலிருந்தும் 1,240 மில்லியனைக் கொண்ட மேற்கூறிய (ஒருவேளை மிக அதிகமான) எண்ணிக்கைக்கு இது சேர்க்கப்பட்டுள்ளது, இது மொத்தமாக 1,640,000,000 மக்கள் கொல்லப்படுவதாக, (போரினால் ஏற்பட்ட பஞ்சம் மற்றும் நோய் உட்பட இறப்புகள் உட்பட) வரலாறு மற்றும் மனிதகுலத்தின் முந்தைய வரலாறு முழுவதும். ஒப்பிடுகையில், 1,680,000,000 மக்கள் 20ஆம் நூற்றாண்டில் தொற்று நோய்களால் இறந்ததாக மதிப்பிடப்பட்டுள்ளது. 1988ஆம் ஆண்டு ஆகஸ்ட் மாதத்தில் அணு

ஆயுதங்களை உச்ச நிலையில் இருந்தபோது அணு ஆயுதப் போர் முறித்துக் கொண்டது, அதன் பின்னர் அதன் விளைவாக மனிதர்களின் எண்ணிக்கை 1,850,000,000 முதல் 5,00,000,000 வரை 3,300,000,000 ஆக குறைந்து ஒரு வருட காலத்திற்குள், அணுசக்தி குளிர்காலம் பற்றிய மிக கடுமையான கணிப்புகளை கருத்தில் கொள்ளவில்லை. இது 14 வது நூற்றாண்டில் ஏற்பட்ட பிளாக் டெத் மூலம் குறைக்கப்பட்டதை விட உலக மக்கள்தொகை விகிதாசார குறைப்பு என்று இருந்திருக்கும், மற்றும் 1346-53 இல் ஐரோப்பாவின் மக்கள்தொகையில் பிளேக் பாதிப்புடன் விகிதாசார அடிப்படையில் ஒப்பிடக்கூடியது.

கடந்த நூற்றாண்டில் வாழ்க்கை இழப்பு ஏற்பட்டுள்ள பத்து மிக விலை உயர்ந்த போர்களில் மூன்று. இவை இரண்டாம் உலகப் போர்கள், இரண்டாம் சினோ-ஜப்பான் போர் (இது சில நேரங்களில் இரண்டாம் உலகப்போரின் பகுதியாக கருதப்படுகிறது அல்லது ஒன்றுடன் ஒன்று). மற்றவர்களில் பெரும்பாலானோர் சீனா அல்லது அண்டை நாடுகளில் ஈடுபட்டுள்ளனர். இரண்டாம் உலகப் போரில் இறந்தவர்களின் எண்ணிக்கை 60 மில்லியனுக்கும் மேலானது, மற்ற அனைத்து போர்-மரணங்களையும் தாண்டி விட்டது.

யுத்தத்தின் அறநெறி ஆயிரக்கணக்கான ஆண்டுகளாக விவாதத்திற்கு உட்பட்டது. ஜஸ்ட் போர் தியரி ஜஸ் அட் பெல்லம் மற்றும் ஜஸ் இன் பெல்லோ போரில் நெறிமுறைகளின் இரண்டு கோட்பாடு அம்சங்கள். 'யுஸ் ஆட் பெல்லம்' (போர் உரிமை), எந்த நாட்டிற்கு எதிரான போர் பிரகடனத்தில் சரியான அதிகாரத்தை நியாயப்படுத்தும் எந்த ஆர்வமற்ற செயல்களையும், சூழ்நிலைகளையும் ஆணையிடும்.

ஒரு நியாயமான போரை அறிவிப்பதற்கான ஆறு முக்கிய நிபந்தனைகள் உள்ளன :

1. எந்தவொரு போரையும் சட்டபூர்வமான அதிகாரத்தால் அறிவிக்கப்பட வேண்டும்.

2. இது ஒரு நியாயமான, நேர்மையான காரணியாக இருக்க வேண்டும்; மேலும் பெரிய அளவிலான வன்முறைக்கு போதுமான ஈர்ப்பாகவும் இருக்க வேண்டும்.

3. சண்டை போடுவது சரியான நோக்கங்களைக் கொண்டிருக்கும் - அதாவது, நன்மைகளை முன்னேற்றுவதற்கும், தீயவற்றை தீர்ப்பதற்கும் அவர்கள் முயல வேண்டும்.

4. ஒரு போர்க்குணமிக்க வெற்றிக்கு ஒரு நியாயமான வாய்ப்பு இருக்க வேண்டும்.

5. யுத்தம் கடைசி இடமாக இருக்க வேண்டும்.

6. முயன்று வருகின்றன முனைகளில் பயன்படுத்தப்படுகிற விகிதாசார இருக்க வேண்டும்.

போரில் ஈடுபடும் போது, (போரில் வலது), நெறிமுறை விதிகளின் தொகுப்பாகும். இரண்டு முக்கிய கோட்பாடுகள் விகிதாசாரமும் பாகுபாடுகளும் ஆகும். விகிதாச்சாரம் எவ்வளவு சக்தியாக தேவைப்படுகிறது மற்றும் முற்போக்கானது மற்றும் அநீதி அனுபவித்தது ஆகியவற்றிற்குத் தேவையான ஒழுக்க ரீதியாக பொருத்தமானது. ஒரு போரில் சட்டபூர்வமான இலக்குகள் யார் என்பதை பாகுபடுத்தும் கொள்கை தீர்மானிக்கிறது, குறிப்பாக போராளிகளுக்கு இடையில் பிரித்தல், கொல்லப்படுவதற்கு அனுமதிக்கப்படுவது மற்றும் யார் இல்லை என்பது குறித்து தீர்மானிக்கிறது. இந்த விதிகளை பின்பற்றுவதில் தோல்வி என்பது வெறுமனே போர்-போராளிக்கு எதிரான சட்டபூர்வமான இழப்பை ஏற்படுத்தும்.

∎

15. லெபனான் உள்நாட்டுப் போர்

லெபனான் உள்நாட்டுப் போர் 1975 முதல் 1990 வரை லெபனானில் பல தரப்பினரிடையே நடைபெற்ற உள்நாட்டுப் போராகும். இந்த உள்நாட்டுப் போரில் 120,000 பேர் கொல்லப்பட்டிருக்கலாம் என மதிப்பிடப்படுகின்றது. 2012ஆம் ஆண்டு நிலவரப்படி, ஏறத்தாழ 76,000 மக்கள் லெபனானின் உள்ளேயே இடம் பெயர்ந்துள்ளனர். தவிரவும் இப்போரின் காரணமாக ஒரு மில்லியன் மக்கள் லெபனானை விட்டு வெளியேறியதாகவும் மதிப்பிடப்படுகின்றது.

சுன்னி இஸ்லாமியருக்கும் சியா இஸ்லாமியருக்கும் இடையேயும், கிறித்தவர்களுக்கும் முஸ்லிம்களுக்கும் இடையேயும் நடைபெற்ற இந்த உள்நாட்டுப் போரில் சிரியா, இஸ்ரேல் நாடுகளும் பாலஸ்தீன விடுதலை இயக்கமும் ஈடுபட்டன. 1976இல் சிரியா மற்றும் அரபு நாடுகள் கூட்டமைப்பால் ஏற்பட்ட சிறு அமைதிக்குப் பிறகு மீண்டும் உள்நாட்டுச் சண்டை தொடர்ந்தது; முதன்மையாக பாலத்தீன விடுதலை இயக்கம் முதலிலும் பின்னர் இஸ்ரேல் ஆக்கிரமித்திருந்த தென் லெபனானில் சண்டை கூடுதலாக இருந்தது. மே

17, 1983இல் அமெரிக்க ஐக்கிய நாடு ஆதரவு நல்கிய உடன்பாடொன்று லெபனானுக்கும், இஸ்ரேலுக்கும் இடையே ஏற்பட்டது. ஆனால் சிரியா தனது படைகளை மீட்டுக் கொள்ளாததால் இந்த உடன்பாடு தோல்வியுற்றது.

போருக்கு முன்னதாக லெபனான் பல சமயத்தவர் வாழும் நாடாக இருந்தது. கடலோர நகரங்களில் சுன்னிகளும் கிறிஸ்தவர்களும் பெரும்பான்மையினராக இருக்க சியாக்கள் தெற்கு லெபனானிலும், பெக்கா இனத்தவர் கிழக்கிலும், துரூசு, கிறிஸ்தவர்கள் மலைப்பிரதேசங்களிலும் வாழ்ந்து வந்தனர். லெபனான் அரசு மரோனிய கிறித்தவர்களின் ஆதிக்கத்தில் இருந்தது. 1920 முதல் 1943 வரை பிரான்சிய குடியேற்றவாத அதிகாரங்களின்படி அரசியலும் சமயமும் தொடர்பானவை ஆயிற்று; நாட்டு நாடாளுமன்றம் கிறித்தவர்களே முன்னிலை வகிக்குமாறு அமைக்கப்பட்டிருந்தது. இருப்பினும் முசுலிம்கள் பெரும்பான்மையாக இருந்த நாட்டில் மேற்கத்திய மரபுசார் அரசுக்கு எதிராக இடதுசாரிகளும் அரபுசார் அமைப்புகளும் இயக்கங்கள் அமைத்தனர்.

இஸ்ரேல் நிறுவப்பட்டு பல்லாயிரக்கணக்கான பாலஸ்தீன ஏதிலிகள் லெபனானுக்கு இடம்பெயர்ந்தமையால் நாட்டின் முஸ்லிம்

மக்கள்தொகை கூடலாயிற்று. ஆட்சியிலிருந்த மரோனியக் கிறிஸ்தவர்கள் மேற்கத்திய நாடுகளை ஆதரிக்க இடதுசாரிகளும் அரபுசார் குழுக்களும் சோவியத்துடன் இணைந்திருந்த அரபுநாடு களை ஆதரிக்க பனிப்போரின் போது நாடு பிளவுபட்டது.

மரோனியக் கிறிஸ்தவர்களுக்கும், பாலஸ்தீன விடுதலை இயக்கத்தினருக்கும் 1975இல் சண்டை மூண்டது; பிறகு இடது சாரிகள், அரபுசார் குழுக்கள் இவர்களுடன் இணைந்து கொண்ட னர். இந்தச் சண்டையின்போது கூட்டணிகள் விரைவாகவும் எதிர்பாரா வண்ணமும் மாறிக்கொண்டு வந்தன. மேலும் இஸ்ரேல், சிரியா போன்ற வெளிநாட்டு சக்திகளும் போரில் ஈடுபட்டு பல்வேறு தரப்பினருடன் இணைந்து சண்டையில் பங்கேற்றனர். ஐக்கிய நாடுகளின் அமைதி காக்கும் படை, அமைதிக்கான பன்னாட்டு படை ஆகியனவும் லெபனானில் நிறுத்தப்பட்டன.

1989இல் ஏற்பட்ட டைய்ஃப் உடன்பாட்டை அடுத்து சண்டை முடிவுக்கு வந்தது. சனவரி 1989இல் அரபு நாடுகள் கூட்டமைப்பு நியமித்த குழு சண்டைக்கான தீர்வுகளை முன்வைத்தது. மார்ச்சு 1991இல் நாடாளுமன்றம் மன்னிப்புச் சட்டத்தை செயலாக்கியது; இதன்படி இச்சட்டத்திற்கு முந்தைய அனைத்து அரசியல் குற்றங் களுக்கும் மன்னிப்பு வழங்கப்பட்டது. மே 1991இல் ஆயுதக் குழுக்கள் கலைக்கப்பட்டன; ஹிஸ்புல்லா மட்டுமே விலக்காக இருந்தது. லெபனானின் படைத்துறை மட்டுமே சமயச்சார்பற்ற ஒரே ஆயுதமேந்திய அமைப்பாக மீளமைக்கப்பட்டது. இருப் பினும் சண்டைக்குப் பின்னரும் சுன்னிகளுக்கும், சியாக்களுக்கும் இடையே சண்டைகள் இருந்து வந்தன.

■

16. இங்கிலாந்து உள்நாட்டுப் போர்

இங்கிலாந்து உள்நாட்டுப் போர் இங்கிலாந்து இராச்சியத்தில் உருள்தலையினர் என்றழைக்கப்பட்ட நாடாளுமன்றத்தினருக்கும் புரவியர் என்றழைக்கப்பட்ட அரசருக்கு விசுவாசமான அரசப்படைகளுக்கும் இடையே நிகழ்ந்த ஆயுதச் சண்டைகளையும் அரசியல் சூழ்ச்சிகளையும் குறிப்பிடுகிறது. இப்போர்கள் மூன்று முறை இடம் பெற்றன அவையாவன,

- முதலாம் உள்நாட்டுப் போர்
- இரண்டாம் உள்நாட்டுப் போர்
- மூன்றாம் உள்நாட்டுப் போர்

முதலாம் உள்நாட்டுப் போரிலும் (1642-46) இரண்டாம் உள்நாட்டுப் போரிலும் (1648-49) முழுமையான நாடாளுமன்றத்தினர் முதலாம் சார்லஸின் ஆதரவாளர்களுடன் போரிட்டனர்; மூன்றாம் உள்நாட்டுப் போரில் (1649-51) ஆட்குறைந்த நாடாளுமன்றத்தினரும் இரண்டாம் சார்லஸ் ஆதரவாளர்களும் போரிட்டனர். இந்த உள்நாட்டுப் போர்கள் செப்டம்பர் 3, 1651இல் வொர்செசுடர்

சண்டையில் நாடாளுமன்றத்தினரின் வெற்றியடைந்ததுடன் முடிவுற்றன.

இந்த உள்நாட்டுப் போர்களின் விளைவாக முதலாம் சார்லஸ் மரண தண்டனை வழங்கப்பட்டுக் கொல்லப்பட்டார்; அவரது மகன் இரண்டாம் சார்லஸ் நாட்டைவிட்டு வெளியேற்றப்பட்டார்; இங்கிலாந்தின் முடியாட்சிக்கு மாற்றாக முதலில் இங்கிலாந்தின் பொது நலவாரியமும் (1649-53), பின்னர் ஆலிவர் கிராம்வெல்லின் தலைமையில் அமைந்த காப்பரசும் (1653-59) அமைந்தன. இங்கிலாந்தில் கிறிஸ்தவ வழிபாட்டிற்கான இங்கிலாந்து திருச்சபையின் முழுநிறை அதிகாரம் குறைக்கப்பட்டது. இந்தப் போர்களினால் இங்கிலாந்தின் மன்னர்கள் நாடாளுமன்றத்தின் இசைவின்றி அரசாள முடியாது என்பதற்கான ஒரு முன்னுதாரணமாக விளங்கியது. இந்தக் கோட்பாடு சட்டப்படியாக அந்த நூற்றாண்டின் பிற்பகுதியில் நிகழ்ந்த மேன்மையான புரட்சிக்குப் பின்னரே நிறுவப்பட்டது.

∎

17. பல்வேறு சூழ்நிலைகளால் ஏற்பட்ட பலி

உத்தரப்பிரதேசம் பயணி தொடருந்து விபத்து

இந்தியாவின் உத்தரப்பிரதேச மாநிலத்தில் பயணிகள் தொடருந்து ஒன்று தடம் புரண்டு சரக்கு வண்டி ஒன்றுடன் மோதியதில் குறைந்தது 40 பேர் கொல்லப்பட்டனர், மேலும் பலர் காயமடைந்தனர்.

கான்ட் கபீர் நகர் மாவட்டத்தில் சூரெப் தொடருந்து நிலையத்தில் கோராக்தம் விரைவு வண்டியின் ஆறு பெட்டிகள் தடம் புரண்டன. ஒன்பது பேரின் உடல்கள் மீட்கப்பட்டதாக அதிகாரிகள் தெரிவித் தனர். மேலும் பலர் வண்டியினுள்ளே சிக்குண்டுள்ளதாக அஞ்சப் படுகிறது.

ஹரியானா மாநிலத்தின் இசார் நகரை நோக்கி இவ்விரைவு வண்டி சென்று கொண்டிருந்தபோதே இவ்விபத்து நிகழ்ந்தது.

இந்தியப் பிரதமராக பதவியேற்றிருக்கும் நரேந்திர மோடி, இறந்த வர்களுக்கும், அவர்களது குடும்பங்களுக்கும் தனது ஆழ்ந்த வருத்தத் தைத் தெரிவிப்பதாக டுவிட்டர் மூலம் செய்தி தெரிவித்துள்ளார்.

மத்தியப் பிரதேச கோயில் நெரிசல் பலி

இந்தியாவின் மத்தியப் பிரதேச மாநிலத்தில் இந்துக் கோயில் ஒன்றுக்கு அருகே நெரிசல் ஏற்பட்டதில் 60 பேர் வரையில் கொல்லப்பட்டனர், மேலும் நூற்றுக்கும் அதிகமானோர் காய மடைந்தனர்.

மத்தியப் பிரதேசத்தின் டாட்டியா நகரில் இருந்து 60 கி.மீ தூரத்தில் ரத்தன்கார் கோயிலில் இந்த நெரிசல் ஏற்பட்டது. கோயில் மூலஸ்தானத்திற்கு அருகில் உள்ள சிந்து ஆற்றைக் கடக்கும் பாலம் ஒன்றில் சென்று கொண்டிருந்த பக்தர்களுக்கு இடையே ஏற்பட்ட குழப்பத்தில் நெரிசல் ஏற்பட்டதாகவும், பலர் நெரிசலில் சிக்கி இறந்தந்தாகவும், மேலும் பலர் பாலத்தில் இருந்து ஆற்றுக்குள் குதித்ததில் இறந்ததாகவும் கூறப்படுகிறது.

நெரிசல் ஏற்பட்ட போது பாலத்தில் சுமார் ஆயிரம் பேர் வரையில் இருந்ததாகத் தெரிவிக்கப்படுகிறது. பாலம் உடையவிருப்பதாகப் பரவிய வதந்தியே நெரிசலுக்குக் காரணம் எனக் காவல் துறையினர் தெரிவித்தனர். கூட்டத்தைக் கட்டுப்படுத்த காவல் துறையினர் தடியடிப் பிரயோகம் செய்ததால் நெரிசல் ஏற்பட்டதாக வேறு சிலர் குறிப்பிட்டனர்.

500 மீட்டர் நீளமான ஒடுக்கமான பாலம் 2007 ஆம் ஆண்டில் இதே போன்ற நெரிசலினால் சேதமடைந்து அண்மையில் திருத்தப் பட்டது.

எசுப்பானி ரயில் விபத்து

எசுப்பானியாவின் வடமேற்கே தொடருந்து ஒன்று தடம் புரண்டு விபத்துக்குள்ளாகியதில் குறைந்தது 78 பேர் கொல்லப் பட்டனர். இச்சம்பவம் புதன்கிழமை இரவு இடம் பெற்றுள்ளது. நூற்றுக்கும் அதிகமானோர் காயமடைந்தனர்.

தலைநகர் மாத்ரிதில் இருந்து பெரோல் நோக்கிப் பயணம் செய்த பயணிகள் தொடருந்து சண்டியாகோ டி கொம்போஸ்டெலா நகருக்கு அருகாமையில் தொடருந்தின் எட்டுப் பெட்டிகளும் தடம் புரண்டன. வளைவு ஒன்றில் செல்லக்கூடிய வேகத்தை விட இரு

மடங்கு வேகத்தில் இத்தொடருந்து பயணித்ததாக ஊடகச் செய்திகள் தெரிவிக்கின்றன. தொழில்நுட்பத் தவறுகள் இடம் பெற்றதாகத் தெரியவில்லை என ரெயில்வே தலைவர் ஜூலியோ போமார் கூறினார். இத்தொடருந்தில் 218 பேர் பயணம் செய்த தாகக் கணிக்கப்பட்டுள்ளது.

இது எசுப்பானியாவில் இடம் பெற்ற தொடருந்து விபத்துகளில் பெரியது எனச் செய்திகள் தெரிவிக்கின்றன. 1972 ஆம் ஆண்டில் எசுப்பானியாவின் தெற்கே அண்டலூசியா என்ற இடத்தில் நிகழ்ந்த விபத்தில் 70 முதல் 80 வரையானோர் கொல்லப்பட்டனர் 1944 ஆம் ஆண்டில் இடம் பெற்ற விபத்தில் 78 பேர் உயிரிழந்தனர்.

சோமாலியா பஞ்சம் 2.60 லட்சம் பலி

சோமாலியாவில் 2010 முதல் 2012வரை ஏற்பட்ட பஞ்சத்தில் 260,000 மக்கள் இறந்தனர் என்று ஐக்கிய நாடுகள் சபையின் உணவு அமைப்பும் அமெரிக்காவின் நிதி உதவி பெறும் பஞ்சம் வருவதை முன் அறிவிக்கும் அமைப்பும் நடத்திய ஆய்வு கூறுகிறது. இறந்தவர் களில் பாதிக்கும் மேற்பட்டோர் ஐந்து வயதுக்கு உட்பட்ட குழந்தைகள். 1992 ஆம் ஆண்டு ஏற்பட்ட பஞ்சத்தில் 220,000 மக்கள் இறந்தனர் என மதிப்பிடப்பட்டுள்ளது. கடும் வறட்சியும் அதிகாரத்தைக் கைப்பற்ற உள்ளூர் குழுக்களுக்கிடையே ஏற்பட்ட சண்டையும் பஞ்சம் ஏற்பட காரணமாக இருந்தது.

25 ஆண்டுகளில் ஏற்பட்ட பஞ்சங்களிலேயே இது தான் பெரியது. ஐ.நா 2011ல் சோமாலியாவின் தென்பகுதி பிரதேசமான பகூலிலும் கீழ் சாபெல்லேயிலும் பஞ்சம் ஏற்பட்டதை அறிவித்தது. இப் பகுதிகள் இஸ்லாமிய குழுவான அல்-சபாப் கட்டுப்பாட்டில் உள்ளது. தனது கட்டுப்பாட்டில் உள்ள பிரதேசங்களில் பஞ்சம் என்பதை மறுத்த அல்-சபாப், மேற்கத்திய நாடுகளின் உதவிக் குழுக்கள் தனது கட்டுப்பாட்டிலுள்ள பிரதேசங்களில் செயல்பட தடை விதித்தது.

பின் பஞ்சம் மற்ற இடங்களுக்கும் பரவியது. பஞ்சத்தால் பாதிக்கப் பட்டவர்கள் அரசு கட்டுப்பாட்டிலிருந்த மொகடீசுவில் தங்க வைக்கப்பட்டனர். நாட்டின் மொத்த மக்கள்தொகையில் 4.6%

பேரும் ஐந்து வயதுக்குட்பட்டோரில் 10% பேரும் தென், மத்திய சோமாலியாவில் இறந்தனர் என்று அறிக்கை சொல்கிறது.

கீழ் சாபெல்லேயில் 18%, மொகதிசுவில் 17% ஐந்து வயதுக்குட்பட்டோர் இறந்தனர் என்று அறிக்கை சொல்கிறது. 2011ம் ஆண்டு ஏற்பட்ட வறட்சியே மிக மோசமானது என்று ஐ.நா கூறுகிறது. பிப்ரவரி 2012 ல் பஞ்சம் முடிவுக்கு வந்ததாக ஐ.நா தெரிவித்துள்ளது.

தற்போது நிலைமை முன்னேற்றமடைந்து காணப்பட்டாலும், சோமாலியாவிலேயே உலகில் ஊட்டச்சத்து குறைபாடு உள்ளவர்கள் அதிகமானோர் இருக்கின்றனர் என்றும் சோமாலியாவில் அதிகளவில் பிறந்தவுடன் குழந்தைகள் இறக்கின்றனர் என்றும் ஐ.நா தெரிவித்துள்ளது.

நைஜீரியா சிறார் உயிரிழப்பு

நைஜீரியாவில் கடந்த வாரங்களில் இரத்தத்தில் ஈயம் கலந்ததனால் ஏற்பட்ட நச்சுத்தன்மையால் நூற்றுக்கும் அதிகமான சிறுவர்கள் உயிரிழந்துள்ளதாக சுகாதார அதிகாரிகள் தெரிவித்துள்ளனர்.

உள்ளூர் பொதுமக்கள் ஈயம் அதிகமாக உள்ள பகுதிகளில் இருந்து சட்டவிரோதமாக தங்கம் அகழ்வெடுப்பதால் இந்த உயிரிழப்புகள் கடந்த மார்ச் மாதத்தில் இருந்து அதிகரித்திருக்கிறது.

நாட்டின் வடக்கு மாநிலமான சம்ஃப்ராவைச் சேர்ந்தவர்களே ஈய நச்சுத்தன்மையால் பெரிதும் பாதிக்கப்பட்டுள்ளார்கள். நச்சுத்தன்மையால் பாதிக்கப்பட்ட 355 பேரில் 163 பேர் இறந்துள்ளதாக நைஜீரிய சுகாதாரத்துறை அதிகாரி ஒருவர் தெரிவித்தார்.

நாட்டில் வருடாந்திர தடுப்பூசித் திட்டத்தை செயல்படுத்தச் சென்ற அதிகாரிகளே இந்த இறப்புகள் பற்றிக் கண்டறிந்துள்ளனர். வடக்கு மாநிலத்தின் பல வெளிப்புறக் கிராமங்களில் சிறுவர்களை அரிதாகவே காண முடிந்ததாக அவர்கள் தெரிவித்ததாக பிபிசி செய்தியாளர் தெரிவிக்கிறார்.

மலேரியா நோயால் சிறுவர்கள் இறந்ததாக கிராமத்தவர்கள் தெரிவித்தனர். ஆனால் எல்லைகளற்ற மருத்துவர்கள் என்ற

பன்னாட்டு அரச சார்பற்ற மருத்துவ நிறுவனத்தின் பணியாளர்கள் உள்ளூர் மக்களின் இரத்தத்தை சோதனை செய்த போது அவற்றில் பெருமளவு ஈயம் கலக்கப்பட்டிருப்பதைக் கண்டுபிடித்துள்ளனர்.

சம்ஃபாரா மாநிலம் அண்மையில் சீனக் கம்பெனி ஒன்றை தங்கம் அகழ்வெடுக்க பணிக்கு அமர்த்தியிருந்தது. ஆனாலும் உள்ளூர்ப் பொதுமக்கள் சட்டவிரோதமாக அங்கு தங்கத்தை அகழ்வெடுத்து வந்துள்ளனர்.

அகழ்வு நடவடிக்கைகளின் போது வெளியான ஈயங்கள் உள்ளூர் நீர் வழங்கல் முறைமைகளுடன் கலந்ததைத் தொடர்ந்தே கிராமத் தவர்கள் பாதிப்படைந்துள்ளதாகக் கருதப்படுவதாக பிபிசி செய்தியாளர் தெரிவிக்கின்றார்.

கம்போடியா திருவிழா நெரிசல் 345 பேர் பலி

கம்போடியாவின் தலைநகர் புனோம் பென் நகரில் இடம் பெற்ற வருடாந்த சமயத் திருவிழா ஒன்றின் போது இடம்பெற்ற நெரிசலில் சிக்கி குறைந்தது 345 பேர் கொல்லப்பட்டனர். மேலும் 400 பேர் காயமடைந்தனர்.

மழைக்காலத்தை ஒட்டி ஆண்டுதோறும் இடம்பெறும் இத்திரு விழாவைத் தண்ணீர்த் திருவிழா என அழைப்பர். மூன்று நாட்கள் இடம் பெறும் இத்திருவிழாவின் கடைசி நாளன்று இச்சம்பவம் நிகழ்ந்துள்ளது. திருவிழாவைக் கண்டுகளிப்பதற்காக பாலம் ஒன்றில் குழுமியிருந்த மக்கள் நெரிசலில் சிக்கினர்.

1970களின் இனப்படுகொலைகளை அடுத்து கம்போடியாவில் இடம்பெற்ற மிகப்பெரிய அனர்த்தம் இதுவாகும் என அந்நாட்டின் பிரதமர் ஹுன் சென் தெரிவித்தார். நாளை கம்போடியாவில் தேசிய துக்க நாளாக அறிவிக்கப்பட்டுள்ளது.

மூன்று நாள் விழாக்களில் 2 மில்லியனுக்கும் அதிகமானோர் கலந்து கொண்டதாகத் தெரிவிக்கப்படுகிறது.

டயமண்ட் தீவில் இடம்பெற்ற களியாட்ட விழாவை அடுத்து டொன்லே சாப் ஆற்றில் இடம்பெற்ற படகுப் போட்டியைப் பார்ப்பதற்காக பாலத்தின் மீது மக்கள் குழுமியிருந்ததாகத் தெரிவிக்கப்படுகிறது.

'பாலத்தின் மீது அளவுக்கும் அதிகமானோர் நின்றிருந்தனர் என்றும் இரு பக்கத்திலிருந்தும் நடுப்பக்கத்தை நோக்கி மக்கள் முண்டி யடித்துக் கொண்டு செல்ல முற்பட்டனர்' என ஆஸ்திரேலியாவில் இருந்து சென்ற சோன் நியூ என்பவர் பிபிசிக்குத் தெரிவித்தார். மின்சாரக் கம்பி அறுந்ததனால் பலர் மின் தாக்குதலுக்குள்ளாயினர் என அவர் கூறினார்.

மக்கள் அச்சம் அடைந்து ஒருவர் மேல் ஒருவர் வீழ்ந்தனர். பலர் பாலத்தில் இருந்து ஆற்றினுள் பாய்ந்தனர். சிலர் பாலத்தின் மீது ஏறி, மின்சாரக் கம்பிகளில் தொங்கியுள்ளனர் என்றும் அதனால் கம்பிகள் அறுந்து வீழ்ந்தன என்றும் தெரிவிக்கப்படுகிறது. இதனால் பலர் இறந்தனர். இறந்தவர்களில் பலர் இளம் வயதினர் ஆவர். காய மடைந்த நூற்றுக்கணக்கானோர் பொது மருத்துவமனையில் அனுமதிக்கப்பட்டுள்ளனர். மீட்பு பணிகள் முடுக்கி விடப் பட்டுள்ளன.

■

18. பேரழிவை நிர்வகிக்கும் நடவடிக்கைகள்

அவசரநிலை நிர்வகித்தல் (அல்லது பேரழிவு நிர்வகித்தல்) என்பது அபாய நிலைகளைத் தவிர்ப்பதற்கு எடுக்கப்படும் ஒழுங்கு நடவடிக்கை ஆகும். பேரழிவு ஏற்படுவதற்கு முன்பு அதை எதிர் கொள்வதற்கு எடுக்கப்படும் ஒழுங்கு நடவடிக்கையே இப்பணி யாகும். பேரழிவுக்கு எதிரான நடவடிக்கை (எ.கா., அழிவு ஏற்பட இருக்கும் பகுதியை அவசரமாகக் காலி செய்தல், தொற்றுநோய் பரவாமல் தடுத்தல், தூய்மை செய்தல் மற்றும் பல), இயற்கை யாலோ அல்லது மனிதர்களாலோ உருவாக்கப்பட்ட பேரழிவு களுக்குப் பின்னர் சமுதாயத்தை மறுசீரமைத்தல் போன்றவையும் இப்பணியில் மேற்கொள்ளப்படுகிறது.

அவசரநிலை நிர்வகித்தல் என்பது இடர்பாடுகளின் விளைவாய் ஏற்படும் பேரழிவுகளின் பாதிப்புகளை சீர்படுத்தவோ அல்லது தவிர்க்கவோ தனிப்பட்ட நபர்களாலோ, குழுவாகவோ அல்லது சமுதாயத்தினர்களாலோ தொடரப்படும் செயல்பாடாகும். அழிவு ஏற்பட்ட பகுதியைப் பொறுத்து நடவடிக்கைகள் எடுக்கப்படு கின்றன. அரசாங்கம் சார்ந்த மற்றும் அரசாங்கம் சாரா ஈடுபாடு

களின் அனைத்து நிலைகளிலும் அவசரகால திட்டங்களின் ஒருமைப் பாட்டை பயனுள்ள அவசரநிலை நிர்வகித்தல் முற்றிலுமாக சார்ந் திருக்கிறது. ஒவ்வொரு நிலையில் உள்ள நடவடிக்கைகளும் (தனி நபர், குழு, சமூகம்) மற்ற நிலைகளைப் பாதிக்கிறது. இது குடியியல் பாதுகாப்புக்கான நிறுவனங்களுடன் அல்லது அவசரநிலை சேவை களின் உடன்பாடான கட்டமைப்பினுள் அரசாங்கம் சார்ந்த அவசர நிலை நிர்வகித்தலுக்கான பொறுப்பில் அங்கம் வகிப்பதற்குப் பொது வானதாக இருக்கிறது. தனியார் துறைகளில் அவசரநிலை நிர்வகித்தல் என்பது சில நேரங்களில் வணிகத் தொடர்ச்சித் திட்ட மிடல் எனக் குறிப்பிடப்படுகிறது.

அவசரநிலை நிர்வகித்தல் என்பது பனிப்போரின் இறுதியில் இருந்து பயன்படுத்தப்பட்டு வரும் பல வார்த்தைகளில் ஒன்றான குடியியல் பாதுகாப்பில் பெருமளவு மாற்றாக இருப்பதாகும். அதன் உண்மையான கவனம் இராணுவத் தாக்குதல்களில் இருந்து குடி மக்களைக் காப்பதாகும். அமைதி நிலவும் காலங்களிலும் போர் சமயங்களிலும் குடிமக்களைக் காப்பதே மிகவும் பொதுவான நோக்கமாக கவனம் செலுத்தப்படுகிறது. குடியியல் பாதுகாப்பு என்ற சொல் ஐரோப்பிய ஒன்றியத்தினுள் பரவலாகப் பயன்படுத்தப் படுகிறது. மேலும் இது அரசாங்கம்-அங்கீகரித்த அமைப்புகள் மற்றும் மூலங்களைக் குறிப்பிடுகிறது. இயற்கையாலும் மனிதனாலும் உருவாக்கப்பட்ட பேரழிவுகளில் இருந்து குடிமக்களைப் பாது காத்தலை முதன்மையான பணியாகக் கொண்டுள்ளது. EU நாடு களினுள் நெருக்கடிநிலை நிர்வகித்தல் என்ற வார்த்தை குடிமக்களின் உடனடித் தேவைகளைப் பூர்த்தி செய்வதைக் குறிப்பிடுவதற்குப் பதிலாக அரசியல் மற்றும் பாதுகாப்புப் பரிமாணத்தை வலியுறுத்து கிறது. சான்று தேவைதி தர்க்கரீதியான போக்கில் பேரழிவு இடர் குறைப்பு என்ற சொல்லானது குறிப்பாக மேம்பாட்டு நிர்வகித்தல் சூழ்நிலையில் அவசரநிலை நிர்வகித்தலுக்காகப் பயன்படுத்தப்படு கிறது. இது அவசரநிலை சுழற்சியில் மட்டுப்படுத்தல் மற்றும் ஆயத்த மாயிருத்தல் அம்சங்கள் மீது கவனம் செலுத்துகிறது.

உள்நாட்டுப் பொருளாதாரம் மற்றும் சமூக நிலைகளைச் சார்ந்தவை யாக நிர்வகித்தலின் இயல்பு இருக்கிறது. உண்மையான பேரழிவுகள்

பொருளாதாரத்தை மட்டுமே உணர்த்துகின்றன என ஃபரட் கனி போன்ற சில பேரழிவு நிவாரண வல்லுநர்கள் குறிப்பிடுகின்றனர். அவசரநிலை நிர்வகித்தலின் சுற்றுச்சூழல், மக்களின் விழிப்புணர்வு மற்றும் மனித நியாயநிலைச் சிக்கல்கள் ஆகியவற்றின் மீதான நீண்ட-காலப் பணிகளை உள்ளடக்கியதாக இருக்க வேண்டும் எனவும், இது முன்னேறிய நாடுகளில் முக்கியமானதல்ல என கனி போன்ற வல்லுநர்கள் குறிப்பிட்டுள்ளனர். அவசரநிலை நிர்வகித்த லின் செயல்பாடு மட்டுப்படுத்தல், ஆயத்தமாயிருத்தல், பிரதி செயல் மற்றும் மீட்பு ஆகிய நான்கு பிரிவுகளை உள்ளடக்கியது.

மட்டுப்படுத்தல் முயற்சிகள் என்பது ஒட்டுமொத்த பேரழிவு களினால் உருவாகும் விளைவுளைத் தவிர்ப்பதற்கு அல்லது குறைப் பதற்கு எடுக்கப்படும் முயற்சிகளாகும். மற்ற பிரிவுகளில் இருந்து மட்டுப்படுத்தல் பிரிவு மாறுபடுகிறது. ஏனெனில் இது இடர் பாட்டைக் குறைத்தல் அல்லது நீக்குவதற்கான நீண்டகால நடவடிக்கைகளின் மீது கவனம் செலுத்துகிறது. பேரழிவு ஏற்பட்ட பிறகு தேவைப்பட்டால் மீட்புப் பணியின் ஒரு பகுதியாக மட்டுப் படுத்தல் உத்திகளை செயல்படுத்தல் கருதப்படலாம். மட்டுப் படுத்தல் நடவடிக்கைகள் கட்டமைப்பு சார்ந்ததாகவோ அல்லது கட்டமைப்பு சாராததாகவோ இருக்கலாம். கட்டமைப்பு சார்ந்த நடவடிக்கைகள் ஆற்றங்கரைகளில் வெள்ளத்தடுப்பு அணை போன்ற தொழில்நுட்பத் தீர்வுகளைப் பயன்படுத்துகின்றன. கட்டமைப்பு சாராத நடவடிக்கைகள் சட்டமியற்றல், நிலம்-பயன் திட்டமிடல் (எ.கா. பூங்காக்கள் போன்ற பொழுதுபோக்கு இடங் களை வெள்ள மண்டலங்களாகப் பயன்படுத்துதல்) மற்றும் காப்புறுதி உள்ளிட்டவைகள் ஆகும். மட்டுப்படுத்தல், இடையூறு களின் தாக்கத்தைக் குறைப்பதற்கு மிகவும் ஆற்றல்வாய்ந்த முறையாகும். எனினும் இது எல்லா சூழல்களிலும் பொருந்தாது. மட்டுப்படுத்தல் என்பது மக்களை இடங்களில் இருந்து வெளி யேற்றுதல் தொடர்புடைய ஒழுங்குமுறைகளை வழங்குதல், ஒழுங்குமுறைகளைக் கடைபிடிக்கத் தவறுபவர்களுக்கு எதிரான தடுப்பு நடவடிக்கைகள் (கட்டாயமான வெளியேற்றங்கள் போன்றவை) மற்றும் பொதுமக்களுக்கு இடர்பாடுகள் தொடர்

பாகக் கருத்துப் பரிமாற்றம் செய்தல் ஆகியவை உள்ளடங்கிய தாகும். சில கட்டமைப்பு சார் மட்டுப்படுத்தல் நடவடிக்கைகள் சூழல் அமைப்புகளின் மீது எதிரான விளைவுகளைக் கொண்டிருக்கலாம்.

மட்டுப்படுத்துவதற்கான முன்னோடி நடவடிக்கை இடர்பாடுகளை அடையாளப்படுத்துவதாக இருக்கிறது. இடையூறுகளைக் கண்டறிதல் மற்றும் மதிப்பிடுதலின் செயல்பாட்டை பௌதீக இடர் மதிப்பீடு குறிப்பிடுகிறது. இடையூறு-குறித்த இடர் என்பது குறிப்பிட்ட இடையூறின் தாக்கத்தின் நிகழ்வாய்ப்பு மற்றும் நிலை இரண்டும் ஒருங்கிணைந்ததாகும். பின்வரும் சமன்பாடு இடையூறு உருவாக்கிய இடருக்கு மக்கள்தொகை ஊறுபடத்தக்க இடையூறு நேரங்களை கொடுக்கிறது. அதிகப்படியான இடர்பாட்டில் பேரழிவு மாதிரியமைத்தல், மிகவும் துரிதமான இடையூறு குறித்த ஊறுபடத்தக்கவைகள், மட்டுப்படுத்தல் மற்றும் ஆயத்தமாயிருத்தல் முயற்சிகளை இலக்காகக் கொண்டிருக்கின்றன. எனினும் அழிவுகள் இல்லையெனில் இடர்பாடும் இருக்காது. எ.கா. யாரும் வசிக்காத பாலைவனத்தில் ஏற்படும் நிலநடுக்கம்.

ஆயத்தமாயிருத்தல் பிரிவில் அவசரநிலை மேலாளர்கள், பேரழிவுத் தாக்குதலின் போது அதற்கான செயல்பாட்டுத் திட்டங்களை உருவாக்குவார்கள். பொதுவான ஆயத்தமாயிருத்தல் நடவடிக்கைகள் பின்வருமாறு :

- எளிதாகப் புரிந்து கொள்ளக்கூடிய சொல்லியல் மற்றும் முறைகளுடன் கூடிய கருத்துப் பரிமாற்றத் திட்டங்கள்.

- சமூக பிரதிசெயல் அணிகள் போன்ற திரளான மனித சக்திகள் உள்ளடக்கிய அவசரநிலை சேவைகளின் சரியான பராமரிப்பு மற்றும் பயிற்சி.

- அவசரநிலை பாதுகாப்பிடங்கள் மற்றும் வெளியேற்றுதல் திட்டங்கள் ஆகியவற்றுடன் கூடிய அவசரநிலை மக்கள் எச்சரிக்கை முறைகளின் மேம்பாடு மற்றும் பயிற்சி.

- பங்குத்தொகுப்பு, விவரப்பட்டியல் மற்றும் பேரழிவு வழங்குதல்கள் மற்றும் உபகரணப் பராமரிப்பு.
- குடிமக்களுக்கு இடையில் பயிற்சி பெற்ற தன்னார்வலர்களை உருவாக்குதல். (அதிகாரப்பூர்வ அவசரநிலை பணியாளர்கள் அவசரநிலைகளில் துரிதமாக அதிகரிக்கிறார்கள். அதனால் பயிற்சிபெற்ற ஒழுங்கான, பொறுப்புள்ள தன்னார்வலர்கள் உச்சநிலை மதிப்புடையவர்கள் ஆவர். சமூக அவசரநிலை பிரதிசெயல் அணிகள் மற்றும் செஞ்சிலுவை போன்ற நிறுவனங்கள் பயிற்சிபெற்ற தன்னார்வலர்களுடன் இருக்கும் தயார்நிலை மூலங்கள் ஆகும். அதன் அவசரநிலை நிர்வகித்தல் அமைப்பு, கலிபோர்னியா மற்றும் ஒருங்கிணைந்த அவசர நிலை நிர்வகித்தல் அமைப்பு (FEMA) ஆகிய இரண்டில் இருந்தும் உயர் தரவரிசைகளைப் பெற்றிருக்கிறது.

ஆயத்தமாயிருத்தலின் மற்றொரு அம்சம் இழப்பு ஊகம் ஆகும். இது குறிப்பிட்ட நிகழ்வில் எத்தனை இறப்புகள் அல்லது காயங்கள் ஏற்பட்டன என்பதை ஆய்வு செய்வது ஆகும். இது குறிப்பிட்ட நிகழ்வுக்கான இடத்தில் என்ன வகை மூலங்கள் தேவை என்பதைத் திட்டமிடுபவர்கள் ஊகிப்பதற்கு உதவும்.

திட்டமிடல் பிரிவில் அவசரநிலை மேலாளர்கள் நெகிழ்வானவர்களாக இருக்க வேண்டும். மேலும் அனைத்தும் இடர் நிலைகளிலும் - அவர்கள் இருக்கும் பிரதேசங்களின் இடர்பாடுகள் மற்றும் வெளிப்பாடுகளைக் கவனமாகக் கண்டறிந்து அனைத்து வழிமுறைகளிலும் ஆதரவளிக்க வேண்டும். மண்டல - மாநகராட்சி அல்லது தனியார் துறை சார்ந்து அவசரநிலை சேவைகள் துரிதமாக இல்லாமல் இருக்கலாம். அரசாங்கம் சாரா நிறுவனங்கள் விரும்பிய வளங்களை வழங்குவார்கள். அதாவது இடம் பெயரப்பட்ட வீட்டு உரிமையாளர்கள் உள்ளூர் மாவட்டப் பள்ளிப் பேருந்துகள் மூலமாக போக்குவரத்தை மேற்கொள்ளுதல், தீயணைப்புத் துறைகளுக்கும் மீட்புக் குழுக்களுக்கும் இடையில் பரஸ்பர உதவி ஒப்பந்தங்கள் மூலமாக வெள்ளத்தால் பாதிக்கப்பட்டவர்களின் வெளியேற்றுதலைச் செயல்படுத்தல் போன்றவை, இதனை திட்டமிடல்

நிலைகளுக்கு முன்னதாகவே கண்டறிந்து முறைப்படுத்தி பயிற்சி யளித்திருக்க வேண்டும்.

பிரதிசெயல் பிரிவு என்பது தேவைப்படும் அவசரநிலை சேவை களின் இயக்கத்தை உள்ளடக்கியதாகும். மேலும் இது பேரழிவுப் பகுதியில் முதலில் பிரதிசெயல் புரியக்கூடியதாகும். தீயணைப்பு வீரர்கள், காவல்துறை மற்றும் ஆம்புலன்ஸ் பணிக்குழு போன்ற அடிப்படை அவசரநிலை சேவைகளின் முதல் அலை உள்ளடக்கிய தாக இருப்பதற்கான சாத்தியத்துடன் இது இருக்கிறது. இராணுவ செயல்பாடு நடத்தும் போது இது பேரழிவு நிவாரண நடவடிக்கை (DRO) என குறிப்பிடப்படுகிறது. மேலும் இது போட்டியாளர் சாராத வெளியேற்றுதல் செயல்பாட்டைத் (NEO) தொடர்ந்ததாக இருக்கலாம். அவர்கள் சிறப்பு மீட்புப் படைகள் போன்ற பல இரண்டாம் நிலை அவசரநிலை சேவைகள் மூலமாக ஆதரிக்கப் படலாம்.

நன்கு ஒத்திகை பார்க்கப்பட்ட அவசரநிலைத் திட்டம், ஆயத்தமா யிருத்தல் பிரிவின் ஒரு பகுதியாக உருவாகியிருக்கிறது. இது தேவைப் படும் இடங்களில் மீட்பின் செயல்திறனான ஒருங்கிணைப்பை சாத்தியமாக்குகிறது. தேடல் மற்றும் மீட்பு முயற்சிகள் முந்தைய நிலைகளில் தொடங்குகிறது. பாதிக்கப்பட்டவருக்கு ஏற்பட்டி ருக்கும் காயத்தைச் சார்ந்து வெளிப்புற சூழ்நிலையில் பாதிக்கப் பட்டவருக்கு காற்று மற்றும் நீர் கிடைக்கும்படி செய்யலாம். பேரழிவினால் பாதிக்கப்படவர்களில் பெரும்பாலானோர் தாக்கம் ஏற்பட்டு 72 மணி நேரத்திற்கு பிறகே இறக்கின்றனர்.

இயற்கையான அல்லது தீவிரவாத-தொடர்பு ஆகியவற்றிற்கான அமைப்புமுறை பிரதிசெயல் என்பது ஏற்கனவே இருக்கும் அவசர நிலை நிர்வகித்தல் அமைப்புமுறை அமைப்புகள், ஒருங்கிணைந்த பிரதிசெயல் திட்ட (FRP) செயல்பாடுகள் மற்றும் நிகழ்வு ஆணை அமைப்பு (ICS) செயல்பாடுகள் ஆகியவை சார்ந்ததாகவே ஏதேனும் ஒரு குறிப்பிட்ட பேரழிவு இருக்கிறது. இந்த அமைப்புகள் ஒருங் கிணை ஆணை (UC) மற்றும் பரஸ்பர உதவி (MA) ஆகியவற்றின் கொள்கைகளின் மூலமாக வலிமையடைகின்றன.

மீட்புப் பிரிவின் நோக்கம் பாதிக்கப்பட்ட பகுதியை அதன் முந்தைய நிலைக்குத் திருப்புதல் ஆகும். இது பிரதிபலன் பிரிவில் இருந்து இதன் குவிமையத்தில் மாறுபடுகிறது; மீட்பு முயற்சிகள் என்பது உடனடித் தேவைகள் காணப்பட்ட பிறகு உருவாக்கப்பட வேண்டிய சிக்கல்கள் மற்றும் முடிவுகள் தொடர்புடையவை ஆகும். மீட்பு முயற்சிகள் என்பது அழிந்த சொத்துக்களை மறு கட்டமைத்தல், மறு-வேலைவாய்ப்பு மற்றும் மற்ற தேவையான உள்கட்டமைப்புகளைச் சரிசெய்தல் ஆகியன தொடர்புடைய செயல்பாடுகளுடன் முதன்மையாக கவனம் கொள்வதாக இருக்கின்றன. பயனுள்ள மீட்பு முயற்சிகளின் முக்கிய அம்சம், வேறு வகையில் பிரபலமடையாமல் இருக்க வாய்ப்புள்ள மட்டுப் படுத்தல் நடவடிக்கைகளைச் செயல்படுத்துவதற்கான மிகுதியான வாய்ப்புகளின் நன்மையை எடுத்துக் கொள்வதாகும். பாதிக்கப் பட்ட பகுதிகளின் குடிமக்கள், சமீபத்திய பேரழிவு நினைவில் இருக்கும் போது மிகவும் மட்டுப்படுத்திய மாற்றங்களை மிகவும் சாத்தியமான வகையில் ஏற்றுக்கொள்கிறார்கள்.

உள்நாட்டுப் பாதுகாப்பு நடவடிக்கை சட்டம் 2002 மூலமாக வழங்கப்படும் மூலகங்கள் எவ்வாறு மீட்பு முயற்சிகளில் பயன் படுத்தப்படவேண்டும் என்பதை அமெரிக்க ஒன்றியத்தின் தேசிய பிரதிசெயல் திட்டம் எடுத்துரைக்கிறது. இது அமெரிக்க ஒன்றி யத்தில் மீட்பு முயற்சிகளுக்கான பெரும்பாலான தொழில்நுட்ப உதவி மற்றும் நிதி உதவியைப் பொதுவாக வழங்கும் ஒருங்கிணைந்த அரசாங்கம் ஆகும்.

தனிப்பட்ட மட்டுபடுத்தல் முக்கியமாக தேவையில்லாத இடர்பாடு களைத் தெரிந்திருத்தல் மற்றும் தவிர்த்தல் பற்றியதாகும். இது தனிநபர்/குடும்ப உடல்நலனுக்கு மற்றும் தனிப்பட்ட சொத்துக்கு சாத்தியமுள்ள இடர்பாடுகளின் மதிப்பீட்டை உள்ளடக்கியதாகும்.

மட்டுப்படுத்தலுக்கான ஒரு எடுத்துக்காட்டு, சொத்துக்களை வாங்கு வதைத் தவிர்ப்பது இடையூறின் வெளிப்பாடாக இருக்கலாம். எ.கா., வெள்ளச் சமநிலங்களில், அமிழ்தல் அல்லது நிலச்சரிவுகள் உடைய பகுதிகளில். இடையூறின் வெளிப்பாடினால் சொத்துக்கள் தாக்கு

தலுக்கு உள்ளாகும் வரை அதைப்பற்றி அறியாதவர்களாக வீட்டு உரிமையாளர்கள் இருக்கலாம். எனினும் இடர்பாட்டைக் கண்டறிதல் மற்றும் மதிப்பீட்டை மதிப்பிடுவதற்கு வல்லுநர்களை நியமிக்கலாம். காப்புறுதியில் இருக்கும் நிலத்தை வாங்குவது என்பது மிகவும் பிரபலமான இடர்பாடாக பொதுவான நடவடிக்கையில் இருக்கிறது.

நிலநடுக்கப் பகுதிகளில் தனிப்பட்ட கட்டமைப்புசார் மட்டுப் படுத்தல் என்பது உடனடியாக உடைமைக்கான இயற்கை எரிவாயு இணைப்பைத் துண்டிப்பதற்கான நிலநடுக்க வால்வைப் பொருத்துதல், குடித்தன நிலஅதிர்ச்சி சார்ந்த பாதுகாப்பை மேம் படுத்துவதற்காக உடைமையின் நில அதிர்ச்சி சார்ந்த உபகரணங்கள் நிறுவுதல் மற்றும் கட்டடத்தின் உட்புறப் பொருட்களைப் பாது காத்தல் ஆகியவற்றை உள்ளடக்கியதாகும். மரசாமான்கள், குளிர் சாதனப் பெட்டிகள், நீர் சூடேற்றிகள் மற்றும் உடையக்கூடிய பொருள்கள், கேபினட் லாட்ஜுகள் ஆகியவற்றை பாதுகாப்பாக வைத்தலை உள்ளடக்கியதாக குடித்தன நிலஅதிர்ச்சி சார்ந்த பாதுகாப்பு இருக்கலாம். வெள்ளம் ஏற்பட்ட பகுதிகளில் வீடுகள் தூண்கள் மேல் கட்டப்படலாம். இது தெற்கு ஆசியாவில் அதிகளவில் காணப்படுகிறது. நீண்டநேர மின்சார தட்டுப்பாடுகள் புரளல் உள்ள பகுதிகளில் ஜெனரேட்டர்களை நிறுவுதலை உகந்த கட்டமைப்பு சார் மட்டுப்படுத்தல் நடவடிக்கையின் எடுத்துக்காட்டாகக் கூறலாம். புயல் நிலவறைகள் மற்றும் பொழிவுப் பாதுகாப்பிடங்கள் ஆகியவற்றின் உருவாக்கம் தனிப்பட்ட மட்டுப்படுத்தல் நடவடிக்கைகளின் மற்ற எடுத்துக்காட்டுகள் ஆகும்.

பேரழிவுகளின் தாக்கத்தைக் குறைப்பதற்கான கட்டமைப்பு சார்ந்த மற்றும் கட்டமைப்பு சாராத நடவடிக்கைகள் எடுத்தலுடன் மட்டுப்படுத்தல் தொடர்புடையதாக இருக்கிறது.

கட்டமைப்பு சார் மட்டுப்படுத்தல்:-

இது கட்டடத்தின் சரியான வரைபடம் தொடர்புடையதாக இருக் கிறது. குறிப்பாக பேரழிவுகளில் இருந்து காக்கும் வகையில் உருவாக்கப்பட்டவை.

கட்டமைப்பு சாராத மட்டுப்படுத்தல்:-

இது கட்டடத்தின் கட்டமைப்பைத் தவிர்த்து எடுக்கப்படும் மற்ற நடவடிக்கைகள் தொடர்புடையது ஆகும்.

ஆயத்தமாயிருத்தல் என்பது பேரழிவுகள் நடைபெறுவதில் இருந்து காப்பதை நோக்கமாகக் கொண்டிருக்கின்றன. தனிப்பட்ட ஆயத்த மாயிருத்தல் பேரழிவு ஏற்படும் சமயங்களில் பயன்படுத்துவதற்கான உபகரணங்கள் மற்றும் நடைமுறைகளைத் தயார்படுத்துவதன் அதாவது திட்டமிடலின் மீது கவனம் செலுத்துவதாக இருக்கிறது. ஆயத்தமாயிருத்தல் நடவடிக்கைகள், பாதுகாப்பிடங்களைக் கட்டுதல், எச்சரிக்கைக் கருவிகளை நிறுவுதல், வாழ்க்கை-தேவை சேவைகளின் (எ.கா., ஆற்றல், நீர், கழிவு) காப்புநகலை உருவாக்கி யிருத்தல் மற்றும் வெளியேற்றுதல் திட்டங்களை ஒத்திகை பார்த்தல் உள்ளிட்ட பல வடிவங்களில் இருக்கலாம். இரண்டு எளிமையான நடவடிக்கைகள் தனிநபர்களை நிகழ்வில் கலந்து கொள்ளாதிருக் கவும் தேவைப்பட்டால் வெளியேறுதல் ஆகியவற்றுக்கு தயார் படுத்த உதவும். வெளியேற்றுவதற்கான பேரழிவு வழங்கல்கள்

கருவிப்பெட்டி உருவாக்கப்பட்டிருக்கலாம். மேலும் பாதுகாப் பிடங்கள் நோக்கங்களில் வழங்கல்கள் கையிருப்பு உருவாக்கப் பட்டிருக்கலாம். ‘72-மணிநேரக் கருவிப்பெட்டி’ போன்ற பிழைப் பதற்கான கருவிப்பெட்டி உருவாக்கம் பொதுவாக அதிகாரப் பட்டயங்கள் மூலமாக நடத்தப்படும். இந்தக் கருவிப்பெட்டிகள் உணவு, மருந்து, ஒளிரும் விளக்குகள், மெழுகுவர்த்திகள் மற்றும் பணம் போன்றவற்றை உள்ளடக்கியிருக்கலாம்.

அவசர நிலையில் பிரதிசெயல் பிரிவு தேடல் மற்றும் மீட்புடன் தொடங்கலாம். ஆனால் அனைத்து நிலைகளிலும் கவனம் பாதிக்கப் பட்ட மக்களின் அடிப்படை மனிதநேயத் தேவைகளைத் துரித மாகப் பூர்த்தி செய்வதிலேயே இருக்கிறது. இந்த உதவி தேசிய அல்லது சர்வதேச நிறுவனங்கள் மற்றும் அமைப்புகள் மூலமாக வழங்கப்படலாம். பேரழிவு உதவியின் ஆற்றல்மிக்க ஒருங்கிணைப்பு பொதுவாக இன்றியமையாததாக இருக்கிறது. குறிப்பாக பல நிறுவனங்கள் பிரதிசெயல் புரியும் போது மற்றும் உள்நாட்டு அவசரநிலை நிர்வகித்தல் நிறுவன (LEMA) ஆற்றல் தேவையை மிஞ்சியதாக அல்லது பேரழிவினாலேயே குறைந்ததாக இருக்கிறது.

தனிப்பட்ட நிலையின் மீது பிரதிசெயல் பாதுகாப்பிடத்தில் வைப்ப தாகவோ அல்லது வெளியேற்றுதல் பரிமாணமாக இருக்கலாம். பாதுகாப்பிடத்தில் வைத்தல் தொகுதியில் ஒரு குடும்பம் எந்த வடிவ வெளிநிலை ஆதரவும் இல்லாமல் பல நாட்கள் அவர்களே சமாளிப் பதற்கான பாதுகாப்பு ஏற்பாடுகளைத் தயார்படுத்துவதாக இருக் கிறது. வெளியேற்றுதலில் ஒரு குடும்பம் அதனால் அதிகப்படியாக முடிந்தளவு பொருட்களை மற்றும் பாதுகாப்பிட கூடாரம் உள்ளிட்ட சாத்தியங்களை எடுத்துக்கொண்டு ஆட்டோமொபைல் அல்லது போக்குவரத்தின் மற்ற முறையில் வெளியேறும். இயந்திர முறைப் போக்குவரத்து இல்லையெனில் குறைந்த பட்சமாக மூன்று நாட்களுக்குத் தேவையான உணவு, மழைப்பாதுகாப்பு அரண் வழங்கும் தார்ப்பாய்கள் மற்றும் படுக்கை விரிப்புகள் ஆகிய வற்றுடன் வெளியேறலாம்.

மனித வாழ்க்கை தணிந்திருப்பதற்கு அச்சுறுத்தலுக்கு உடனடியாக மீட்புப் பிரிவு செயல்படத் தொடங்கும். புனரமைப்பின் போது இது உடைமையின் இடம் அல்லது கட்டுமானப் பொருட்களைப் பரிசீலிப்பதற்கு பரிந்துரைக்கிறது.

போர், பஞ்சம், தீவிர தொற்றுநோய்கள் உள்ளிட்ட மிகவும் மோசமான நிலைகளில் ஈடுபடுத்தப்படும் மீட்புப்பணிகள் ஒரு ஆண்டோ அல்லது அதற்கு அதிகமான காலமோ எடுத்துக் கொள்ளும். இந்த நிகழ்வுகளுக்கான திட்டமிடுபவர்கள் பொதுவாக அதிக அளவு உணவுகள் மற்றும் ஏற்ற சேமிப்பு மற்றும் தயாரிப்பு உபகரணம் வாங்குதல் மற்றும் சாதாரண வாழ்க்கையின் பகுதியாக உணவு உட்கொள்ளுதல் ஆகியவற்றைத் திட்டமிடுவார்கள். எளிமையான சமன்படுத்தப்பட்ட உணவு உயிர்ச்சத்து மாத்திரைகள், மொத்த உணவு கோதுமை, கடலைகள், உலர்ந்த பால், சோளம் மற்றும் சமையல் எண்ணெய் ஆகியவற்றில் இருந்து உருவாக்கப்படலாம். காய்கறிகள், பழங்கள், மசால் பொருட்கள் மற்றும் மாமிசங்கள் ஆகியவற்றைச் சேர்த்தும் உருவாக்கலாம். இரண்டுமே சாத்தியமான வகையில் புதிதாக விளைந்ததில் இருந்து தயாரிக்க வேண்டும்.

அவசரநிலை மேலாளர்கள் பரவலான பல்வேறு வகைத் துறைகளில் பயிற்சிபெற்றவர்களாக இருக்கிறார்கள். அது அவர்களுக்கு அவசர நிலை-வாழ்க்கைச் சுழற்சி முழுவதும் ஆதரவளிப்பதாக இருக்கும். வணிகரீதியான அவசரநிலை மேலாளர்கள், அரசு மற்றும் சமூக ஆயத்தமாயிருத்தல் (செயல்பாடுகளின் தொடர்ச்சி/அரசாங்கத் திட்டமிடலின் தொடர்ச்சி) அல்லது தனியார் வணிக ஆயத்தமாயிருத்தல் (வணிகத் தொடர்ச்சி மேலாண்மைத் திட்டமிடல்) ஆகியவற்றின் மீது கவனம் செலுத்துவார்கள். உள்ளூர், மாநில, ஒருங்கிணைப்பு மற்றும் தனியார் அமைப்புகள் ஆகியவற்றின் மூலமாக பயிற்சி வழங்கப்படுகின்றன. மேலும் இவை பொதுத்தகவல் மற்றும் ஊடகத் தொடர்புகளில் இருந்து தீவிரவாதிகளால் குண்டு வைக்கப்பட்ட இடத்தை ஆராய்தல் அல்லது அவசரநிலைக் காட்சியைக் கட்டுப்படுத்துதல் போன்ற உயர்-நிலை நிகழ்வு ஆணை மற்றும் நுண்ணறிவு சார்ந்த திறன்கள் வரையிலான வரம்புகள் கொண்டவை.

கடந்த காலத்தில் அவசரநிலை நிர்வகித்தல் துறை இராணுவம் அல்லது முதல் பிரதி செயல்புரிபவர் பின்னணியுடன் கூடிய மக்களின் மூலமாக பெரும்பாலும் இடம்பெறுவதாக இருந்தது. தற்போது இந்தத் துறையில் உள்ளோரின் எண்ணிக்கை, பல வல்லுநர்கள், இராணுவம் அல்லது முதல் பிரதி செயல்புரிபவர் வரலாறு இல்லாமல் பல்வேறு பின்னணியில் இருந்து வருவதுடன் மிகவும் வெவ்வேறாக மாறியிருக்கிறது. அவசரநிலை நிர்வகித்தல் அல்லது தொடர்புடைய துறைகளில் இளங்கலைப் பட்டம் மற்றும் முதுகலைப் பட்டங்கள் மூலமாக அவர்களுக்கான கல்விசார்ந்த வாய்ப்புகளும் அதிகரித்து வருகின்றன. அவசரநிலை நிர்வகித்தல்-தொடர்பான முனைவுச் செயல்திட்டங்களுடன் அமெரிக்காவில் எட்டு பள்ளிகள் இருக்கின்றன. ஆனால் அவசரநிலை நிர்வகித்தலில் ஒரே ஒரு முனைவுச் செயல்திட்டம் மட்டுமே இருக்கிறது.

சர்ட்டிஃபைடு எமர்ஜன்சி மேனேஜர் மற்றும் சர்ட்டிப்ஃபைடு பிசினஸ் கண்டினியுட்டி ப்ரொஃபசனல் போன்ற வணிகம் சார்ந்த சான்றளிப்புகள், குறிப்பாக அமெரிக்காவில் அவசரநிலை நிர்வகித்தல் சமூகங்களால் ஏற்றுக்கொள்ளப்பட்ட உயர் வணிகம் சார்ந்த தரங்களுக்கான தேவையாக பொதுவான ஒன்றாக மாறி வருகிறது.

சமீப ஆண்டுகளில் அவசரநிலை நிர்வகித்தலின் தொடர்ச்சி சிறப்பியல்பு, புதிய கருத்தான அவசரநிலை நிர்வகித்தல் தகவல் அமைப்புகளில் (EMIS) இருக்கிறது. அவசரநிலை நிர்வகித்தல் பங்குவைத்திருப்பவர்களுக்கு இடையில் தொடர்ச்சி மற்றும் உட்புற இயக்கத்துக்கான EMIS, அரசாங்கம் சார்ந்த மற்றும் அரசாங்கம் சாராத ஈடுபாடுகள் மற்றும் அவசரநிலைக்கான அனைத்து நான்கு பிரிவுகளுக்கான அனைத்து தொடர்புடைய மூலங்களின் (மனிதன் மற்றும் பிற வளங்கள்) நிர்வகித்தலைப் பயன் படுத்துவதன் அனைத்து நிலைகளையும் அவசரநிலைத் திட்டங் களுடன் ஒருங்கிணைப்பதற்கான உள்கட்டமைப்புச் செயல்பாட்டை வழங்குவதன் மூலமாக அவசரநிலை நிர்வகித்தல் செயல்பாட்டை ஆதரிக்கிறது. உடல்நலத் துறையில் மருத்துவமனைகள் HICS ஐப் (ஹாஸ்பிட்டல் இன்சிடண்ட் கமாண்ட் சிஸ்டம்) பயன்படுத்து

கின்றன. இது ஒவ்வொரு பகுதிகளுக்கான பொறுப்புகளின் தொகுப்புடன் தொடர் ஆணையைத் தெளிவாக வரையறுப்பதில் கட்டமைப்பு மற்றும் அமைப்பை வழங்குகிறது.

அவசரநிலை நிர்வகித்தல் (பேரழிவு ஆயத்தமாயிருத்தல்) தொழில்புரிபவர்கள் அதிகரித்துவரும் பல்வேறு துறை முதிர்ச்சியடைந்த பின்னணியில் இருந்து வருகின்றனர். நினைவு நிறுவனங்களின் (எ.கா., அருங்காட்சியங்கள், வரலாற்று ரீதியான சமூகங்கள், நூலகங்கள் மற்றும் ஆவணக்கிடங்குகள்) தொழில் வல்லுநர்கள் கலாச்சார பாரம்பரிய பொருட்கள் மற்றும் அவற்றின் தொகுப்புகள் அடங்கிய பதிவுகள் ஆகியவற்றைப் பேணிக்காப்பதற்கு அர்ப்பணிக்கப்படுகின்றனர். 2001 ஆம் ஆண்டு செப்டம்பர் 11 ஆம் தேதி தாக்குதல்கள், 2005 ஆம் ஆண்டின் சூறாவளிகள் மற்றும் கோலோன் ஆவணப்பெட்டகம் இடிந்து விழுந்தது ஆகியவற்றைத் தொடர்ந்து ஏற்பட்ட உச்சபட்சமான விழிப்புணர்வின் விளைவாக இந்தத் துறையினுள் இது அதிகரித்துவரும் முக்கிய பொருளாக இருக்கிறது.

மதிப்புமிக்க பதிவுகளின் வெற்றிகரமான மீட்புக்கான வாய்ப்பை அதிகரிப்பதற்கு நன்கு-மேம்பட்ட மற்றும் முழுமையாக சோதிக்கப்பட்ட திட்டம் உருவாக்கப்பட வேண்டும். இந்தத் திட்டம் அதிகப்படியான சிக்கல் நிறைந்ததாக இருக்கக் கூடாது. ஆனால் அதற்கு மாறாக பிரதிசெயல் மற்றும் மீட்பின் உதவிக்கான எளிமையான வலியுறுத்தலாக இருக்க வேண்டும். எளிமைக்கு ஒரு எடுத்துக்காட்டாக, பணியாளர்கள் பிரதிசெயல் மற்றும் மீட்புப் பிரிவில் செயல்படுவது போன்ற அதே பணிகளைச் சாதாரண நிலைகளிலும் செயல்பட வேண்டும். இது மேலும் நிறுவனங்களில் தெளிப்புக் கருவிகளை நிறுவுதல் போன்ற மட்டுப்படுத்தல் உத்திகள் உள்ளடக்கியதாகவும் இருக்க வேண்டும். இந்தப் பணிக்கு அனுபவமிக்க தலைமை மூலமாக நிர்வகிக்கப்படும் நன்கு-சீரமைக்கப்பட்ட செயற்குழுவின் ஒத்துழைப்பு தேவையாக இருக்கிறது. வணிக ரீதியான அமைப்புகள், இடர்பாட்டைக் குறைத்தல் மற்றும் மீட்பை அதிகரித்தலுக்காக, கருவிகளுடனும் வளங்களுடனும் தனிநபர்களைத் தயாராய் வைத்திருப்பதற்கு வழக்கமான பயிலரங்குகள்

மற்றும் வருடாந்திர கலந்தாய்வுகளில் கவன ஈர்ப்புத் தொடர்களைத் திட்டமிடவேண்டும்.

வணிகரீதியான அமைப்புகள் மற்றும் கலாச்சார பாரம்பரிய நிறுவனங்களின் இணைந்த முயற்சிகள் பேரழிவு மற்றும் மீட்புத் திட்டங்களைத் தயாரித்தலில் தொழில்புரிபவர்களுக்கு உதவுவதற்கு பல்வேறு மாறுபட்ட கருவிகளின் மேம்பாடாக இருக்கிறது. பல நிகழ்வுகளில் இந்தக் கருவிகள் வெளிப்புறப் பயனாளர்களுக்கு கிடைக்கக்கூடியதாக உருவாக்கப்படுகின்றன. மேலும் அடிக்கடி கிடைக்கக்கூடிய வலைத்தளங்கள் ஏற்கனவே உருவான நிறுவனங்களினால் உருவாக்கப்பட்ட திட்ட வார்ப்புருக்களாக இருக்கின்றன. அவை ஏதேனும் ஒரு செயற்குழு அல்லது குழுவுக்கு பேரழிவுத் திட்டம் தயாரித்தல் அல்லது ஏற்கனவே உள்ள திட்டத்தைப் புதுப்பித்தல் ஆகியவற்றுக்கு உதவிகரமானதாக இருக்கலாம்.

அதே சமயம் ஒவ்வொரு நிறுவனமும் அவர்களின் சொந்தக் குறிப்பிட்ட தேவைகளைச் சந்திப்பதற்கான திட்டங்கள் மற்றும்

கருவிகளை முறைப்படுத்துதல் தேவையாக இருக்கும். திட்டமிடல் செயல்பாட்டில் பயனுள்ள ஆரம்பப் புள்ளிகளை குறிப்பிட்டிருத்தல் அது போன்ற கருவிகளுக்கான எடுத்துக்காட்டுகளாக இருக்கின்றன. இவை புற இணைப்புகள் பகுதியில் இணைக்கப்பட்டுள்ளன.

2009 ஆம் ஆண்டு சர்வதேச மேம்பாட்டுக்கான அமெரிக்க ஐக்கிய நிறுவனம், பேரழிவுகளால் தாக்கப்பட்ட மக்களை மதிப்பிடுவதற்கான வலை-சார்ந்த கருவியை உருவாக்கியது. பாப்புலேசன் எக்ஸ்ப்ளோரார் என்றழைக்கப்படும் கருவி லேண்ட்ஸ்கேன் மக்கள் தொகைத் தரவைப் பயன்படுத்துகிறது, இது ஓக் ரிட்ச் தேசிய சோதனைச்சாலையில் உலகின் அனைத்து நாடுகளிலும் 1 km^2 அளவுள்ள நுணுக்கத்தில் மக்கள்தொகையைப் பங்கிடுவதற்கு உருவாக்கப்பட்டது. இது USAID இன் FEWS NET திட்டப்பணிகளால் ஊறுபடத்தக்க மக்களின் கணிப்பிற்கு மற்றும்/அல்லது உணவுப் பாதுகாப்பின்மையின் தாக்கத்திற்குப் பயன்படுத்தப்படுகிறது.

பாப்புலேசன் எக்ஸ்ப்ளோரார் அவசரநிலை பகுப்பாய்வு மற்றும் பிரதிசெயல் நடவடிக்கைகள் ஆகியவற்றின் வரம்பில் பரவலாக பயன்படுத்தப்படுகிறது. இது 2009 ஆம் ஆண்டு மத்திய அமெரிக்காவில் வெள்ளம் மற்றும் பசிபிக் பெருங்கடலில் சுனாமி நிகழ்வு ஆகியவற்றினால் தாக்கப்பட்ட மனிதர்களைக் கணிப்பதற்குப் பயன்படுத்தப்பட்டது.

2007 ஆம் ஆண்டு அவசரநிலை பிரதிசெயலில் கால்நடை மருத்துவர் சிந்தனைப் பங்குபெறுவதற்கான சரிபார்ப்புப் பட்டியல், அமெரிக்க கால்நடை மருத்துவர் மருத்துவ அமைப்பின் இதழில் வெளியிடப்பட்டது. இது தொழில்புரிபவர்கள் அவசரநிலைக்கு உதவுவதற்கு முன்பு அவர்களுக்குள் இரண்டு பிரிவுகளின் கீழ் கேள்விகள் கேட்டுக் கொள்ள வேண்டும் என்பதைக் கொண்டதாக இருந்தது, அவை பங்கு பெறுவதற்கான தனித்த தேவைகள் நான் பங்குபெறுவதைத் தேர்ந்தெடுக்க வேண்டுமா? நான் ICS பயிற்சி எடுத்திருக்கிறேனா?, நான் மற்றத் தேவையான பின்னணி பயிற்சி வகுப்புகளை முடித்திருக்கிறேனா? ஆயத்தமாயிருப்பதற்கான என்னுடைய செய்முறைப் பயிற்சியுடன் ஏற்பாடுகளை உருவாக்கியிருக்கிறேனா?

நான் என்னுடைய குடும்பத்திற்கான ஏற்பாடுகளைச் செய்திருக் கிறேனா?

நிகழ்வுப் பங்குபெறுதல்: நான் பங்கு பெறுவதற்கு அழைக்கப் பட்டிருக்கிறேனா? என்னுடைய திறமைகள் தன்னேற்புத் திட்டத்திற்குப் பொருந்தக் கூடியதாக இருக்கிறதா? என்னால் என்னுடைய திறன்களை புதுப்பிப்பதற்காக அல்லது புதிய திறன்களை அடைவதற்காக ஜஸ்ட்-இன்-டைம் பயிற்சியை அணுக முடியுமா? இது சுய-ஆதரவு தன்னேற்புத் திட்டமா?, மூன்றிலிருந்து ஐந்து நாட்கள் வரையிலான சுய ஆதரவுக்கான வளங்களை நான் கொண்டிருக்கிறேனா?

இது கால்நடை மருத்துவர்களுக்காக எழுதப்பட்டதாக இருந்தாலும் இந்தச் சரிபார்ப்புப் பட்டியல் மற்ற ஏதேனும் தொழில் புரிபவர்களுக்கும் அவசர நிலையில் உதவுவதற்கு முன்பு பயன்படுத்தக் கூடியதாக இருக்கிறது.

அவசரநிலை மேலாளர்களின் சர்வதேச அமைப்பு (IAEM) என்பது அவசரநிலைகள் மற்றும் பேரழிவுகளின் போது வாழ்வைக் காத்தல் மற்றும் உடைமையைப் பாதுகாத்தல் ஆகியவற்றின் நோக்கங்களை ஊக்குவிப்பதற்காக அர்ப்பணிக்கப்பட்ட ஒரு இலாப நோக்கில்லாத கல்விசார் அமைப்பு ஆகும்.

IAEM இன் தன்னேற்புத் திட்டம் என்பது தகவல், நெட்வொர்க்கிங் மற்றும் வணிக ரீதியான வாய்ப்புகள் மற்றும் அவசரநிலை நிர்வகித்தல் தொழில் மேம்பாடு ஆகியவற்றை வழங்குவதன் மூலமாக அதன் உறுப்பினர்களுக்கு சேவை புரிகிறது.

தேசிய செஞ்சிலுவை/செம்பிறை அமைப்புகள் அவசரநிலைக்குப் பிரதி செயல்புரிவதில் பொதுவாக ஆதாரமான பங்கினை வகிக் கின்றன. கூடுதலாக செஞ்சிலுவை மற்றும் செம்பிறை அமைப்பு களின் சர்வதேச ஒருங்கிணைப்பு (IFRC அல்லது 'த ஃபெடரேசன்') பாதிக்கப்பட்ட நாடுகளுக்கு மதிப்பீட்டு அணிகளை அமர்த்தலாம். அவர்கள் அவசரநிலை நிர்வகித்தல் கட்டமைப்பின் மீட்புப் பாகத்தில் நிபுணத்துவத்துடன் இருப்பார்கள்.

ஐக்கிய நாடுகளினுள் பாதிக்கப்பட்ட நாடுகளினுள் குடியிருப்பவர் ஒருங்கிணைப்பாளருடன் அவசரநிலைப் பிரதிசெயல் ஒய்வுக்கான அமைப்புப் பொறுப்பைக் கொண்டிருக்கிறது. எனினும் நடைமுறையில் பாதிக்கப்பட்ட நாட்டின் அரசாங்கத்தின் மூலமாக UN மனிதநேய நடவடிக்கைகளின் ஒருங்கிணைப்புக்கான அலுவலகம் (UN-OCHA) மூலமாக மற்றும் UN பேரழிவு மதிப்பீடு மற்றும் ஒருங்கிணைப்பு (UNDAC) அணி அமர்த்தப்பட்டதன் மூலமாக கோரிக்கை விடுக்கப்பட்டால் சர்வதேசப் பிரதிசெயல் ஒருங்கிணைக்கப்படுகிறது.

■

19. காபூல் தற்கொலைப்படை தாக்குதல்

ஆப்கானித்தானின் தலைநகர் காபூலில் தற்கொலைதாரி மருத்துவ முதலுதவி வண்டியில் கொண்டு வந்த வெடிகளை வெடிக்கச் செய்ததில் குறைந்தது 95 பேர் பலியானார்கள். இதைச் செய்தது தாலிபான் தீவிரவாதிகள் என அறியப்படுகிறது.

பொதுப் போக்குவரத்து தடை செய்யப்பட்டுள்ள, காவல் சோதனை சாவடி அமைந்துள்ள வீதி ஒன்றில் வெடிபொருட்கள் நிரப்பப்பட்ட மருத்துவ முதலுதவி வண்டி ஒன்றை ஓட்டிச் சென்று இந்தத் தாக்குதல் நடத்தப்பட்டுள்ளது.

காவலர்கள் இவ்வண்டியை இரண்டாவது சோதனை சாவடியில் நிறுத்தியுள்ளனர் என்றும், உடனடியாக அவ்வண்டியை ஓட்டுநர் தவறான பாதையில் வண்டியை ஓட்டிச் சென்றதாகவும், அங்கும் காவலர்கள் அவ்வண்டியை நிறுத்த முயன்றதாகவும் உடனே தற்கொலைதாரி வெடி குண்டு நிரப்பப்பட்ட வண்டியை வெடித்து விட்டதாகவும் காபுல் காவல்துறை பேச்சாளர் கூறினார்.

ஒரு வாரத்துக்கு முன்பு காபுல் நகரில் உள்ள ஆடம்பர விடுதி ஒன்றில் தாக்குதல் நடத்தி 22 பேரை கொன்ற தாலிபன் அமைப்பு இந்தத் தாக்குதலுக்கும் பொறுப்பேற்றுள்ளது.

வெளிநாட்டுத் தூதரகங்களும் காபுல் நகர காவல் தலைமை அலுவலகமும் அமைந்துள்ள அப்பகுதியில் உள்ளூர் நேரப்படி சனிக்கிழமை மதியம் 12.15 மணிக்கு தாக்குதல் நடத்தப்பட்டபோது கூட்ட நெரிசல் அதிகமாக இருந்ததாக சம்பவத்தை நேரில் பார்த்தவர்கள் கூறியுள்ளனர்.

வெளிநாட்டுத் தூதரகங்களும் காபுல் நகர காவல் தலைமை அலுவலகமும் அமைந்துள்ள அப்பகுதியில் உள்ளூர் நேரப்படி சனிக்கிழமை மதியம் 12.15 மணிக்கு தாக்குதல்.

அந்நாட்டு உள்துறை அமைச்சகம் இதற்கு முன்பு இயங்கி வந்த கட்டமும், ஆப்கானிஸ்தானுக்கான ஐரோப்பிய ஒன்றியத்தின் தலைமையகம் மற்றும் ஆஃப்கன் உயர் அமைதி கழகம் (Afghan High Peace Council) எனும் தாலிபன்களுடனான பேச்சுவார்த்தைக்கான அமைப்பின் அலுவலகம் ஆகியவை சம்பவ இடத்துக்கு மிகவும் அருகில் அமைந்துள்ளன.

உயிரிழந்தவர்களின் எண்ணிக்கை அதிகரிக்கக்கூடும் என்று அதிகாரிகள் கூறியுள்ளனர். தாக்குதல் நடந்த இடத்தில் உண்டான புகை மூட்டத்தை நகரம் முழுவதும் இருந்து காண முடிந்தது.

∎

20. மண்டையோடு பஞ்சம்

மண்டையோடு பஞ்சம் (Doji bara famine / Skull famine) 1791-92 காலகட்டத்தில் இந்தியத் துணைக்கண்டத்தைத் தாக்கிய ஒரு பெரும் பஞ்சம். 1789-95 காலகட்டத்தில் நிகழ்ந்த எல் நீனோ பருவ நிலை மாற்றத்தால் இப்பஞ்சம் ஏற்பட்டது.

1789 தொடங்கி தொடர்ச்சியாக நான்கு ஆண்டுகள் தென்மேற்குப் பருவமழை பொய்த்ததால் இப்பஞ்சம் இந்தியத் துணைக்கண்டப் பகுதிகளைக் கடுமையாகப் பாதித்தது. குறிப்பாக இந்திய ஆட்சி யாளர்களின் கட்டுப்பாட்டில் இருந்த ஐதராபாத், தெற்கு மராட்டிய ராஜ்ஜியம், தக்காணம், குஜராத், மேர்வார் ஆகிய பகுதிகள் கடுமை யாக பாதிக்கப்பட்டன. பிரித்தானிய கிழக்கிந்திய நிறுவனத்தின் ஆட்சிக்குட்பட்ட சென்னை மாகாணம் போன்ற பகுதிகளில் பஞ்சத்தின் கடுமை சற்று மிதமாக இருந்தது. அவற்றிலும் வடக்கு சர்க்கார் போன்ற மாவட்டங்களில் மொத்த மக்கள் தொகையில் பாதிக்கும் மேற்பட்டவர்கள் பஞ்சத்தினால் மடிந்தனர்.

சாலையோரங்களிலும், வயல்களிலும் மாண்டவர்களின் மண்டை யோடுகளும், எலும்புகளும் புதைக்க ஆளின்றி வெயிலில் காய்ந்து

கொண்டிருந்ததால் இப்பஞ்சத்துக்கு 'மண்டையோடு பஞ்சம்' என்ற பெயர் ஏற்பட்டது.

பஞ்சம் தாக்கப்பட்ட பல பகுதிகள் பெருமளவில் மக்கள் மாண்டதாலும், எஞ்சியவர்கள் புலம் பெயர்ந்ததாலும், மக்கள் வாழா வெற்றிடங்கள் ஆகின.

1789-92 காலகட்டத்தில் பட்டினியாலும், தொற்று நோய்களாலும் ஒரு கோடியே பத்து லட்சம் பேர் மாண்டிருக்கலாம் என ஒரு கணிப்பு கூறுகிறது.

∎

21. அழிவை நோக்கிய நகர்வு

இவ்வுலகம் மனிதனுக்கு மட்டுமானதாகப் படைக்கப்பட்டதல்ல. உலகிலுள்ள விலங்கு, புல், பூச்சி இனங்களும், அவற்றால் பயனடையும் தாவர இனங்களும் அழிந்துவிட்டால் மனிதனும் அழிந்து விடுவான். பல்லுயிர்ப் பெருக்கமும், சுற்றுச்சூழல் பாதுகாப்பும் நாம் வாழ்வதற்கு அடிப்படைத் தேவைகள் என்பது ஆறறிவு படைத்த மனிதனுக்கு நன்றாகவே தெரியும். அது தெரிந்தும், அது பற்றிய கவலையே இல்லாமல் இருப்பதுதான் ஆச்சரியமாக இருக்கிறது.

உலகம் என்கிற நமது கிரகத்தில் பல்லுயிர் பெருக்கம் பேராபத்தை எதிர்கொள்கிறது. உலக வனவிலங்கு நிதியத்தின் 2016-ஆம் ஆண்டு அறிக்கையின்படி, உடனே விழித்துக்கொண்டு நாம் தக்க நடவடிக்கைகளை மேற்கொள்ளாவிட்டால், 2020-ஆம் ஆண்டுக்குள், அதாவது இன்னும் நான்கே ஆண்டுகளில் உலகிலுள்ள வனவிலங்குகளில் மூன்றில் இரண்டு பகுதி அழிந்துவிடும். இந்தியாவிலுள்ள வன விலங்குகளில் பாதிக்கு மேல் அழிந்திருக்கும்.

இது ஏதோ சமீபத்தில் ஏற்பட்டிருக்கும் நிகழ்வல்ல. கடந்த 1970-ஆம் ஆண்டு முதலே இந்தப் பேரழிவு தொடங்கி விட்டிருக்கிறது. மீன்கள், மிருகங்கள், நில - நீர் வாழ் உயிரினங்கள், பறவைகள், ஊர்வன ஆகியவை ஒட்டுமொக்கமாக 58% குறைந்து விட்டிருப்பதாகத் தெரிகிறது. இவற்றில் நீர்வாழ் உயிரினங்கள்தான் மிக அதிகமான பாதிப்புக்கு உள்ளாகி இருக்கின்றன. இந்தியாவைப் பொருத்தவரை, மனிதனல்லாத ஏனைய உயிரினங்களின் எண்ணிக்கை 1970 முதல் 2012 வரையிலான இடைவெளியில் 81% அளவு குறைந்திருக்கக் கூடும் என்று கருதப்படுகிறது. இவற்றில் பறவை இனங்களும், புழு, பூச்சி இனங்களும்தான் மிக அதிகமான பாதிப்பை எதிர்கொண்டிருக்கின்றன.

உலக வனவிலங்கு நிதியத்தின் அறிக்கையையே ஏனைய புள்ளி விவரங்களும் எதிரொலிக்கின்றன சமீபத்தில் உலகிலுள்ள யானைகள் குறித்த கணக்கெடுப்பு நடத்தப்பட்டது. அதன்படி, கடந்த ஏழு ஆண்டுகளில் மட்டும் ஆப்பிரிக்க யானைகளின் எண்ணிக்கை 30% குறைந்திருக்கிறது. இந்தியாவில் அந்த அளவுக்கு பாதிப்பு இல்லை யென்றாலும் யானைகள் கொல்லப்படுவதும், ரயிலில் அடிபட்டு மரணிப்பதும் அதிகரித்தவண்ணம் இருக்கின்றன.

65 மில்லியன் ஆண்டுகளுக்கு முன் டைனோசர்கள் அழிவை சந்தித்ததற்குப் பின்னால், முதல் முறையாக உலகம் மீண்டும் ஒரு வன விலங்குகளின் பேரழிவை எதிர்கொள்கிறது என்கிறது உலக வன விலங்கு நிதியத்தின் அறிக்கை இதுபோல விலங்குகள் பூண்டோடு அழிவது ஆறாவது முறை என்றும், இப்படி விலங்கினங்கள் அழிந்து போனதற்குக் காரணம் மனிதர்களால் ஏற்படுத்தப்படும் அழுத்தம் தான் என்றும் அந்த அறிக்கை குற்றம் சாட்டுகிறது. முன்னெப்போதும் இல்லாத அளவில் மனிதர்கள், உலகிலுள்ள ஏனைய உயிரினங்களை அழித்துக் கொண்டிருக்கிறார்கள்.

ஏனைய உயிரினங்களின் வாழ்விடங்கள் மனிதனால் ஆக்கிரமிக்கப்படுவதும், அழிக்கப்படுவதும்தான் அந்த உயிரினங்கள் அழிவை நோக்கி நகர்வதற்கான முக்கியக் காரணம். லாபமில்லாத விவசாயத்தால் விளைநிலங்கள் தரிசு நிலங்களாக மாறி, குடியிருப்புகளாகி விடுகின்றன. மண்ணில் வாழும் புழு, பூச்சிகள், ஊர்வன போன்றவை

வாழ்விடம் இல்லாமல் அழிவை எதிர்கொள்கின்றன. பறவை இனங்களும் பாதிக்கப்படுகின்றன.

காடுகள் அழிக்கப்படுவதால் வனவிலங்குகள் கடுமையாக பாதிக்கப்பட்டிருக்கின்றன. அதிகரித்த மீன் பிடித்தல், சுரங்கத் தொழில், காற்று மாசு, அமிலமயமாகும் கடல் நீர், பருவநிலை மாற்றம் இவையெல்லாம் ஒன்றோடு ஒன்று கைகோத்துக் கொண்டதால், உலகம் விலங்கினங்களின் மயானமாக மாறி வருகிறது.

பிரிட்டிஷ் இளவரசர் தனது மனைவி கதே மிடில்டனுடன் இந்தியாவுக்கு விஜயம் செய்திருந்தார். ராஜ குடும்பத்தினர் அஸ்ஸாமிலுள்ள காசிரங்கா வனவிலங்கு சரணாலயத்திற்குச் சென்றனர். ஊடகங்களில் இளவரசி கதே மிடில்டன் அந்த சரணாலயத்திலுள்ள காண்டாமிருகத்தின் குட்டிக்கு பழம் கொடுக்கும் புகைப்படம் வெளியாகி இருந்தது. ஒருபுறம் இது நடந்து கொண்டிருக்கும்போது, அந்த சரணாலயத்தின் இன்னொரு பகுதியில் ஒரு காண்டாமிருகம் அதன் கொம்புக்காக வேட்டையாடப்பட்டு இறந்து கிடந்தது.

வனவிலங்கு சரணாலயங்களிலேயே இதுதான் நிலைமை என்றால், வனங்களில் சுற்றித் திரியும் விலங்குகளின் நிலைமை குறித்துச் சொல்லவா வேண்டும்?

வனவிலங்குகளின் அழிவுக்கு வேட்டையாடுதல் மிக முக்கியமான காரணம் என்றாலும், சுற்றுச்சூழல் பாதிப்பும், வாழ்விடங்கள் ஆக்கிரமிக்கப்படுவதும்கூடப் பெரும்பங்கு வகிக்கின்றன. இந்தியாவையும், ஏனைய வளர்ச்சி அடையும் நாடுகளையும் பொருத்தவரை, வளர்ச்சிப் பணிகள் வனவிலங்குகளையும், புள்ளினங்களையும், ஊர்வனவற்றையும் கடுமையாக பாதிக்கின்றன.

சாலைகள் அமைப்பதும், ரயில் தடங்களை அமைப்பதும் வளர்ச்சிப் பணிகள் என்றாலும், அவை வனவிலங்குகளின் நடமாட்டத்தை பாதிக்கின்றன. அவற்றின் வழித்தடங்களில் குறுக்கிடுகின்றன. வனங்களையும், வனவிலங்குகளையும் பாதிக்காமல் வளர்ச்சிப் பணிகளை கவனமாகத் திட்டமிட நமக்குத் தெரியவில்லை, அதுகுறித்து நாம் கவலைப்படுவதுமில்லை.

பெரிய அணைகள், நதிகளின் ஓட்டத்தைக் கட்டுப்படுத்தி ஏரிகளாக மாற்றிவிடுகின்றன. இது நீர்வாழ் உயிரினங்களின் பெருக்கத்தைத் தடுக்கிறது. அதேபோல, அதிகரித்துவரும் காற்று மாசு, சுற்றுச்சூழல் பாதிப்பு, வனங்கள் அழிப்பு ஆகியவை புள்ளினங்களின் அழிவுக்குக் காரணமாகின்றன.

இதுவரை நடந்துவிட்ட அழிவை சீர் செய்ய முடியாதுதான். ஆனால் இனிமேலும் அழிவு தொடராமல் காப்பாற்ற முயற்சி மேற்கொள்ளப்பட வேண்டும். ஏனைய உயிரினங்களின் அழிவு என்பது மனிதன் தனக்குத்தானே தேடிக்கொள்ளும் அழிவு, அதை மறந்து விட வேண்டாம்!

∎

22. பேரழிவை ஏற்படுத்தும் கொள்ளை நோய்கள்

காசநோய்

சாதாரண தடுமனைப் போன்றே காசநோயும் காற்றினால் தொற்றுதலை ஏற்படுத்தி பரவுகின்றது. நுரையீரல் காசநோய்த் தொற்றுக்குட்பட்ட ஒருவர் இருமும்போது, தும்மும்போது, பேசும் போது அல்லது துப்பும்போது வெளியேற்றும் 05-5 μm விட்டமுள்ள காற்றுத் துளிகள் காசநோய்த் தொற்றை ஏற்படுத்தும் தன்மையைக் கொண்டிருக்கின்றன. ஒரு தனியான தும்மலின்போது நோயை உருவாக்கும் திறன்கொண்ட 40,000 துளிகள் வரை வெளியேறும் வாய்ப்பு உள்ளது. தொற்றை ஏற்படுத்த தேவையான நோய்க் காரணியின் அளவு மிகச் சிறியதாக இருப்பதால், ஒரு தனி காற்றுத் துளியே வேறு ஒருவரில் ஒரு புதிய தொற்றை ஏற்படுத்த முடியும்.

நோயுள்ள ஒருவருடன் தொடர்ந்த, அடிக்கடியான, அதிசுமான தொடர்பில் இருப்பவருக்கு இந்நோய் உருவாவதற்கான சந்தர்ப்பம் அதிகமாக இருக்கும். நோயுள்ள ஆனால் சிகிச்சைக்குட்படாத நபர் ஒருவர், வருடமொன்றுக்கு மேலும் 10-15 பேர் வரை தொற்றுக்குட் படுத்துவதற்கான சாத்தியம் உள்ளது. காசநோய் அதிகமிருக்கும்

இடத்தில் வசிப்பவர்கள், சரியான முறையில் தொற்று நீக்கம் செய்யப்படாத ஊசிகளை போட்டுக் கொள்பவர்கள், தொற்றுக் குட்பட்டவருடன் தொடர்பில் இருக்கும் குழந்தைகள், மனித உடலின் நோயெதிர்ப்பாற்றலை குறைக்கும் தன்மை கொண்ட மருந்துகளை உட்கொள்பவர்கள், எய்ட்ஸ் நோய்த் தாக்கத்திற்குட் பட்ட நோயாளிகள் மற்றும் காசநோய் நோயாளிகளுக்கு உதவும் மருத்துவ உதவிகளைச் செய்யும் பணியாளர்கள் என்போர் இந்நோய்த் தாக்கத்திற்குட்படுவதற்கான நிகழ்தகவு மிகவும் அதிக மாக இருக்கும்.

நோய்க்காரணியினால் தொற்றுக்குட்பட்ட பலரில், நோயானது வெளித்தெரியாமல் ஒரு மறைநிலையில் (Latent TB) காணப்படும். இப்படி நோயானது மறைநிலையில் காணப்படும் ஒருவரால் புதிய தொற்று ஏற்படமாட்டாது. நோயானது செயல் நிலையிலுள்ள (active TB) ஒருவரிலிருந்து மட்டுமே நோய்த் தொற்று ஏற்படும் சாத்தியமுள்ளது. நோய்த்தொற்று ஏற்படுவதற்கான நிகழ்தகவானது நோய்க்காவியாக (carrier) செயற்படும் ஒருவரினால் வெளியேற்றப் படும் நோய்த் தாக்கத்தை ஏற்படுத்தவல்ல நீர்த் துளிகளின் எண்ணிக்கை, அவர் இருக்கும் இடத்தில் காற்றோட்டத்தின் தன்மை, நோய்க்காரணியை எதிர்கொள்ளும் நேரத்தின் அளவு, M.ruberculosis வகையின் நோயேற்படுத்தும் தன்மையின் அளவு (virulence) போன்ற காரணிகளில் தங்கியிருக்கும்.

புதிதாக நோய்த்தொற்றுக்கு உள்ளாகி நோயின் செயற்படு நிலையில் உள்ள ஒருவரிலிருந்து இன்னொருவருக்கு நோய்த்தொற்று ஏற்படுவ தற்கு அவருக்கு தொற்று ஏற்பட்ட நேரத்திலிருந்து 3-4 கிழமைகள் எடுக்கும். காசநோய்த் தொற்றுள்ள இறைச்சியை உண்பதனாலும் இந்நோய்த் தொற்று ஏற்பட வாய்ப்புண்டு. Mycobacterium bovis ஆனது. கால்நடைகளில் காசநோயை உருவாக்கும் திறனுள்ளது.

மலேரியா

மலேரியா என்பது நோய் பரப்பி அல்லது நோய்க்காவி வாயிலாக பரவும் தொற்றுப் பண்புடைய ஒரு தொற்றுநோயாகும். இது முதற்கலவுரு ஒட்டுண்ணிகள் மூலம் ஏற்படுகிறது. அமெரிக்கா,

ஆசியா மற்றும் ஆப்பிரிக்கா ஆகிய பகுதிகளையும் சேர்த்து வெப்ப வலயம் சார்ந்த மற்றும் மிதவெப்ப மண்டல பிரதேசங்களிலும் இது பரவலாகக் காணப்படுகிறது. ஒவ்வொரு ஆண்டும் தோராயமாக 350 முதல் 500 மில்லியன் வரையிலான மக்கள் மலேரியா நோயினால் பாதிக்கப்படுகிறார்கள். அவற்றில் ஒன்றிலிருந்து மூன்று மில்லியன் மக்கள் இந்த நோயினால் இறக்கிறார்கள். இந்த நோயின் காரணமாக இறப்பவர்களில் அதிகமானவர் சப்-சஹாரா ஆப்பிரிக்காவில் இருக்கும் இளம் குழந்தைகளாவர். மலேரியா தொடர்பாக ஏற்படும் இறப்புகளில் 90 சதவீத இறப்பு சப்-சஹாரா ஆப்பிரிக்காவில் நிகழ்கிறது. மலேரியா பொதுவாக வறுமையுடன் தொடர்புள்ளதாக இருக்கிறது. ஆனால் இது வறுமைக்கு காரண மாகவும், பொருளாதார முன்னேற்றத்திற்கு மிகப்பெரிய தடையாக வும் இருக்கிறது.

தொழுநோய்

தொழு நோய் (ஆங்கிலம்-Leprosy or Hansen's disease (HD)) என்பது, மைக்கோபாக்டீரியம் இலெப்ரே என்னும் நோய்க்காரணி நோயு யிரியால் வரும். உயிர்க்கொல்லி நோயாகும். இதன் வரலாறு மிகவும் பிந்தையதாகும். இந்நோயைப் பற்றி பல வரலாற்று நூல்களும், கிறித்துவ மதநூலான விவிலியத்திலும் இதன் குறிப்பு உள்ளது. இந்நோயை உண்டாக்கும் நோயுயிரியை, முதலில் 1873ம் ஆண்டு மருத்துவர் கெரார்டு ஆன்சன் என்பவர் கண்டறிந்தார். ஆதலால் இதற்கு ஆன்சன் நோய் எனவும் அழைக்கப்படுகிறது.

தொழுநோய் என்பது புறநரம்புகள் பகுதிகளிலும் மற்றும் சுவாசக் குழாயில் காணப்படும் கோழைகளில் ஏற்படும் குருண/குருமணி நோய்களாகும். தோலில் காணப்படும் சீழே அதன் முதல் அறிகுறி யாகும். ஆரம்ப நிலையிலேயே சிகிச்சை அளிக்காமல் விடின் தொழு நோயின் தீவிரம் அதிகரித்து தோல், நரம்பு, விரல்கள் மற்றும் கண் களுக்கு நிரந்தர பாதிப்பை ஏற்படுத்தும்.

இதன் பாதிப்பால் உடலுறுப்புகளுக்கு உணர்ச்சியின்மையும் விரல்கள் மற்றும் பாதங்களில் கலக்கூட்டுக்கள் இழப்பு ஏற்படுதலால் இவை விரல்கள் உதிர்ந்தது போலக் காட்சித் தரும். இவையே

முற்றும் நிலையில் உயிர் துறக்கும் நிலையை அடைவதும் உண்டு. இது பெரும்பாலும் நோயெதிர்ப்பாற்றல் குன்றியவரையே இது தாக்குகிறது. இது தமிழ்நாட்டில் பரவலாக அறியப்பட்டுள்ளது என்பதற்கு இதற்கு வழங்கும் வெவ்வேறு பெயர்களைக் கொண்டு அறியலாம். தொழுநோயை குட்டம். குச்டநோய், பெருவியாதி, மேகநீர், மேகநோய் எனப் பரவலாக அழைக்கப்படுகிறது.

மஞ்சள் காய்ச்சல்

மஞ்சள் காய்ச்சல் அல்லது மஞ்சட் காய்ச்சல் (Yellow fever), தீநுண்மத்தால் ஏற்படும் ஒரு கடிய குருதிப்போக்குக் காய்ச்சல் ஆகும். (1) மஞ்சட் தீநுண்மக் குடும்பத்தைச் சார்ந்த ஆர்.என்.ஏ வைரசு இக்காய்ச்சலை உண்டாக்கும் தீநுண்மம் ஆகும். இந்நோய் ஆபிரிக்காவில் முதன்முதல் தோன்றியது என நம்பப்படுகின்றது. தற்பொழுது இந்நோய் அயனமண்டல அமெரிக்கா, ஆப்பிரிக்கா போன்ற பகுதிகளில் காணப்படுகின்றது, ஆனால் ஆசியாவில் தோன்றுவதில்லை.

டெங்கு காய்ச்சல் போன்று மஞ்சட் காய்ச்சல் தீநுண்மம் இரு காவி வட்டத்தைக் கொண்டுள்ளது. வனப்பகுதி மக்கள் வசிக்கும் பகுதி. மஞ்சட் காய்ச்சல் வைரசை கொசுக்கள் காவுகின்றன, குறிப்பாக ஏடிசு எகிப்தி எனும் கொசு இனத்தின் பெண் கொசுவால், அது கடிக்கும்போது உமிழ்நீரை மனித உடலில் செலுத்துகையில் பரப்பப்படுகிறது. வனப்பகுதியில் வேறு கொசு இனங்கள் காவி களாகவும் குரங்குகள் வழங்கிகளாகவும் உள்ளன. மக்கள் வசிக்கும் பகுதியில் முதன்மைக் காவியாக ஏடிசு எகிப்திக் கொசுவும் வழங்கி யாக மனிதரும் உள்ளனர்.

இக்காய்ச்சலில் உடல்வெப்பநிலை மிகையாகுவதுடன் குமட்டுதல் தலைவலி, நடுக்கம், முதுகுவலி போன்ற அறிகுறிகளும் தென்படும். சில நோயாளிகளில் இதன் விளைவு பாரதூரமாக இருக்கும், அவர்களில் கல்லீரல் கடுமையாகப் பாதிக்கப்பட்டு கல்லீரல் அழற்சி மற்றும் கல்லீரல் இழைய இறப்பு ஏற்படும். இதன் காரணமாக மஞ்சள் காமாலை ஏற்படும், இதுவே இந்நோய்க்குரிய பெயர்க் காரணம். இந்நோயில் கடுமையாக குருதிப்போக்கு ஏற்படுவதால் குருதிப்போக்குக் காய்ச்சல் வகைக்குள் இந்நோய் அடங்குகின்றது.

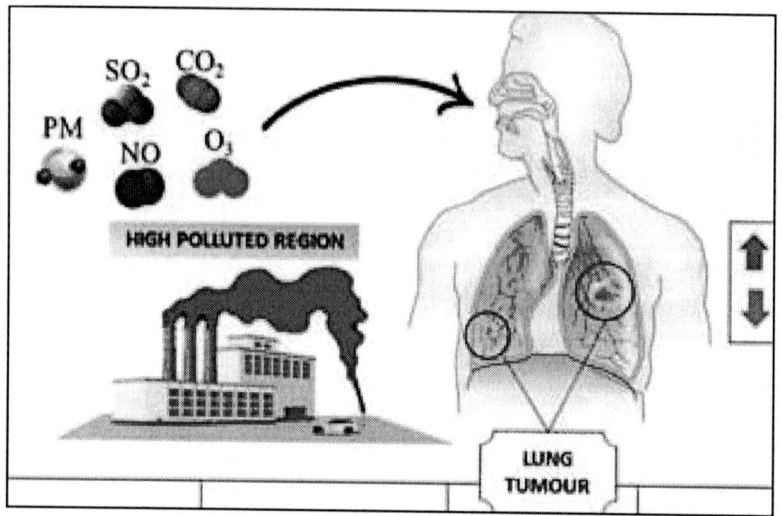

காற்று மாசுபாடு என்பது வளிமண்டலத்தில் உள்ள தூசி, புகை, வாயு, மூடுபனி, வாசனை, புகை அல்லது நீராவி, மனிதர்கள், தாவரங்கள் அல்லது விலங்குகளின் உயிர்களுக்கு தீங்கு விளைவிக்கும் அல்லது சுற்றுச்சூழலுக்கு தீங்கு விளைவிக்கும் அளவுகளில் உள்ளது.

காற்றின் தரக் குறியீடு (AQI) ஒரு பகுதியில் வளி மண்டலத்தில் உள்ள இந்த மாசுகளின் அளவை அளவிடுகிறது. காற்று மாசுபாட்டிற்கான காரணங்கள் பின்வருமாறு :

1. திடக்காற்று மாசுபடுத்தி, உதாரணமாக விறகு, பயிர் எச்சங்கள், மாட்டு சாணம் கேக்குகள், நிலக்கரி, லிக்னைட் மற்றும் கரி போன்ற திட எரிபொருட்களை எரித்தல்.

2. திரவ காற்று மாசுபடுத்தி உதாரணமாக வீடுகளில் பெட்ரோல், மண்ணெண்ணெய் மற்றும் டீசல் பயன்பாடு.

3. வாயு காற்று மாசுபடுத்தி உதாரணமாக சல்பர் டை ஆக்சைடு, கார்பன் மோனாக்சைடு மற்றும் நைட்ரஜன்.

4. ஒலி மாசுபடுத்தும்; எடுத்துக்காட்டாக, போக்குவரத்து, இயந்திரங்கள், ஜெனரேட்டர்கள் மற்றும் பட்டாசுகள் ஆகிய வற்றிலிருந்து கடுமையான ஒலிகள்.

மத்திய மாசுக்கட்டுப்பாட்டு வாரியத்தால் அமைக்கப்பட்ட தேசிய சுற்றுப்புற காற்று தர நிலைகள், சல்பர் டை ஆக்ஸைடு, நைட்ரஜன் டை ஆக்ஸைடு, ட்ரை ஆக்சிஜன், ஈயம், கார்பன் மோனாக்ஸைடு, அம்மோனியா, பென்சீன், ஆர்சனிக், நிக்கல் மற்றும் துகள்கள் போன்ற தொழில்துறை, குடியிருப்பு, கிராமப் புறம், சுற்றுச்சூழல் உணர்திறன் பகுதிகள் மற்றும் மத்திய அரசால் உருவாக்கப்பட்ட பிற பகுதிகளுக்கு வேறுபடுகின்றன.

தூய்மையான சூழலுக்கான உரிமை :

சுத்தமான சுற்றுச்சூழலுக்கான உரிமை என்பது இந்தியாவில் உள்ள அனைத்து குடிமக்களுக்கும் கிடைக்கும் உரிமையாகும்.

சுத்தமான காற்றுச்சூழலுக்கான உரிமையை உள்ளடக்கிய வாழ்க்கை மற்றும் தனிப்பட்ட சுதந்திரத்திற்கான உரிமையை வழங்குகிறது. கலை, அரசியலமைப்பின் 51A(g) சுற்றுச்சூழலைப் பாதுகாக்கவும் ஒவ்வொரு குடிமகனுக்கும் கடமையை உருவாக்குகிறது.

காற்று மாசுபாடு காரணமாக ஒருவர் உடல்நலப் பிரச்சனைகளால் பாதிக்கப்பட்டால், சட்டத்தின் கீழ் புகார் செய்ய அவர்களுக்கு உரிமை உண்டு. சட்டத்தின் கீழ் ஒரு புகார் தொடர்பாக நீங்கள் யாரிடம் புகார் செய்யலாம்?

1. மத்திய மாசுக் கட்டுப்பாட்டு வாரியத்தின் ('CPUB') நிபுணர் குழு; உபாத்யாய் எஸ்
2. பிரிவு 2 (a), காற்று (மாசு தடுப்பு மற்றும் கட்டுப்பாடு) சட்டம், 1981.
3. சமூக நுகர்வு குறிகாட்டிகள், புள்ளியியல் மற்றும் திட்ட அமலாக்க அமைச்சகம்.
4. தேசிய சுற்றுப்புற காற்று தர நிலைகள் மற்றும் போக்குகள் 2019, cpcb.nic.in அணுகப்பட்டது.
5. திரு.சச்சினாந்த பாண்டே எதிராக மேற்கு வங்க மாநிலம், ஏஐஆர் 1987 எஸ்சி 1109.

6. சுபாஷ் குமார் எதிராக பீகார் மாநிலம், AIR (1991) 1 SCC 598; MC மேத்தா எதிராக யூனியன் ஆஃப் இந்தியா (ஆரவல்லி சுரங்க வழக்கு) (2004) 12 SCC 118.

7. பிரிவு 51 A(g). இந்திய அரசியலமைப்பு, 1950.

கோவிட்-19 பெருந்தொற்று

கோவிட்-19 பெருந்தொற்று என்பது கடுஞ்சுவாசக் கோளாறு கொரோனா வைரஸ் 2 (SARS- CoV-2) என்ற தீநுண்மி காரணமாக ஏற்படும் கொரோனாவைரஸ் நோயின் (கோவிட்-19) பெருந் தொற்றாகும். இது கொரோனா வைரஸ் பெருந்தொற்று என்றும் அறியப்படுகிறது. இந்நோயின் தொற்று முதன்முதலில் சீனாவின் வூகானில் 2019 டிசம்பரில் அடையாளம் காணப்பட்டது. ஜனவரி 30 அன்று கோவிட்-19 தொற்றை உலக அளவில் பொது சுகாதார அவசர நிலையாகவும், மார்ச் 11 அன்று ஒரு பெருந்தொற்றாகவும் உலக சுகாதார அமைப்பு அறிவித்தது. 24 டிசம்பர் 2024 அன்றைய நிலவரப்படி, 188 நாடுகளில், 24,77,40,899 பேர் பாதிக்கப்பட்டு, இவற்றுள் 50,17,139 பேர் உயிரிழந்துள்ளனர்.

இந்த வைரஸ் பெரும்பாலும் மக்களிடையே நெருக்கமான தொடர்பின் போது இருமல், தும்மல் மற்றும் பேசுவது ஆகியவற்றின்

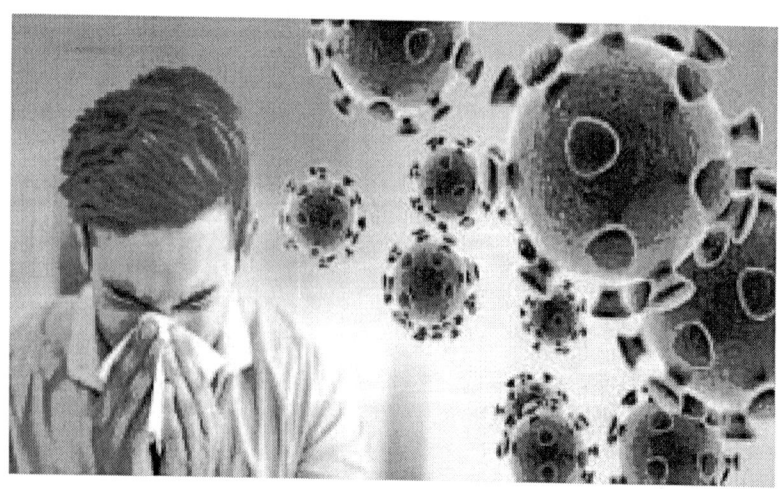

மூலம் உருவாகும் சிறிய நீர்த்துளிகள் வழியாகப் பரவுகிறது. இந்த நீர்த்துளிகள் வழக்கமாக நீண்ட தூரம் காற்று வழியாக பயணிப் பதை விட தரையில் அல்லது மேற்பரப்பில் விழுகின்றன. சில நேரங்களில், தொற்றுள்ள மேற்பரப்பைத் தொட்டுவிட்டு, பின்னர் தங்களின் முகத்தைத் தொடுவதன் மூலமாகவும் மக்களுக்குத் தொற்று ஏற்படக்கூடும். அறிகுறிகள் தோன்றிய முதல் மூன்று நாட்களில் தொற்றுப்பரவல் வீரியமாக இருக்கும், எனினும் அறிகுறிகள் தோன்றுவதற்கு முன்பும், அறிகுறிகளைக் காட்டாத மக்களிடமிருந்தும் தொற்று பரவ சாத்தியமுள்ளது.

பொதுவான அறிகுறிகளில் காய்ச்சல், இருமல், சோர்வு, மூச்சுத் திணறல் மற்றும் வாசனை உணர்வு இழப்பு ஆகியவை அடங்கும். நோய் தீவிரமடையும்போது நிமோனியா மற்றும் கடுமையான மூச்சுத்திணறல் ஆகியவை ஏற்படும். அறிகுறிகள் வெளிப்படும் கால இடைவெளியானது முதல் ஐந்து நாட்கள் வரை இருக்கும்; சில நேரங்களில் இரண்டு முதல் பதினான்கு நாட்கள் வரைக்கூட இருக்கலாம். இத்தொற்றுநோய்க்கு அறியப்பட்ட தடுப்பூசி அல்லது குறிப்பிட்ட வைரஸ் தடுப்பு சிகிச்சை எதுவும் இல்லை. அறிகுறி குறைப்பு சிகிச்சை மற்றும் ஆதரவு சிகிச்சை ஆகியவையே முதன்மை சிகிச்சைகளாக உள்ளன.

பரிந்துரைக்கப்பட்ட தடுப்பு நடவடிக்கைகளில் கை கழுவுதல், இருமும்போது ஒருவர் தம் வாயை மூடுவது, மற்றவர்களிடமிருந்து தூரத்தை பராமரித்தல், பொது இடங்களில் முகக்கவசம் அணிவது, தாங்கள் பாதிக்கப்பட்டுள்ளதாக சந்தேகிக்கும் நபர்களைக் கண் காணித்தல் மற்றும் சுய தனிமைப்படுத்துதல் ஆகியவை அடங்கும். இதனால் உலகெங்கிலும் உள்ள அரசுத் தலைவர்கள் தங்கள் நாட்டில் பயணக் கட்டுப்பாடுகள், ஊரடங்கு, பணியிட முன்னெச்சரிக்கைக் கட்டுப்பாடுகள் மற்றும் வசதிகளை மூடல் ஆகிய நடவடிக்கை களைச் செயல்படுத்தியுள்ளனர். சோதனை திறனை அதிகரிக்கவும் பாதிக்கப்பட்ட நபர்களின் தொடர்புகளை கண்டறியவும் பலர் பணியாற்றியுள்ளனர்.

இத்தொற்றுநோய் உலகளாவிய சமூக மற்றும் பொருளாதார சீர்குலைவை ஏற்படுத்தியுள்ளது. இதனால் பெரும் பொருளாதார மந்த நிலைக்குப் பின்னர் உலகளவில் மிகப்பெரிய மந்தநிலை ஏற்பட்டுள்ளது. இது விளையாட்டு, மத, அரசியல் மற்றும் கலாச்சார நிகழ்வுகளை ஒத்திவைக்க அல்லது ரத்து செய்ய வழிவகுத்தது. அச்சம் காரணமாக முகக்கவசம், கிருமிநாசினி உள்ளிட்ட பொருட்களை அதிக நபர்கள் வாங்கியதால் விநியோகப் பற்றாக்குறை ஏற்பட்டது. ஊரடங்கால் மாசுபடுத்திகள் மற்றும் பசுமைக்குடில் வாயுக்கள் ஆகியவற்றின் வெளிப்பாடு குறைந்தது.

177 நாடுகளில் பள்ளிகள், பல்கலைக்கழகங்கள் மற்றும் கல்லூரிகள் நாடு முழுவதும் அல்லது உள்ளூர் அடிப்படையில் மூடப் பட்டுள்ளன. இது உலக மாணவர் தொகையில் சுமார் 98.6 விழுக்காட்டினரை பாதித்துள்ளது. சமூக ஊடகங்கள் மற்றும் பொது ஊடகங்கள் ஆகியவற்றின் மூலம் வைரஸ் பற்றிய தவறான தகவல்கள் பரப்பப்பட்டுள்ளன. சீன மக்களுக்கு எதிராகவும், சீனர்கள் அல்லது அதிக நோய்த்தொற்று விகிதங்கள் உள்ள பகுதிகளி லிருந்து வந்தவர்களாகக் கருதப்படுபவர்களுக்கும் எதிராக இன வெறி மற்றும் பாகுபாடு காட்டப்பட்ட சம்பவங்கள் நடந்துள்ளன.

கோவிட்-19 ஆரம்ப நிலை

சீனாவின், ஊபேய் மாகாணத்தின் தலைநகர் ஊகானில் 2019 ஆம் ஆண்டின் இறுதியில் கண்டுபிடிக்கப்பட்டது. அங்கு வசிக்கும் சிலருக்கு, காரணம் தெரியாத நுரையீரல் அழற்சி ஏற்பட்டது. தற்போது பயன்பாட்டில் உள்ள தடுப்பு மருந்துகள், சிகிச்சைகள் யாவும் பயனளிக்கவில்லை. இவ்வகை தீநுண்மி மக்களிடையே பரவியது, அத்துடன் அதன் பரவுதல் வீதம் (நோய்த்தொற்றின் வீதம்) 2020 ஜனவரி நடுப்பகுதியில் அதிகரிப்பதாகத் தோன்றியது. ஐரோப்பா, வடஅமெரிக்கா மற்றும் ஆசிய-பசிபிக் பகுதிகளில் பல நாடுகள் இத்தொற்றுகளைப் பதிவு செய்தன. இத்தொற்றின் அறிகுறிகள் தோன்றுவதற்கு 2 முதல் 14 நாட்கள் வரை ஆகலாம்.

மேலும் இந்த நோயின் அறிகுறியில்லாதவர்களும் நோய்ப்பரவலுக்குக் காரணமாக இருக்கலாம் என்பதற்கான தற்காலிகச் சான்றுகளும் அறிவிக்கப்பட்டன. இத்தீநுண்மிக்கான அறிகுறிகள் காய்ச்சல், இருமல், தொண்டை வறட்சி, மூச்சுத் திணறல் போன்றவையும், மேலும் இறப்புகளும் ஏற்படலாம்.

2020 பிப்ரவரி 15 தரவுகளின்படி, சீனாவின் அனைத்து மாகாணங்கள் உட்பட உலகளாவிய அளவில் 67,100 தொற்றுகள் உறுதிப்படுத்தப்பட்டன. கொரோனா வைரசின் தொற்றால் முதலில் உறுதிப்படுத்தப்பட்ட இறப்பு 2020 ஜனவரி 9 அன்று பதிவானது. அன்றுமுதல் 2020 பிப்ரவரி 15 வரை, 1,526 இறப்புகள் உறுதி செய்யப்பட்டுள்ளன. இதனை விட அதிக எண்ணிக்கையிலான மக்கள் பாதிக்கப்பட்டிருக்கலாம்; அவை கண்டறியப்படவில்லை என்று ஆய்வுகள் மதிப்பிடுகின்றன. நோய்த்தொற்று ஏற்பட்டதாக உறுதி செய்யப்பட்ட முதல் 41 பேரில், மூன்றில் இருவருக்கு ஊகான் கடலுணவுச் சந்தையுடனான நேரடித் தொடர்பு கண்டறியப்பட்டது. இச்சந்தையில் உயிருள்ள விலங்குகளும் விற்பனை செய்யப்பட்டு வந்தன.

சீனாவிற்கு வெளியே இத்தீநுண்மியின் முதல் பரவல் வியட்நாமில் நோயாளியின் மகனுக்குத் தொற்றியது. அதே சமயம் குடும்பத்துடன் சம்பந்தப்படாத முதல் உள்ளூர் பரவல் ஜெர்மனியில் நிகழ்ந்தது, 2020 ஜனவரி 22 அன்று பவேரியாவிற்கு வந்திருந்த ஒரு சீன வணிகப்

பார்வையாளரிடமிருந்து ஒரு ஜெர்மேனியர் இந்த நோயைப் பெற்றுக் கொண்டார். சீனாவிற்கு வெளியே முதலாவது இறப்பு பிலிப்பைன்ஸில் பதிவானது. 44-அகவையுடையவர் இத்தீநுண்மியால் பாதிக்கப்பட்டு 2020 பிப்ரவரி 1 இல் உயிரிழந்தார்.

இதனைக் கட்டுப்படுத்தும் முகமாக, ஊகான் உட்பட 57 மில்லியனுக்கும் அதிகமான மக்கள் வாழும் நகரங்கள், மற்றும் சுற்றியுள்ள ஊபேய் மாகாணத்தில் 15 நகரங்கள் முழுமையாகவோ அல்லது பகுதியாகவோ பூட்டப்பட்ட நிலையில் வைக்கப்பட்டன, அனைத்து நகர்ப்புற பொதுப் போக்குவரத்து, தொடருந்து, வானூர்தி மற்றும் தொலைதூரப் பேருந்துகள் மூலம் வெளிப்புறப் போக்குவரத்துகளும் நிறுத்தப்பட்டன. பெய்ஜிங்கில் தடை செய்யப்பட்ட நகர், பாரம்பரியக் கோயில் கண்காட்சிகள் மற்றும் பிற கொண்டாட்டக் கூட்டங்கள் உள்ளிட்ட பல சீனப் புத்தாண்டு நிகழ்வுகள் தடை செய்யப்பட்டன, சுற்றுலாத் தலங்கள் மூடப்பட்டன. ஆங்காங்கும் அதன் தொற்று நோய்ப் பரவல் எச்சரிக்கை அளவை மிக உயர்ந்த நிலைக்கு உயர்த்தி, அவசர நிலையை அறிவித்தது. 2020 பிப்ரவரி நடுப்பகுதி வரை அதன் பள்ளிகளை மூடிப் புத்தாண்டு கொண்டாட்டங்களைத் தடை செய்தது.

ஊகான் மற்றும் ஊபேய் மாகாணத்திற்கான பயணங்களுக்கு எதிராக பல நாடுகள் எச்சரிக்கை விடுத்தன.

சீனாவுக்குப் பயணம் மேற்கொண்ட பயணிகள் குறைந்தது இரண்டு வாரங்களாவது தங்கள் உடல்நிலையை கண்காணிக்கவும், தீநுண்மியின் அறிகுறிகளைப் பற்றியும் அறிவிக்க மருத்துவரைத் தொடர்பு கொள்ளவும் கேட்டுக் கொள்ளப்பட்டனர். கொரோனா வைரசால் பாதிக்கப்பட்டிருக்கக் கூடும் என்று சந்தேகிக்கும் எவரும் ஒரு பாதுகாப்பு முகமூடியை அணிந்து கொண்டு மருத்துவரை நேரில் சென்று பார்வையிடுவதை விட மருத்துவரை தொலைத் தொடர்பு சாதனத்தின் உதவியால் மருத்துவ ஆலோசனையைப் பெற அறிவுறுத்தப்படுகிறார்கள். சீனாவில் வானூர்தி நிலையங்கள் மற்றும் தொடருந்து நிலையங்கள் தீநுண்மியைக் கொண்டவர்களை அடையாளம் காணும் முயற்சியாக மனித வெப்பநிலை

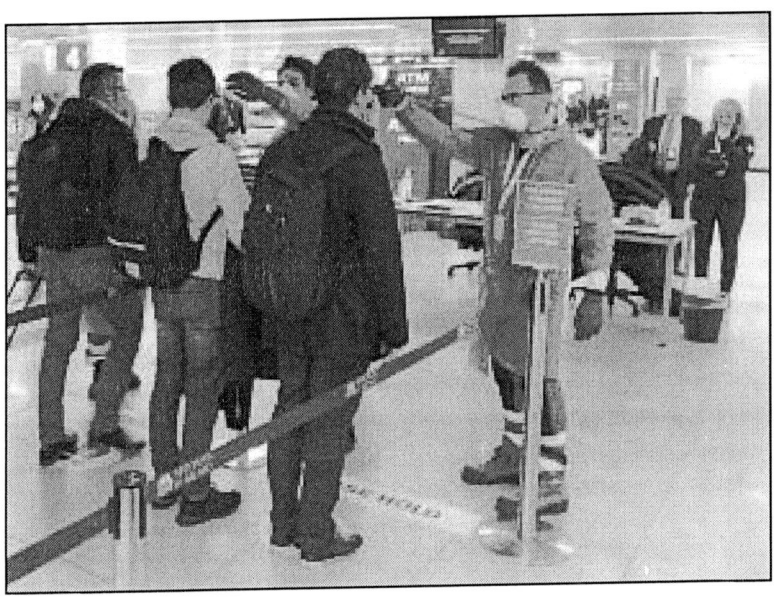

சோதனைகள், சுகாதார அறிவிப்புகள் மற்றும் தகவல் கையொப்பங் களை செயல்படுத்தியுள்ளன.

சீன அறிவியலாளர்கள் தீநுண்மியின் மரபணு வரிசையை விரை வாகத் தனிமைப்படுத்தித் தீர்மானித்தனர். அத்துடன் ஏனைய நாடுகள் இந்நோயைக் கண்டறிவதற்கான பிசிஆர் சோதனைகளைத் தாமாகக் கண்டறிவதற்காக சீனா தான் கண்டுபிடித்த மரபணு வரிசையை மற்ற நாடுகளுக்குக் கொடுத்தது. 2019-nCoV தீநுண்மியின் மரபணு வரிசை 75 முதல் 80 சதவிகிதம் SARS-CoV உடன் ஒத்த தாகவும், 85 சதவிகிதத்திற்கும் அதிகமாக பல்வேறு வெளவால், கொரோனா வைரஸ்களைப் போலவும் இருப்பதாகக் கூறப் படுகிறது. ஆனாலும், இந்த வைரஸ் சார்சைப் போலவே ஆபத்தானதா என்பது தெளிவாக இல்லை.

உலக சுகாதார அமைப்பு

2020 ஜனவரி 30 அன்று, இத்தொற்றுப் பரவலை ஒரு பொது சுகாதாரப் பன்னாட்டு அவசர நிலையாக (PHEIC) என உலக சுகாதார அமைப்பு (WHO) அறிவித்தது. இது 2009 ஆம் ஆண்டில் H1N1

தொற்றுநோய்க்குப் பின்னர் அறிவிக்கப்படுவது ஆறாவது முறையாகும்.

2020 மார்ச் 12 அன்று, கோவிட்-19 உலகளாவிய நோய்த் தொற்று என உலக சுகாதார நிறுவனம் அறிவித்தது. உலக சுகாதார அமைப்பு (WHO) கொரோனாவைரசு எதிராக அவசர மற்றும் தீவிர நடவடிக்கை எடுக்குமாறு அனைத்து நாடுகளுக்கும் ஐ.நா. பொதுச் செயலாளர் அன்டணியோ குட்டரெஸ் அறிவுறுத்தியுள்ளார்.

கொரோனா நுண்நச்சுயிரி நோய் பற்றி முதலில் அறிவித்து சீன அரசை எச்சரித்த சீன மருத்துவர், 34 அகவை நிரம்பிய, இலீ வென்லியாங்கு (Dr. Li Wenliang) கொரோனா நுண்நச்சுயிரி பாதிப்பால் இறந்து விட்டார்.

■

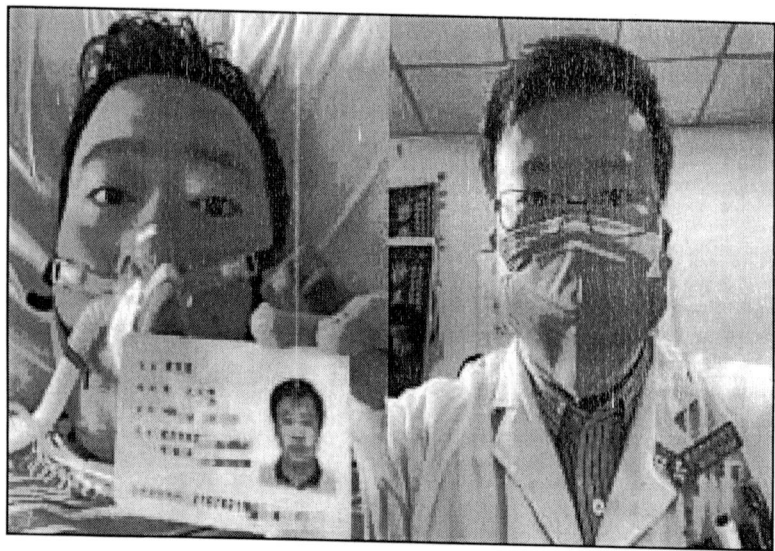

23. நிலநடுக்க பாதிப்புகளை எதிர்கொள்ளும் இயற்கை பேரிடர் மேலாண்மை

இயற்கை பேரிடர் ஏற்படுவது இயல்பு. இவைகளை கணிக்கவோ அல்லது தடுக்கவோ இயலாது. இதனால் ஏற்படும் மற்ற விளைவுகளை எவ்வாறு குறைப்பது என்பதே இன்று நம் முன் உள்ள சவாலாகும். ஏற்கனவே சூறாவளி, காற்றமுழுத்த தாழ்வு மண்டலம் கடற்கரை பகுதிகளில் ஏற்படும் நில நடுக்கங்கள், பருவகால வெள்ளங்கள், நிலச்சரிவுகள், சமீப காலத்து சுனாமி தாக்கத்தினால் ஏற்பட்ட அழிவுகளை தமிழ்நாடு சந்தித்துள்ளது.

நகர்புற மக்கட் தொகை பெருக்கத்திலும் மற்றும் மனிதனால் கட்டப்படும் மோசமான கட்டிடங்களும் கைகோர்த்து நகரங்களில் அதிக அளவில் மனித இனத்திற்கும், உடமைகளுக்கும் நிலநடுக்கங் களாலும், மற்றும் இயற்கை பேரழிவு நிகழ்வுகளாலும் இன்னல்கள் ஏற்படு கின்றது. முதன்மையான நோக்கமானது, சமூகத்தில் ஏற்படும் உயிர்ச்சேதங்கள், சொத்து இழப்பு ஆகிய இன்னல்களைக் குறைத்தல் ஆகும். இம்மாதிரியான இயற்கை பேரிடர்களை மனிதர்களால் நேரடியாக தடுக்க முடியாது. ஆனால் உயிர் இழப்புகளையும், சொத்து இழப்புகளையும் குறைக்க முயற்சிக்கலாம்.

பேரிடர்கள் நிகழக்கூடிய பகுதியாக இருந்தாலும், சமூக, சரித்திர மற்றும் முன்வாய்ப்பு காரணங்களால் மக்கள், இத்தகைய பகுதிகளில் தொடர்ந்து வாழ்ந்து வருகின்றனர். இப்பகுதிகளில் எப்பொழுது மக்கள்தொகை அதிகமாகிறதோ அப்போதே இன்னல்களும் அதிகமாகிறது. அந்த இடத்தில் நெருக்கம் மற்றும் நடவடிக்கை அதிகமாவதால் ஏராளமான உயிரினங்களுக்கு இன்னல்கள் ஏற்படும் சூழல் அதிகமாகிறது. இயற்கை பேரிடர்கள் ஏற்படாமல் இருக்க முன்னேற்பாடுகளும், திட்டங்களும் தான் ஒரே வழி. இயற்கை பேரிடர்கள் ஏற்படும் இடங்களில் கட்டிடங்களுக்கான விதி முறைகள் இத்தருணத்தில் மிகவும் அவசியம். கட்டிட பாதுகாப்பு தவிர பேரிடர் மேலாண்மைக்கு மிகவும் முக்கியமானது சாலை அமைத்தல், திறந்தவெளி அமைத்தல் ஆகியவை உள்ளடக்கிய திட்டமிடுதல் ஆகும்.

இயற்கை பேரிடர் மேலாண்மைக்கான நிதியை செலவாக அல்லாமல் மூலதனமாக கருதப்படவேண்டும். உள்ளாட்சி அமைப்புகள் இயற்கை பேரிடர்களை முக்கியமானதாக எடுத்துக்கொண்டு அவை நிகழும்போது அதை கையாளுவதற்கு போதுமான நிதி, தொழில் நுட்ப முன்னேற்பாடு மற்றும் திட்டங்களுடன் தயாராக இருக்க

வேண்டும். குறிப்பிட்டுச் சொல்ல போனால், இந்த நிகழ்வுகளுக்கு அருகாமையில் உள்ளாட்சி அமைப்புகள் உள்ளதால் மேலாண்மைப் பணிக்கான பொறுப்பு அதிகம் இந்நிறுவனங்களுக்கே ஏற்பட வாய்ப்புள்ளது.

இயற்கை பேரழிவு என்பது ஒரு குறிப்பிட்ட காலத்தில் ஒரு பகுதியில் பெரும் அழிவை ஏற்படுத்தும் இயற்கை நிகழ்வாகும். இயற்கை பேரழிவு ஏற்படக் கூடிய பகுதிகள் என்பது,

1. நிலநடுக்கத்தால் மிதமான மற்றும், மிக அதிகமான சேதாரங்கள், இன்னல்கள் ஏற்படுத்தும் பகுதி.

2. சூறாவளி காற்றினால் மிதமான, மிக அதிகமான இழப்புகள் ஏற்படும் பகுதி.

3. வெள்ளப்பெருக்கு.

4. நீர்த்தேக்கத்தினால் விளைவுகள் ஏற்படும் பகுதி.

5. ஆழிப்பேரலை தாக்கும் பகுதி

6. நிலச்சரிவு ஏற்படும் / ஏற்படக் கூடிய பகுதி.

மேற்கூறியவைகளில் ஒன்றோ அல்லது பலவோ ஏற்படக் கூடிய பகுதி

இயற்கை பேரிடர் என்பது நிலநடுக்கம், சூறாவளிக் காற்று, வெள்ளப்பெருக்கு, ஆழிப்பேரலை அல்லது நிலச்சரிவு இவைகளால் உயிர், சொத்துக்கள் மற்றும் சுற்றுப்புற சூழ்நிலைகளுக்கு மிகப் பெரிய அழிவு உண்டாக்கி சமூகத்திற்கு தூக்கம் ஏற்படுத்துவதாகும்.

நிலநடுக்கம் ஏற்படும் பகுதிகள் என்பது, மண்டல எண் III, IV மற்றும் V (இந்திய தர நிர்ணயம் 1893) இல் அடங்கிய சுமாரானது முதல் மிக அதிக அழிவுகளை நிலநடுக்கத்தால் ஏற்படுத்தக்கூடிய பகுதி யாகும். சூறாவளி ஏற்படும் பகுதிகள் என்பது கடற்கரை அருகில் உள்ள சூறாவளி காற்றின் வேகம் 39 மீட்டர்/ வினாடிக்கு மேல் இருக்கக்கூடிய சூறாவளி மழையுடன் கூடிய பகுதியாகும். தமிழ் நாட்டில் உள்ள கடற்கரை மாவட்டங்களில், கடற்கரையில் இருந்து

20 கி.மீ. தூரத்திற்கு சாதாரணமாக இது நீடித்துள்ளது. வெள்ளத் தாக்கப்பகுதி என்பது வெள்ளத்தாலோ அதனுடன் கூடிய வெள்ளத் தேக்கத்தாலோ பாதிக்கப்படும் பகுதி ஆகும். ஆழிப் பேரலை தாக்கப்பகுதி என்பது, ஆழிப் பேரலைகள் ஏற்கனவே தாக்கப்பட்ட, அல்லது எதிர்காலத்தில் தாக்கப்படலாம் என சென்னை மாநகராட்சி யால் அறிவிக்கை வெளியிடப்பட்ட பகுதியாகும்.

சென்னை பெருநகரப்பகுதியில் சேதத்தை ஏற்படுத்தும் பகுதி களை கீழ்கண்டவாறு வகைப்படுத்தலாம்.

(அ) நிலநடுக்க சேதப் பகுதிகள்:

சென்னை மாநகரப்பகுதி, நில நடுக்க மண்டலம்-3ன் கீழ் வருகிறது. மொத்த சென்னை பெருநகரப்பகுதியும் இம்மண்டலத்தின் கீழ் அமைந்துள்ளது.

(ஆ) சூறாவளி சேதப்பகுதிகள் :

சென்னைப் பெருநகரில் கடற்கரையிலிருந்து 20 கி.மீ. தூரத்திற்குள் உள்ள பகுதிகள் இதில் அமைகின்றன. சூறாவளிக்காற்றுடன் கூடிய மழை, உயர் அலைகளால் கடல் நீர் வெள்ளப்பெருக்கு, மற்றும் பலத்த மழையால் வெள்ளம் ஆகியவற்றால் இப்பகுதிகளுக்கு அபாய நிலை உருவாகிறது.

(இ) நிலச்சரிவு சேதப் பகுதிகள் :

நிலையில்லாத புவி அமைப்புகள், தரமில்லாத கட்டுமானப்பணிகள், பலத்த மழை, அதனால் ஏற்படும் வெள்ளங்கள், நகர மயமாதலால் ஏற்படும் மோசமான வடிகால் அமைப்புகள் ஆகியன மலைப் பிரதேசங்களில் நிலச்சரிவு ஏற்பட முக்கிய காரணிகளாக அமை கிறது. நில நடுக்கமும் இந்நிலச்சரிவை தூண்டிவிடும் காரணியாக அமைகிறது. மாநகரப்பகுதியில் எந்தப்பகுதியும் இந்த நிலச்சரிவு ஏற்படக் கூடிய பகுதியாக அமையவில்லை.

(ஈ) வெள்ளப்பெருக்கு சேதப் பகுதிகள் :

இந்திய வெள்ள இடையூறு நிலப்படத்தை நோக்கும்போது, (புதுதில்லி, வானிலை ஆராய்ச்சி மையத்தால் வரையப்பட்டது)

தமிழகத்தில் எந்த பகுதியும் இன்னல் அமைந்த பகுதியாக காணப்படவில்லை. ஆனால், உள்ளாட்சி பகுதிகளில், குறிப்பாக ஆறுகள், கால்வாய்கள் மற்றும் நீர்நிலைகளாகிய ஏரிகள் சார்ந்த பகுதிகளில் நிலமட்ட அளவுகள் அடங்கிய வெள்ள பெருக்கு அபாயம் நேரிடும் பகுதிகள் அடங்கிய நிலப்படங்கள் வரையப்படவேண்டும்.

சென்னை பெருநகர் பகுதியை பொறுத்தமட்டில் பலத்த மழை காலங்களில் ஆறுகள், கால்வாய்கள் மற்றும் தாழ்வான பகுதிகளை சார்ந்த பகுதிகளில், சில பகுதிகளில் மட்டுமே வெள்ள அபாயம் ஏற்படும் பகுதியாக கண்டறியப்பட்டுள்ளது. ஏற்கனவே, சென்னை பெருநகர் பகுதியில் உள்ள பெரிய மற்றும் சிறு அளவிலான வடிகால் அமைப்புகள் போதிய கால அவகாசத்தில் மழைநீர் வடிவதற்கு உதவுகின்றன. தாழ்வான பகுதிகளில் அபிவிருத்திகள் அனுமதிக்கப்படும்போது உத்தேசித்துள்ள அபிவிருத்தி தரத்திற்கு பொருந்துவதாகவும், பொதுப்பணித் துறையின் வெள்ளம் தேங்காத வரைமுறைகளை கடைபிடிப்பதற்கான சான்றிதழ் பெற்றபின் அனுமதிக்கப்படுகிறது.

(உ) ஆழிப்பேரலை சேதப் பகுதிகள் :

சென்னைப் பெருநகர் பகுதியில் ஆழிப்பேரலை நேரடியாக தாக்கி வெள்ளம் ஏற்படும் கடற்கரை பகுதிகளுக்கு வரைபடம் தயாரிக்க வேண்டும். அப்படிப்பட்ட பகுதிகளை ஆழிப்பேரலை ஏற்படும் பகுதிகள் என்று வரையறுக்கப்படவேண்டும். இருப்பினும், மேற்கண்ட பகுதிகள் சென்னை பெருநகர் பகுதியில் கடற்கரை ஒழுங்குமுறை மண்டல பகுதியில் உயர் கடல் அலை மட்டத்திலிருந்து 500 மீட்டர் தூரத்தில் அமைகிறது.

வளர்ச்சிக் கட்டுப்பாடு விதிகள் நில உபயோகம், இடம், உயரம், தளங்களின் எண்ணிக்கை, கட்டிடங்களின் பருமன், கட்டிடங்களைச் சுற்றி இடைவெளிகள், நிலம் மற்றும் கட்டிட பயன்பாடு ஆகியவற்றை சென்னைப் பெருநகரில் கட்டுப்படுத்த வரையறுத்துள்ளது. கட்டிட விதிகள் உள்ளாட்சி நிறுவனங்களால் அமலாக்கப்படுகிறது. இவைகளை கடைக்கால், தரைத்தள உயரம், சுவர்கள், தளங்கள், அளவுகள், நில அளவையாளரை அனுமதித்தல், கட்டிடம்

கட்டும் தருவாயில் மேற்கொள்ள வேண்டிய ஆய்வுகள், கட்டிடங்களில் சுய எடை, மேல் எடை, காற்றழுத்தத்தால் கட்டிடங்களில் உண்டாகும் சுமை, வலுவூட்டப்பட்ட திண் காரை, கட்டுமான கட்டுக்கோப்பு, கட்டுமான பொருட்கள் முதலியன பற்றி வரையறுக்கப்பட்டுள்ளது. கட்டுமான பாதுகாப்பு மற்றும் அதன் திடம் ஆகியவை கட்டிட விதிகளின்கீழ் உள்ளாட்சி சட்டங்களின்படி கட்டுப்படுத்தப்படுகிறது. பேரிழிவு ஏற்படுத்தக் கூடிய பகுதிகளுக்கான சிறப்பு விதிகளை உள்ளாட்சி நிறுவனங்களின் கட்டிட விதிகளின்கீழ் விரைவில் கொண்டு வந்து அதனை சீரிய முறைகளின் அமல்படுத்தப்பட வேண்டும்.

மட்டுப்படுத்துதல் என்பது முன்னதாகவே பேரிடரால் ஏற்படக் கூடிய சுற்றுப்புறசூழ்நிலையில் பாதிப்பு ஏற்படுத்துவதை தவிர்ப்பதும் சேதங்களை குறைப்பதற்கும் அதை தவிர்ப்பதற்கும் எடுக்கும் நடவடிக்கை ஆகும். இந்திய அரசாங்கமும் உலக அபிவிருத்தி திட்டமும் சேர்ந்து செயலாக்கிடும் பேரிடர்கள் ஆபத்து மேலாண்மை திட்டம் *(2000-2007)* என்பது சமுதாயத்தின் மேல் ஏற்படும் இந்த இயற்கை சீற்றங்களை குறைப்பதற்கு எடுக்கப்படும் ஒரு தேசிய முயற்சியாகும். நிலநடுக்கம் ஏற்படும் *38* நகரங்களில் அதனுடைய தாக்க தன்மையை குறைப்பதற்கு ஒரு துணை திட்டத்தை தயாரித்துள்ளது. இந்த திட்டத்தின் பிரதான இலக்குகளானது:

1. விழிப்புணர்ச்சி ஏற்படுத்துதல்:-

தேசிய அளவில் கூட்டங்களை நடத்தி நகராட்சி நிர்வாகம் மற்றும் தேசிய ஐக்கிய நாட்டு தொண்டு நிறுவனங்களை அமர்த்துதல், மாநில அளவில் முக்கியமான துறைகளின் திட்டங்களை கருத்தில் கொண்டு அதற்கு அங்கிகாரம் அளிப்பது. முறையான தொடர் ஆலோசனை கூட்டங்களை நடத்துவது, விழிப்புணர்ச்சி ஏற்படுத்தும் முகாம்களும், வானொலி, தொலைக்காட்சி, செய்தித் தாள்கள் போன்றவற்றின் மூலம் ஒரு விழிப்புணர்ச்சி ஏற்படுத்துதல், செய்திகளை தெரிந்து கொள்வதும் மற்றும் பரப்புவதும், கல்வி, மற்றும் செய்திகளை வெளி அனுப்பும் பொருட்கள் மற்றும்

கையேடுகள், தகுந்த கட்டிட உத்திகளை கையாள்வது (நிலநடுக்க பாதிப்பை ஏற்படாமல் பாதுகாக்க வழிமுறைகளை உள்ளடக்கியது) முதலியன அதன் செயல்படுத்துதலில் அடங்கும்.

2. தொழில் மற்றும் சட்ட அமைப்பு அபிவிருத்தி என்பது -

தலைமை நிறுவனங்களை கண்டறிவது, மாநிலத்திலுள்ள முக்கிய அமைப்புகளுடன் இணைந்த தொழில் மற்றும் சட்ட அமைப்பு அபிவிருத்தி நிறுவனங்களுடன் பணியாற்றுவது, இந்த நிகர்வுகளுக்காக தேவைப்படும் கொள்கை ஏற்படுத்துபவர்கள், நகர உள்ளாட்சி அமைப்புகளிலுள்ள அதிகாரிகளுக்கு புத்தறிவுப் பயிற்சி அளித்தல், செயல்படுத்திக் கொண்டுள்ள சட்ட திட்டங்களை மறு ஆய்வு செய்வது, மற்ற தொழில்நுட்ப சாராம்சங்கள் மற்றும் அதன் பரிந்துரைகள், பொறியாளருக்கு பயிற்சி அளித்தல், கட்டிட கலைஞர்கள், நகர திட்ட வல்லுனர்கள் மற்றும் நகர நிர்வாகிகள் ஆகியோருக்கு சட்டத்தில் உள்ள சிறப்பு அம்சங்களை அதன் சார்ந்த அம்சங்களை விளக்குவது, பொறியாளர் மற்றும் கட்டிட வல்லுனர் களிடம் சான்றிதழ்களை கட்டாயப்படுத்துதல், நகர அபிவிருத்தி, தகுந்த பாதுகாப்பு கட்டிட வடிவமைத்து பாதுகாப்புகளை ஆய்வு செய்வது மற்றும் கட்டிட பாதுகாப்பு முறைகளை மாநில அரசு அமைப்பு சார்ந்த நிறுவனங்களை ஏற்படுத்துதல், நிதி மற்றும் பாதுகாப்பு நிறுவனங்களுடன் இணைந்து நில நடுக்க பாதுகாப்பு, பழைய மற்றும் புதிய கட்டிடங்களுக்கு நிதி ஆதாரங்களுடன் மூலமாக நடவடிக்கை எடுத்தல் மற்றும் ஏற்கனவே இருக்கும் கட்டிடங்களுக்கு, நிலநடுக்க பாதுகாப்புக்காக குறிப்பிட்ட காலத் திற்குள் சட்டரீதியான சான்று வழங்குவது.

3) நிலநடுக்கம் தயார்நிலை மற்றும் ஏற்புத் தன்மை திட்டம்:-

சமூக ஆயத்த விழுப்புணர்ச்சி கூட்டங்களை ஏற்படுத்துதல், குடியிருப்பு நலச்சங்கங்கள், தன்னார்வு தொண்டர்களை கண்டு பிடித்து பயிற்சி அளித்தல், பேரழிவு ஏற்படும் இடங்களுக்கான வரைபடங்கள், பகுதி மற்றும் மண்டலம் தயார்நிலை மற்றும் ஏற்புத் தன்மை திட்டம் தயாரித்தல், பேரழிவு மேலாண்மை குழுக்கள் அமைத்தல் மற்றும் சிறப்பு பணிப்பிரிவுப் பயிற்சி (பேரழிவு

மேலாண்மை குழுக்கள்), மேலாண்மை குழுக்கள் மற்றும் அமைப்பு களுக்கு பயிற்சி அளித்தல், பகுதி திட்டங்களை நகரத்திட்டங்களாக ஒழுங்கிணைத்தல், நகர தயார்நிலை மற்றும் ஏற்புத்தன்மை திட்டங்களை மறு ஆய்வு செய்தல், நகர தீ அமைப்புத்துறையை அவசரகால பாதுகாப்பு மற்றும் தீயணைப்புத் துறையாக மாற்றி அமைத்தல் மற்றும் பயிற்சியாளர்களுக்கு பயிற்சி அளித்தல் ஆகியவைகளை உள்ளடக்கியது.

4. பயிற்சித் திறன் அமைப்பு:-

பயிற்சி கால அட்டவணை நடைமுறைப்படுத்தல் மற்றும் விரிவாக்கம் மற்றும் முன்மாதிரி பயிற்சி / ஏற்புத்தன்மை நிறுவனம், ஏற்கனவே, முன் வடிவமைக்கப்பட்ட நில நடுக்கம் தயார்நிலை மற்றும் ஏற்புத்திட்டத்திற்கான மறுசீரமைப்பு பணியில் நடைமுறை யிலுள்ள பொறியாளர்கள், கட்டிட வல்லுனர்களை அரசுத் துறையி லிருந்து எடுத்து பயிற்சி திறனை பலப்படுத்துதல் ஆகியவைகளை உள்ளடக்கியது.

தமிழகத்திலும் மற்றும் சென்னைப் பெருநகரை உள்ளடக்கிய பகுதியிலும் பேரழிவு இன்னல் இடர்பாடு மேலாண்மை திட்டங் களுக்கு ஒருங்கிணைப்பு துறையாக வருவாய் நிர்வாகம், பேரழிவு மேலாண்மை மற்றும் மட்டுபடுத்தும் துறை திறம்பட செயல்படு கிறது. இத்துறையானது ஐக்கிய நாடு மற்றும் இந்திய அரசால் ஆதரவுடன் செயல்படுத்தப்படும் பேரிடர் பாதிப்பு மேலாண்மை திட்டத்தை செயல்படுத்தும் மைய முகமையாக உள்ளது. இத்திட்ட மானது சென்னையை உள்ளிட்ட தமிழ்நாட்டில் வெகு சிறப்பாக செயல்படுத்தப்பட்டு வருகிறது.

நகர்புற நிலநடுக்க பாதிப்பு குறைக்கும் திட்டமானது பேரிடர் ஆபத்து மேலாண்மைத் திட்டத்தின் துணை அங்கமாகும். மைய அரசு - ஐக்கிய நாட்டு வளர்ச்சித் திட்டத்தின் கீழ் வரும் நகர்ப்புற நிலநடுக்க பாதிப்பு குறைக்கும் திட்டத்தின் பல அங்கங்கள் சூறாவளி, நிலச்சரிவு, வெள்ளம், ஆழிப்பேரலை போன்ற பிற இயற்கை பேரிடர்களுக்குப் பொருந்தும். எனவே விழிப்புணர்வு ஏற்படுத்துதல், தொழில் உத்திகள், சட்ட வடிவம் கொடுத்தல், நில

நடுக்கத்தால் ஏற்படும் தாக்கத்தை எதிர் கொள்ள தயார் நிலையில் இருத்தல், பயிற்சி மற்றும் திறன் மேம்பாடு போன்றவை இந்த இயற்கை பேரிடரை உள்ளடக்கி செயல்படுத்தப்பட வேண்டும் மற்றும் மாநில மைய முகமைகள் இவற்றின் மேல் தகுந்த நடவடிக்கை எடுக்க வேண்டும்.

மைய அரசு - ஐக்கிய நாட்டு வளர்ச்சித் திட்டத்தின் கீழ் வரும் பேரிடர் ஆபத்து மேலாண்மைத் திட்ட காலம் முடிந்த பின்னும், மாநில மைய முகமைகள் இவ் நடவடிக்கைகளை தொடர வேண்டும். முன் பேரிடர் தாங்க தயார் நிலையில் இருத்தல் மற்றும் பேரிடர் மேலாண்மை காலந்தோறும் மறு ஆய்வு செய்யப்பட வேண்டும் மற்றும் புதுப்பிக்கப்பட வேண்டும்.

சென்னைப் பெரு நகரமானது, நிலநடுக்கம் பகுதி -III மற்றும் சூறாவளியால் தாக்க வாய்ப்புள்ள பகுதியில் இருப்பதால், இடர் ஏற்படக் கூடிய பகுதிகளுக்கான சிறப்பு விதிகள் சேர்த்து கட்டிட விதிகளின் திருத்த நடவடிக்கை விரைவாக எடுக்கப்பட வேண்டும்.

செயல்முறைகள்

மாநிலத்தில், மாவட்ட அளவில் பேரிடர் மேலாண்மை செயல் முறைகள் நடைமுறையில் உள்ளன. இந்த கட்டமைப்பு மாவட்ட

பேரிடர் மேலாண்மை குழுக்கள், பேரிடர் மேலாண்மை அணிகள், நெருக்கடியை சமாளிக்கும் குழுக்கள், அவசர நடவடிக்கை எடுக்கும் மையங்கள், இராணுவ மற்றும் பாதுகாப்புத் துறைகளை ஈடுபடுத்த வழிமுறைகள் முறைசாரா நிறுவனங்கள் மற்றும் பிற நிறுவனங்கள் போன்றவற்றை உள்ளடக்கும். இயக்கத்திற்கான கட்டளைகள் மற்றும் ஒருங்கிணைப்பு, அவசர நிலை எச்சரிக்கை மற்றும் தகவல் பரப்புதல், சேதங்கள் குறித்து விரைவான மதிப்பீடு மற்றும் அறிக்கை தாக்கல், தேடுதல் மற்றும் காப்பாற்றுதல், மருத்துவ வசதிகள் கிடைக்கப் பெறுதல், தொலைத் தொடர்பு, தற்காலிக உறைவிட மேலாண்மை, (இலவச உணவு மற்றும் சமையல் மேலாண்மை உள்ளிட்ட), சட்டம் ஒழுங்கு, தொலைந்து போனவர்களை தேடுதல்/ பொது தொடர்பு மேலாண்மை, கால்நடைகள் கவனிப்பு தன்னார்வு தொண்டு நிறுவனங்கள் மற்றும் தன்னார்வு நிறுவனங்கள் போன்றவற்றை மாவட்ட செயலாக்கத் திட்டங்கள் போன்றவை மையப்படுத்தியுள்ளன. பேரிடர் மற்றும் பாதிப்புகளை பொறுத்து, உதவிகள், போக்குவரத்து, உதவும் குழுக்களுடன் ஒருங்கிணைப்பு போன்றவற்றை கண்டறிந்து உதவி மேலாண்மை திட்டம் தயாரிக்கப்பட வேண்டும்.

அடிப்படை உட்கட்டமைப்பு வசதிகளின் புனரமைப்பு, அன்றாட வாழ்விற்குத் தேவையான கட்டிடங்களின் வடிவமைப்பு, சமுதாய உட்கட்டமைப்பு, சேதமடைந்த கட்டிடங்கள், மருத்துவ புரைமைப்பு (மனரீதி மற்றும் மனரீதி சமுதாய தலையீடுகள் உட்பட) மற்றும் உதவிகளின் மூலம் பிழைப்பதற்கான வாழ்க்கை தொழில் மீட்டளிப்பு போன்றவற்றை கருதி பாதிக்கப்பட்ட மக்களின் வாழ்க்கையை இயல்பு நிலைக்கு கொண்டுவர குறுகிய கால மற்றும் நெடுங்கால மீட்டளிப்பு மற்றும் மறு கட்டுமானத் திட்டம் தயாரிக்கப்பட வேண்டும்.

பருவகால மழையால் ஏற்படக்கூடிய வெள்ளம், மற்றும் இவை சம்பந்தப்பட்ட பணிகளை ஒருங்கிணைக்க மற்றும் உண்மையான வாழ்கை சூழ்நிலையை சமாளிக்க விரிவானத் திட்டம் தயாரித்தல் போன்றவை மற்றும் (தலைமைச் செயலாளர் தலைமையில்) பருவ மழைக்கு முன் தயாராகும் நிலை இவற்றை ஆய்வு செய்ய மற்றும்

ஒவ்வொரு வருடமும் கூட்டம் நடத்தப்படுகிறது. பேரிடர் மேலாண்மைத் திட்டம் தயாரிக்கப்பட்டு வருகிறது. அந்தந்த துறை/முகமைகளுக்கு இந்திய வானிலை ஆராய்ச்சித் துறை வெள்ளம் மற்றும் புயல் எச்சரிக்கை, அந்தந்த துறை மற்றும் பொது மக்களுக்கு தகவல் பரப்புதல், மாவட்ட நிர்வாகத்தால் தயாரிக்கப்பட்ட திட்டங்கள் மற்றும் தயார் நிலை, வெள்ளம் மற்றும் புயல் தாக்கப்படும் என எதிர்பார்க்கப்படும் பகுதிகள் அந்தந்த துறைகள் / தன்னார்வு தொண்டு நிறுவனங்கள், தொண்டு நிறுவனங்கள் / சமுதாய அடிப்படையிலான நிறுவனங்கள் / சுய உதவி குழு இதர பலவற்றைக் கொண்ட ஒரு தகவல் தொகுப்பேட்டை தயாரிக்க மாவட்ட ஆட்சியர்கள் அறிவுறுத்தப்படுகிறார்கள். இந்த தகவல் தொகுப்பேட்டின் நகல்கள் அந்தந்த துறைகள், கல்வி நிறுவனங்கள் மற்றும் மக்களால் தேர்ந்தெடுக்கப்பட்ட பிரதிநிதிகளின் அலுவலகத் திற்கு கொடுக்கப்படுகிறது.

பருவ மழையை எதிர்கொள்ள ஏற்பாடு செய்யப்பட்டிருக்கும் தயார் நிலையை ஆய்வு செய்யவும் மற்றும் தகுந்த நடவடிக்கை எடுக்க மாநில ஒருங்கிணைப்பு குழு கூட்டம் நடத்துகிறது.

காவல்துறை, தீயணைப்புத்துறை, தேசிய மாணவர் படை, ஊர் காவலர் ஆகியவற்றால் ஆபத்து காலங்களில் தேடுதல் மற்றும் காப்பாற்றுவது எப்படி என்று மாதிரி பயிற்சிகள் நடத்தப்படுகிறது.

பருவமழை காலங்களில் நிலைமையை கண்காணிக்க கட்டுப் பாட்டு அறைகள் ஏற்படுத்தப்பட்டுள்ளன. 13 கடற்கரை மாவட்டங்கள் மற்றும் மாநில தணிப்பு ஆணையர் அலுவலகத்தில் இரு வழி தகவல் தொடர்பு ஏற்படுத்தப்பட்டுள்ளது. மாவட்ட தலைமையகங்களில் வசூலிக்கப்படாத தொலைபேசி சேவைகள் இயக்கப்படுகிறது. சென்னை எழிலகத்தில் உள்ள மாநில தணிப்பு ஆணையர் அலுவலகத்தில் 24 மணி நேரமும் கட்டுப்பாட்டு அறை இயக்கப்படுகிறது.

பலத்த மழையால் ஏற்படும் வெள்ளத்தை தடுக்க, கீழ்க்காணும் நடவடிக்கைகள் பருவமழை தொடங்கும் முன் எடுக்கப்படுகிறது.

- அணைகள் மற்றும் அணைக்கட்டுகளை கண்காணிக்கவும் மற்றும் உடைப்புகளை அடைக்க தகுந்த நடவடிக்கைகள் எடுக்கவும் மற்றும் பொது மக்களுக்கு முன் கூட்டியே உதிரி நீரை விடுவித்தல் பற்றி எச்சரிக்கை அளிக்கவும் பொதுப்பணித் துறை அறிவுறுத்தப்படுகிறார்கள். புயல் நிவாரண தங்கு மிடங்கள் மற்றும் இடப்பெயர்ச்சி செய்யப்படும் நபர்களை தங்க வைக்கப்படும் கட்டிடங்கள் இவை தயார் நிலையில் வைக்கப்படுவதற்கு முன்கூட்டியே ஆய்வு செய்யப்படுகிறது.
- மரம் வேரோடு விழுதல் மற்றும் மின் கம்பிகள் விழுதல் போன்ற வற்றால் சாலைகளில் ஏற்படுத்தப்படும் தடங்கலை நீக்க போது மான அளவில் மற்றும் நல்ல நிலையில் நில சமன் பொறி, விசை ஆற்றல் போன்ற கருவிகளை புயல் காலங்களில் வைத்திருக்கு மாறு நெடுஞ்சாலைத் துறை அறிவுறுத்தப்படுகிறார்கள்.
- அத்தியாவசிய பொருள்களான அரிசி, மண்ணெண்ணெய் ஆகியவைகள் சேமிப்பு கிடங்குகளில் இருப்பு நிலையை சரி பார்க்க மாவட்ட ஆட்சியருக்கு கட்டளையிடப்பட்டுள்ளது. மேலும் அத்தியாவசியமான பொருள்களான அரிசி, மண் ணெண்ணெய் ஆகியவைகளை பாதிக்கப்பட்ட மக்களுக்கு எடுத்துச் செல்வதற்கு போதுமான, நல்ல நிலையில் உள்ள கனரக வாகனங்கள் தயார் நிலையில் வைக்கவும் ஆணையிடப் பட்டுள்ளது.
- பொது சுகாதாரத் துறைகள், நச்சுச்கொல்லி மருந்துகள் மற்றும் அவசிய நடவடிக்கை போன்றவைகள் கிடைப்பது பற்றி உறுதி செய்தல் அவசியம்.
- அவசர காலங்களில், கடற்படை, கடற்கரை காவல்படை, தரைப்படை மற்றும் ஆகாய விமானப்படை ஆகியவைகளின் உதவியுடன் பாதிக்கப்பட்ட மக்களை வெளியேற்றம் செய்வதும் மற்றும் பாதிக்கப்பட்ட மக்களுக்கு உணவு போடு வதும் செயல்படுத்தப்படுகிறது.
- மாநிலங்களில் அனைத்து எண்ணெய் நிறுவனங்களும் எரி பொருள்களை தாக்குதலுக்கு ஆளாகக் கூடிய இடங்களில்

போதுமான அளவிற்கு இருப்பு வைப்பதற்கும் மற்றும் அவைகள் ஹெலிகாப்டர் மூலமாக சேவையில் ஈடுபடுவதற்கு தயார் நிலையில் இருக்க கேட்டுக் கொள்ளப்படும்.

- பொது மக்களுக்கு முன்னெச்சரிக்கை நடவடிக்கைகள் எடுப்ப தற்கும் மற்றும் பாதுகாப்பான இடத்திற்கு செல்வதற்கும் எச்சரிக்கை செய்வதற்கு தொலைக்காட்சி மற்றும் வானொலி ஆகியவைகள் பயன்படுத்தப்படுகின்றன.

- மாவட்ட அளவில், மாவட்ட ஆட்சியரின் தலைமையில், இவை சார்பான அனைத்துத் துறைகளும் மின்சாரத்துறை உட்பட, பயன்தரத்தக்க ஒருங்கிணைப்பு நல்கும்படி அறிவுறுத்தப் பட்டுள்ளது. மலைப்பிரதேச மாட்டங்களில் நிலச்சரிவு சார்பாக விழிப்புணர்வுடன் இருக்க அறிவுறுத்தப்பட்டுள்ளது.

சென்னை மாநகரமும் அதைச் சுற்றியுள்ள இடமும் சமமாக அமைந் துள்ளது. இவ்விடத்தில் அடையாறு, கூவம் ஆறு மற்றும் கொசஸ்தலையாறு ஆகிய மூன்று ஆறுகள் கடந்து செல்கின்றன. வருட சராசரி மழையின் அளவு 120 செ.மீட்டர் ஒரு வருடத்தில் சராசரியாக 52 நாட்கள் மழை பெய்யும். பல அழிவு தரக்கூடிய வெள்ளப்பெருக்கு, சென்னையில் கடந்த காலங்களில் 1943, 1976, 1985, 2002 மற்றும் 2005களில் நடைப்பெற்றதாக ஆவணங்களில் காணப்படுகிறது. இவை கனமழையுடன் கூடிய புயல் நடவடிக்கை களால் ஏற்பட்டது. குறைந்த அளவிலான வெள்ளப்பெருக்கு இயற்கையாக நடப்பது நகரம் மற்றும் அதைச் சுற்றியுள்ள தாழ்வான பகுதிகளில் தான். காரணம், போதுமான அல்லது பயனற்ற அடிப்படை உட்கட்டமைப்பான மழைநீர்க்கால்வாய் இல்லாமை யால் 2005ஆம் ஆண்டின் மொத்த மழையளவு 240.8 செ.மீட்டராக இருந்தது. இந்த ஆண்டின் அக்டோபர் மாதத்தில் மழையளவு 107.7 செ.மீட்டராக இருந்தது. இதனால் நகரத்திலும் அதனைச் சுற்றியுள்ள அநேக பகுதிகளில் வெள்ளப்பெருக்கு ஏற்பட்டது.

வெள்ளப் பிரச்சனைகளை சமாளிக்க, சென்னை மாநகராட்சியில் ஒரு பேரிடர் மேலாண்மைப் பிரிவு செயல்பட்டு வருகிறது. ஒவ்வொரு வருடமும் மழைகாலத்திற்கு முன்பாக அக்டோபர்

முதல் டிசம்பர் மாதங்களில் முன்னெச்சரிக்கை நடவடிக்கையாக கால்வாய்களை சுத்தப்படுத்துவது மற்றும் அமைப்புகளை நீக்குவது போன்றவைகள் நடைபெறும். சார்பு அலுவலர் மற்றும் மண்டல அலுவலர்கள் தேர்வு செய்யப்பட்டு நெருக்கடி காலங்களில் சமாளிக்க போதிய அதிகாரங்கள் அளிக்கப்பட்டுள்ளன. நிவாரண மையங்கள் கண்டறியப்பட்டு அவை அறிவிக்கப்பட்டு, பாதிக்கப் பட்ட மக்களை இம்மையங்களில் மாற்றுவதை உறுதி செய்யவும், அவர்களுக்கு உணவு மற்றும் ஏனைய நிவாரண உதவிகளை மேற் கொள்ளவும் பொறுப்புகள் நிர்ணயிக்கப்பட்டுள்ளன.

தாழ்வான பகுதிகள்/நீரில் மூழ்கியுள்ள பகுதிகளில் உள்ள நீரை வெளியேற்றிட போதுமான சாதனங்கள் தயார் நிலையில் வைக்கப் பட்டுள்ளன. வெள்ள நிவாரணப் பணிகள் மற்றும் நெருக்கடி காலங்களில் தொடர்பு கொள்ள வேண்டியவர்கள் பற்றிய விவரங்கள் கண்டறியப்பட்டு செய்தித்தாள்கள் மற்றும் வானொலி, தொலைக்காட்சிகள் மூலம் வெளியிட போதுமான நடவடிக்கைகள் செய்யப்பட்டுள்ளன. காவல்துறை, தீயணைப்பு மற்றும் மீட்புத் துறை மாநகர போக்குவரத்துக் கழகம், மாவட்ட நிர்வாகம், சுகாதாரம் தரை மற்றும் கப்பல்படை போன்ற அனைத்து தேவை யான நிறுவனங்களையும் ஈடுபடுத்தி தயார் நிலையில் இருக்குமாறு தெரிவிக்கப்படும். வெள்ளப் பெருக்கு ஏற்படும் காலங்களில் அதை சமாளிக்க தயார் நிலையில் இருத்தல் தொடர்பாக அரசு அளவில் மறு ஆய்வுகள் மேற்கொண்டு ஒவ்வொரு வருடமும் பருவமழை காலங்களுக்கு முன்பாக உறுதி செய்யப்படும்.

■

24. இயற்கைப் பேரிடர்களை வெல்வது எப்படி?

- ஆண்டுதோறும் 21.5 மில்லியன் (ஒரு மில்லியன் என்பது 10 லட்சம்) மக்கள் அகதிகளாகி வருகின்றனர். இதில் இயற்கைப் பேரிடரால் அகதிகளாக மாறுபவர்களின் எண்ணிக்கை அதிகள வில் உள்ளதாக ஐ.நா. சபையின் அகதிகளுக்கான ஆணைய அறிக்கை தெரிவிக்கின்றது.

- கடந்த 2018-ஆம் ஆண்டில் மட்டும் உலகின் 125 நாடுகளி லிருந்து 17.2 மில்லியன் மக்கள் இயற்கைப் பேரிடரால் அகதி களாக வெளியேறியுள்ளதாக புள்ளிவிவரங்கள் தெரிவிக் கின்றன. இயற்கைப் பேரிடர்கள் போரை விட பல மடங்கு பாதிப்பை ஏற்படுத்தக்கூடியவை.

- அகதிகளாக இடம் பெயர்பவர்களில் 18 வயதுக்குட்பட்ட வர்களே அதிகளவில் உள்ளனர். ஐ.நா.சபையின் பேரிடர் அபாயத்தை குறைப்பதற்கான உலகளாவிய மதிப்பீட்டு அறிக்கை, உலகில் பேரிடர்களின் எண்ணிக்கை 2030 வாக்கில் இப்போதைவிட 30 மடங்கு உயரக்கூடுமென எச்சரிக்கிறது.

- *2022-இல் உலகில் ஏற்பட்ட பேரிடர்களால் 185 மில்லியன் மக்கள் பாதிக்கப்பட்டுள்ளனர். இந்த காலகட்டத்தில் பேரிடர்களால் ஏற்பட்ட பொருளாதார இழப்பீடு 223.8 மில்லியன் ஆகும். 2023 பிப்ரவரி 18-இல் பிரேஸில் நாட்டில் வெள்ளம் மற்றும் நிலச்சரிவு ஏற்பட்டது.*

- *இதற்கு காரணம், எதிர்பார்க்காத வகையில் அங்கு 24 மணி நேரத்தில் பெய்த 633 மி.மீ. மழைப்பொழிவே ஆகும். இந்தப் பேரிடர் சம்பவத்தில் 48 பேர் உயிரிழந்தனர். 59 பேர் காணாமல் போய் விட்டனர். 2022-இல் ஏற்பட்ட இயற்கைப் பேரிடரால் பிலிப்பைன்ஸ் நாட்டிலிருந்து 5 மில்லியனுக்கும் மேலான மக்கள் வெளியேறியுள்ளனர்.*

- *2023-இல் துருக்கி, ஆப்கானிஸ்தான் மால்வி, காங்கோ போன்ற நாடுகளில் அதிகளவு பேரிடர்கள் ஏற்பட்டுள்ளன. இதில் துருக்கியில் ஏற்பட்ட பூகம்பத்தால் சுமார் 14 மில்லியன் மக்கள் பாதிக்கப்பட்டனர். இது அந்நாட்டின் மக்கள்தொகையில் 16% ஆகும். அதே ஆண்டில் சிரியாவில் ஏற்பட்ட பூகம்பத்தில் சிக்கி 8,000 பேர் உயிரிழந்தனர்.*

- *லிபியாவில் ஏற்பட்ட திடீர் வெள்ளப்பெருக்கால் 4,000 பேர் இறந்தனர். 10,000 பேர் காணாமல் போயுள்ளனர். நேபாள நாட்டில் ஏற்பட்ட பூகம்பத்தில் 1,000 பேர் படுகாயமடைந்தனர்.*

- *பேரிடர்களில், வறட்சியின் தாக்கம் ஒரு நாட்டின் பொருளாதாரத்தை மிகவும் பாதிப்பதாக உள்ளது. பசி, பட்டினி உணவுப் பற்றாக்குறை என பல பிரச்சனைகளுக்கு வறட்சி அடித்தளமாக அமைகிறது.*

- *கடந்த ஆண்டு ஜூலை, ஆகஸ்ட் மாதங்களில் சீனாவின் ஒரு பகுதியில் ஏற்பட்ட கடும் வெப்பமும் மற்றொரு பகுதியில் ஏற்பட்ட குறைவான மழைப்பொழிவும் அந்நாட்டை தேசிய வறட்சி நாடாக அறிவிக்கும் நிலைக்கு கொண்டு சென்று விட்டன.*

- அந்நாட்டில் ஏற்பட்ட கடும் வெப்பத்தால் 34 மாவட்டங்களில் உள்ள 66 ஆறுகள் வறண்டு விட்டன. ஐந்து மில்லியன் மக்கள் வேறு இடங்களுக்கு வெளியேறி விட்டதாக புள்ளிவிவரங்கள் தெரிவிக்கினறன. இத்துயரத்திற்கு, முக்கியக் காரணம் பூமியின் வெப்ப அலை உயர்வே ஆகும்.
- கடந்த 2022 ஆம் ஆண்டு உலகெங்கும் அதிக வெப்பஅலை தாக்கம் நிறைந்த ஆண்டாக இருந்தது குறிப்பிடத்தக்கது. 2023ஆம் ஆண்டில் உலகம் முழுவதும் 53,688 காட்டுத்தீ பேரிடர் நிகழ்வுகள் ஏற்பட்டுள்ளன. இதனால் 2.61 மில்லியன் ஹெக்டேர் நிலப்பரப்பு தீக்கிரையாகிவிட்டது என்று புள்ளி விவரங்கள் தெரிக்கின்றன.
- பேரிடர் என்பது முன்கூட்டியே கணிக்க முடியாத ஒன்று. அறிவியலையும் ஏமாற்றிவிடும் இயல்புடையது. கடந்த நூறு ஆண்டுகளில் இல்லாத அளவுக்கு ஒரே நாளில் 95 செ.மீ. அளவிலான மழைப்பொழிவு தமிழகத்தின் தென் மாவட்டங் களில் பொழிந்தது இதற்கு ஓர் எடுத்துக்காட்டாகும். தமிழகத்தின் தலைநகர் சென்னையிலும் இதே நிலை உருவானது.
- புவி வெப்ப நிலை உயர்ந்து வருவதால் 2050-ஆம் ஆண்டு வாக்கில் கடல் மட்டம் உயர்ந்து பல நாடுகள் கடலுக்குள் மூழ்கும் அபாயம் உள்ளது என்று விஞ்ஞானிகள் எச்சரித்து வருகின்றனர். கடல் மட்ட உயர்வு, தீவிரப் பேரிடர் வகையைச் சேர்ந்தது.
- கடல் மட்ட உயர்வால் வங்கதேசத்தின் 17% நிலப்பரப்பு கடலுக்குள் மூழ்கக்கூடும் என்றும், இதனால் 20 மில்லியன் மக்கள் அகதிகளாக மாறும் நிலை உருவாகும் என்றும் ஆய் வாளர்கள் கூறுகின்றனர். இதே போல் ஆஸ்திரேலியாவில் 1.2 மில்லியன் மக்கள் கடல் மட்ட உயர்வால் இடம்பெயர்வார்கள் என ஆய்வறிக்கைகள் தெரிவிக்கின்றன.

- காலநிலை மாற்றம் எனும் பேரிடர் தற்போது நம்மை அச்சுறுத்தி வருகின்றது. மிதமிஞ்சிய வெப்பம், மிதமிஞ்சிய குளிர், பருவம் தவறிப் பெய்யும் மழை போன்ற புதிய நிகழ்வுகளை நாம் சந்தித்து வருகின்றோம். இதற்கு முக்கியக் காரணம் வளிமண்டல கரியமிலவாயு அதிகரிப்பே ஆகும்.

- சமீபத்தில் துபையில் நடந்த பருவநிலை மாநாட்டில் உலகளாவிய கார்பன் உமிழ்வை 2050-க்குள் பூஜ்ய நிலைக்கு கொண்டு வரவேண்டும் என்பதே முக்கியத் தீர்மானமாக அமைந்தது.

- ஐ.நா. சபையின் பேரிடர் அபாயக் குறைப்புக் குழுவின் உதவி தலைமைச் செயலர் மாமி மிக்டோரி, பேரிடர்களைக் குறைக்க வேண்டுமென்றால் இயற்கையை காக்க வேண்டும் என்ற உணர்வு மனிதர்களுக்கு ஏற்பட வேண்டும்.

- இயற்கைக்கு எதிரான செயல்களை செய்யாமல் இருப்பதும் ஒருங்கிணைந்த பேரிடர் மேலாண்மை தடுப்பு வழிமுறைகளை அனைவரும் அறிந்து வைத்திருப்பதும் மிகவும் அவசியமாகும் என்கிறார்.

- இதற்கேற்ப சென்ற ஆண்டு தமிழகத்தின் கடலோர மாவட்டங்களில், புயல், சுனாமி போன்ற இயற்கைப் பேரிடர்களின்போது ஏற்படும் பெருங்காற்று மற்றும் பெரிய அலைகளின் வேகத்தைத் தடுக்க ஒரு கோடி பனைவிதைகள் விதைக்கப்பட்டன.

- இவை வளர்ந்தபின் பனைமரங்கள் கடலோரப் பகுதிகளுக்குத் தடுப்பு அரணாக அமையக்கூடும். இது பேரிடரை எதிர்கொள்ள மேற்கொண்ட சிறப்பான மனித முயற்சியாகும். மேலும் இத்திட்டம் பேரிடர் மேலாண்மையின் பேரிடர் தணிப்பு நடவடிக்கையாகவும் உள்ளது.

- பேரிடர்களை குறைப்பதற்கான ஒரே வழி இயற்கையை காப்பதுதான். இதனை மனிதகுலம் உணர்ந்தால் இயற்கைப் பேரிடர் குறித்த அச்சத்திற்கு இடமில்லை.

■

25. பேரழிவு பாதுகாப்பு நடவடிக்கையில் உலக வங்கியும், தேசிய அமைப்புகளும்

உலக வங்கி

1980 ஆம் ஆண்டு முதல் பேரழிவு நிர்வகித்தல் தொடர்பாக 500க்கும் மேற்பட்ட செயல்பாடுகளை உலக வங்கி அனுமதி வழங்கியிருக்கிறது. இதன் மதிப்பு US$40 பில்லியனுக்கும் அதிகம். இதில் அர்ஜென்டினா, வங்காள தேசம், கொலம்பியா, ஹைடி, இந்தியா, மெக்சிகோ, துருக்கி மற்றும் வியட்நாம் போன்ற நாடு களின் பின்-பேரழிவுப் புனரமைப்புத் திட்டப்பணிகள் மற்றும் பேரழிவுத் தாக்கங்களைத் தடுத்தல் மற்றும் மட்டுப்படுத்தல் போன்ற பாகங்களின் நோக்கத்துடனான திட்டப்பணிகள் உள்ளடக் கியதாகும். இதில் சில நாடுகள் மட்டுமே குறிப்பிடப்பட்டிருக்கிறது.

காட்டுத்தீ ஏற்படக் காரணமாக இருக்கும் வெட்டுதல், எரித்தல் போன்ற செயல்பாடுகளைத் தவிர்ப்பதற்கு தேவையான கல்வி சார்ந்த பிரச்சாரங்களும், எச்சரிக்கைகளும் விவசாயிகளுக்கு போதிக்கப்படுகிறது, இவ்வாறாக காட்டுத்தீ பரவும் அளவீடுகளைக் குறைப்பதே இதன் திட்டப்பணியாக உள்ளது; அதேபோன்று சூறாவளிகளுக்கான முன்-எச்சரிக்கை அமைப்புகள், நாட்டுப்புறப்

பகுதிகளில் கரை பாதுகாப்பு மற்றும் மேல்தளம் ஆகியவற்றில் இருந்து உருவாக்கத்தின் இணக்கம் வரையிலான வரம்பில் வெள்ளத் தடுப்பு இயங்கமைப்புகள் உருவாக்கல் மற்றும் நிலநடுக்க-புரளல் உருவாக்கம் போன்றவை ஆகும்.

உலக வங்கியும், ப்ரோவென்சன் கன்சர்டியத்தின் கீழ் இயங்கும் கொலம்பியா பல்கலைக்கழகத்துடன் கூட்டுமுயற்சியாக இயற்கைப் பேரழிவு உண்டாகும் பகுதிகளைப் பற்றிய உலகளாவிய ஆய்வை நிறுவியுள்ளனர்.

2006 ஆம் ஆண்டு ஜூன் மாதம் உலக வங்கி பேரழிவுக் குறைப்பு மற்றும் மீட்புக்கான (GFDRR) உலகளாவிய வசதியை நிறுவியது. இது ஹயோகோ செயல்பாட்டுக் கட்டமைப்பின் ஆதரவில் முக்கிய பேரழிவு இடர்குறைப்பு மேம்பாடுகள் மூலமாக பேரழிவைக் குறைப்பதற்கு மற்ற உதவி வழங்குநர்களுடன் நீண்ட காலக் கூட்டினை வைத்திருக்கிறது. இந்த வசதி, பேரழிவுத் தடுப்பு மற்றும் அவசரநிலை ஆயத்தமாயிருத்தலுக்கான உள்நாட்டுத் திறன்களை மேம்படுத்தும். வளரும் நாடுகளுக்கான நிதி மேம்பாட்டுத் திட்டப் பணிகள் மற்றும் செயல்திட்டங்களுக்கு உதவுகிறது.

தேசிய அமைப்புகள் - ஆஸ்திரேலியா

ஆஸ்திரேலியாவில் அவசர நிலை நிர்வகித்தலுக்கான அடிப்படை ஒருங்கிணைந்த இணைச்செயல்பாடு மற்றும் ஆலோசனை உறுப்பாக அவசரநிலை நிர்வகித்தல் ஆஸ்திரேலியா (EMA) இருக்கிறது. ஒவ்வொரு மாநிலமும் அதன் சொந்த மாநில அவசரநிலைச் சேவையைக் கொண்டிருக்கிறது. அவசர நிலை அழைப்புச் சேவை மாநில காவல்துறை, தீயணைப்பு மற்றும் ஆம்புலன்ஸ் சேவைகளுக்கான அவசர நிலைத் தொலைபேசி எண்ணாக 100 வழங்கப்பட்டுள்ளது. மாநில மற்றும் ஒருங்கினைந்த கூட்டுறவுக்கான ஏற்பாடுகள் முக்கிய அங்கம் வகிக்கின்றன.

கனடா

பொதுப் பாதுகாப்புக் கனடா (PS) என்பது கனடாவின் தேசிய அவசரநிலை நிர்வகித்தல் அமைப்பு ஆகும். ஒவ்வொரு மாநிலமும்

அவற்றின் அவசரநிலை நிர்வகித்தல் அமைப்புகளை அமைத் திருத்தல் அவசியம்.

PS ஆனது தேசிய பாதுகாப்பு மற்றும் கனடியர்களின் பாது காப்புக்கு உறுதியளிக்கும் ஒருங்கிணைந்த அமைப்புகளின் முயற்சி களை ஒருங்கிணைக்கிறது மற்றும் ஆதரவளிக்கிறது. அவர்கள் அரசாங்கம் முதல் பிரதிசெயல்புரிபவர்கள், சமூகக் குழுக்கள், தனியார் துறை (சிக்கலான உட்கட்டமைப்புடன் இயங்குபவர்கள்) மற்றும் மற்ற நாடுகள் ஆகியவற்றின் மற்ற நிலைகளுக்கும் பணி யாற்றுகின்றனர்.

PS இன் பணியானது, PS இன் ஆற்றல்கள், கடமைகள் மற்றும் செயல் பாடுகளைச் சுருக்கமாக வரையறுக்கும், பொதுப் பாதுகாப்பு மற்றும் அவசர நிலை ஆயத்தமாயிருத்தல் நடவடிக்கையின் மூலமாக கொள்கைகள் மற்றும் சட்டமியற்றலின் பரவலான வரம்புகளைச் சார்ந்ததாக இருக்கிறது. மற்ற நடவடிக்கைகள், திருத்தங்கள், அவசரநிலை நிர்வகித்தல், சட்ட நடைமுறைப்படுத்தல் மற்றும் தேசிய பாதுகாப்பு போன்ற துறைகள் சார்ந்ததாக இருக்கிறது.

மாநிலத்திற்குரிய EMO க்கள்

- மாநிலத்துக்குரிய அவசரநிலைச் செயல்திட்டம், பிரித்தானிய கொலம்பியா மாநிலத்தின் அவசரநிலை நடவடிக்கைகள் அமைப்பு
- ஆல்பர்டா அவசரநிலை நிர்வகித்தல் அமைப்பு
- சாஸ்காட்சவன் அவசரநிலை நிர்வகித்தல் அமைப்பு
- மானிடோபா மாநில அவசரநிலை நடவடிக்கைகள் அமைப்பு
- அவசரநிலை நடவடிக்கைகள் ஆண்டாரியோ
- கியூபெக் குடியியல் பாதுகாப்பு
- நோவா ஸ்கோட்டியா அவசரநிலை நிர்வகித்தல் அலுவலகம்
- நியூப்ரூன்ஸ்விக் அவசரநிலை நிர்வகித்தல் அமைப்பு
- பிரின்ஸ் எட்வர்ட் தீவு பொதுப் பாதுகாப்பு அலுவலகம்
- நியூஃபவுண்ட்லேண்ட் மற்றும் லேப்ராடார் மாநில நடவடிக்கைகள் அமைப்பு

ஜெர்மனி

ஜெர்மனியில் ஒருங்கிணைந்த அரசாங்கம், ஜெர்மன் காடஸ்ட் ரொபென்சூட்ஸ் (பேரழிவு நிவாரணம்) மற்றும் ஜிவில்சூட்ஸ் (குடியியல் பாதுகாப்பு) செயல்திட்டங்கள் ஆகியவறைக் கட்டுப் படுத்துகிறது. ஜெர்மன் தீயணைப்புத் துறையின் உள்ளூர் அலகுகள் மற்றும் டெக்னிசெஸ் ஹில்ஃப்ஸ்வெர்க் (தொழில்நுட்ப நிவாரணத் துக்கான ஒருங்கிணைந்த அமைப்பு, THW) ஆகியவை இந்தச் செயல் திட்டத்தின் ஒரு பகுதியாகும். ஜெர்மன் இராணுவப் படைகள் (புண்டேஸ்வர்), ஜெர்மன் ஒருங்கிணைந்த காவல்துறை மற்றும் 16 மாநில காவல் படைகள் (லேண்டர்பொலிசெய்) போன்ற அனைத்தும் பேரழிவு நிவாரணச் செயல்பாடுகளுக்காக உட்படுத்தப்படுகின்றன.

மேலும் ஜெர்மன் செஞ்சிலுவை, மனிதநேய உதவி ஜோஹன்னி டெர்-உன்ஃபால்லில்ஃபெ, ஜெர்மனில் சென்ட் ஜான்'ஸ் ஆம்புலன்ஸை ஒத்தது, மால்டெசர்-ஹில்ஃப்ஸ்டைன்ஸ்ட், ஆர்பெய்ட்டர்-சாமாரிடெர்-பண்ட், மற்றும் மற்ற தனியார் அமைப்புகள் ஆகியவை மூலமாக வழங்கப்படுகிறது, மிகப்பெரிய நிவாரண அமைப்பாகக் குறிப்பிடப்படும் அவை பெரிய-அளவிலான அவசரநிலைக்கு ஏற்றதாக இருக்கின்றன. 2006 ஆம் ஆண்டு முதல் பான் பல்கலைக்கழகம் இணைப்புப் பயிற்சியாக 'மாஸ்டர் இன் டிசாஸ்டர் பிரிவென்சன் அண்ட் ரிஸ்க் கவர்னன்ஸ்' என்ற பட்டப் படிப்பைத் துவக்கியது.

இந்தியா

இந்தியாவில் அவசர நிலை நிர்வகித்தலின் பங்கு இந்தியாவின் தேசிய பேரழிவு நிர்வகித்தல் ஆணையத்தின் கீழ் இருக்கிறது. இது உள்துறை அமைச்சகத்துக்குக் கீழ்படிந்த ஒரு அரசாங்க அமைப்பு ஆகும். சமீப ஆண்டுகளில் பிரதிசெயல் மற்றும் மீட்பில் இருந்து உத்திநோக்கு இடர் நிர்வகித்தல் குறைத்தலுக்கு மற்றும் அரசாங்க-மைய அணுகுமுறையில் இருந்து பரவலாக்கப்பட்ட சமூக பங்களிப்புக்கு மாற்றமடைவதற்கு வழியுறுத்தப்படுகிறது. அறிவியல் மற்றும் தொழில்நுட்ப அமைச்சகத்தினுள் இயங்கும் அமைப்பான சர்வே ஆஃப் இந்தியாவும் அவசரநிலை நிர்வகித்தல் செயல்

பாட்டுக்கு புவியியல் வல்லுநர்களின் தர்க்க ரீதியான அறிவு மற்றும் ஆய்வு நுண்திறமை ஆகியவற்றைக் கொடுப்பதன் மூலமாக இந்தத் துறையில் அங்கம் வகிக்கிறது.

அண்மையில் அரசாங்கம் அவசரநிலை நிர்வகித்தல் மற்றும் ஆய்வு நிறுவனத்தை (EMRI) அமைத்திருக்கிறது. இந்தக் குழு பொது/ தனியார் கூட்டாக அமைக்கப்பட்டது. முதன்மையாக இந்தியா-சார்ந்த பெரிய கணினி நிறுவனமான 'சத்யம் கம்ப்யூட்டர் சர்வீசஸ்' மூலமாக நிதி அளிக்கப்பட்டது. மேலும் கூடுதலாக இது பேரழிவு களாக விவரிக்கப்பட்ட நிகழ்வுகளின் அவசரநிலைகளுக்குச் சமூகங் களின் பொதுவான பிரதிசெயலை மேம்படுத்துவதை நோக்கமாகக் கொண்டிருக்கிறது. சில குழுக்களின் முந்தைய முயற்சிகள், முதல் பிரதி செயல்புரிபவர்களுக்கான (இந்தியாவின் முதல்) அவசரநிலை நிர்வகித்தல் பயிற்சியினை முன்னேற்பாடு செய்தல், ஒற்றை அவசர நிலைத் தொலைபேசி எண்ணை உருவாக்குதல் மற்றும் EMS பணியாளர், உபகரணம் மற்றும் பயிற்சி ஆகியவற்றுக்கான தரங் களை நிறுவுதல் ஆகியன உள்ளடக்கியதாக இருக்கின்றன. இந்த முயற்சி இந்தியா முழுவதும் முன் மாதிரியாக வழங்கப்படும் என எதிர்பார்க்கப்படுகிறது. எனினும் தற்போது இது ஆந்திரப் பிரதேசம், உத்தரகாந்த், கோவா, தமிழ்நாடு, ராஜஸ்தான், கர்நாடகா, அஸ்ஸாம், மேகாலயா மற்றும் மத்தியப் பிரதேசம் போன்ற இந்திய மாநிலங்களில் இயங்குகிறது. அங்கு ஒற்றை 3-இலக்க இலவச எண்ணான 1-0-8 இதற்காகப் பயன்படுத்தப்படுகிறது.

நெதர்லாந்து

நெதர்லாந்தில் உட்பகுதி மற்றும் அரசாட்சித் தொடர்புகளின் அமைச்சகம் தேசிய அளவிலான அவசரநிலை நிர்வகித்தலின் அவசர நிலை ஆயத்தமாயிருத்தலுக்கான பொறுப்பை ஏற்றிருக்கிறது. மேலும் இது தேசிய நெருக்கடிநிலை அமைப்பால் (NCC) இயக்கப்படுகிறது. இந்த நாடானது 25 பாதுகாப்பு மண்டலங் களாகப் (வெய்லிகெய்ட்ஸ்ரெஜியோ) பிரிக்கப்பட்டிருக்கிறது. ஒவ்வொரு பாதுகாப்பு மண்டலமும் காவல்துறை, தீயணைப்பு மற்றும் ஆம்புலன்ஸ் ஆகிய மூன்று சேவைகளைக் கொண்டிருக்

கிறது. அனைத்து மண்டலங்களும் ஒருங்கிணைக்கப்பட்ட மண்டல நிகழ்வு மேலாண்மை அமைப்பின் படி இயக்கப்படுகிறது. பாது காப்பு அமைச்சகம், நீர் ஆணையம்(ங்கள்), ரிச்க்ஸ்வாட்டர்ஸ்டாட் மற்றும் பல போன்ற மற்ற சேவைகளும் அவசரநிலை நிர்வகித்தல் செயல்பாட்டில் விழிப்பான பங்கு வகிக்கலாம்.

நியூசிலாந்து

நியூசிலாந்தில் அவசரநிலை நிர்வகித்தலுக்கான பொறுப்பு, அவசர நிலை அல்லது இடர் குறைப்புச் செயல்திட்டத்தின் இயல்பைச் சார்ந்து உள்ளூரில் இருந்து தேசியம் வரையிலாக இருக் கிறது. தீவிர புயல் குறிப்பிட்ட பகுதியினுள் நிர்வகிக்கப்படலாம். ஆதலால் தேசியப் பொதுக்கல்வி பிரச்சாரம் மத்திய அரசாங்கத்தால் இயக்கப்படலாம். ஒவ்வொரு மண்டலத்திலும் உள்ளூர் அரசாங் கங்கள் 16 குடியியல் பாதுகாப்பு அவசரநிலை நிர்வகித்தல் குழுக்கள் (CDEMGs) ஒருங்கிணைக்கப்பட்டிருக்கின்றன. உள்ளூர் அவசரநிலை நிர்வகித்தல் சாத்தியமானவரை திடமாக இருப்பதற்கு உறுதியளிப் பதற்கு ஒவ்வொரு CDEMGயும் பொறுப்பு வகிக்கின்றன. உள்ளூர் ஏற்பாடுகள் அவசரநிலையை சமாளிப்பதற்காக முன்-உளதான பரஸ்பர-ஆதரவு ஏற்பாடுகள் செயல்படுத்தப்படுகின்றன.

மத்திய அரசாங்கம் குடியியல் பாதுகாப்பு & அவசரநிலை நிர்வகித்தல் அமைச்சகத்தினால் (MCDEM) இயக்கப்படும் தேசிய நெருக்கடிநிலை மேலாண்மை அமைப்பு (NCMC) மூலமாக பிரதி செயலை விரும்பியதைப் போல ஒருங்கிணைப்பதற்கு அதிகாரம் கொண்டிருக்கிறது. இந்தக் கட்டமைப்புகள் ஒழுங்குமுறை மூலமாக விவரிக்கப்படுகிறது. மேலும் தேசிய குடியியல் பாதுகாப்பு அவசர நிலை நிர்வகித்தல் திட்டம் 2006 ஆம் ஆண்டிற்கான வழிகாட்டியில் இது சிறந்த முறையில் விவரிக்கப்பட்டிருக்கிறது. U.S. ஒருங்கிணைந்த அவசரநிலை நிர்வகித்தல் அமைப்பின் தேசிய பிரதிசெயல் கட்டமைப்புக்கு ஓரளவிற்கு இது சமமானதாகும்.

நியூசிலாந்து மற்ற ஆங்கிலம் பேசும் பகுதிகளைப் போலவே அவசர நிலை நிர்வகித்தலுக்கான தனித்த சொல்லியலைக் கொண்டிருக் கிறது.

4Rகள் என்பது அவசரநிலை நிர்வகித்தல் சுழற்சியை இடஞ் சார்ந்து விவரிப்பதற்கான வார்த்தை ஆகும். நியூசிலாந்தில் பயன் படுத்தப்படும் நான்கு பிரிவுகள் பின்வருமாறு:

குறைப்பு = மட்டுப்படுத்தல்

தயார்நிலை = ஆயத்தமாயிருத்தல்

பிரதிசெயல்

மீட்பு

அவசரநிலை நிர்வகித்தல் என்ற வார்த்தை இங்கு அரிதாகவே பயன் படுத்தப்படுகிறது; பல அரசாங்க வெளியீடுகள் குடியியல் பாதுகாப்பு என்ற வார்த்தையைத் தொடர்ந்து பயன்படுத்துகின்றன. எடுத்துக் காட்டாக, குடியியல் பாதுகாப்பு அமைச்சர், மத்திய அரசாங்கத்தின் அவசரநிலை நிர்வகித்தல் அமைப்புக்கான, MCDEM பொறுப்பு வகிக்கிறார்.

குடியியல் பாதுகாப்பு அவசரநிலை நிர்வகித்தல் என்ற வார்த்தை அதன் சொந்த உரிமையுடன் இருக்கிறது. பொதுவாக ஸீம்சினி என சுருக்கப்படும் இது பேரழிவுகளில் இருந்து தீங்கேற்படாமல் காப் பதற்கான அறிவின் பயன்பாடாக இயற்றுச் சட்டம் மூலமாக விவரிக்கப்படுகிறது.

பேரழிவு என்பது அதிகாரப்பூர்வ வெளியீடுகளின் மிகவும் அரிதாகவே காணப்படுகிறது. நியூசிலாந்து சூழலில் அவசரநிலை மற்றும் நிகழ்வு என்ற வார்த்தைகள் பொதுவாக பேரழிவுகளைப் பற்றிப் பொதுவாகப் பேசும்போது காணப்படுகிறது. அவசர நிலையை விவரிக்கும் போது அது ஆணையத்திடம் இருந்து பிரதி செயலைக் கொண்டிருக்கிறது, சம்பவம் என்ற வார்த்தையும் பயன் படுத்தப்படுகிறது. எடுத்துக்காட்டாக, ‘சென்டர்பரி பனிப்பொழிவு சம்பவம் 2002’ ஐ வெளியீடுகள் குறிப்பிட்டிருந்தது.

ரஷ்யா

ரஷ்யாவில் அவசரநிலை சூழ்நிலைகள் அமைச்சகம் (EMERCOM) தீயணைப்பு, குடியியல் பாதுகாப்பு, இயற்கையான மற்றும்

மனிதனால்-உருவாக்கப்பட்ட பேரழிவுகளுக்குப் பிறகு மீட்பு சேவைகள் உள்ளடக்கிய தேடல் மற்றும் மீட்பு ஆகியவற்றைச் செயல்படுத்துகிறது.

ஐக்கிய இராச்சியம்

ஐக்கிய இராச்சியம் 2000 ஆம் ஆண்டில் ஐக்கிய இராஜ்ஜிய எரிபொருள் எதிர்ப்புகள், அதே ஆண்டில் தீவிர வெள்ளப்பெருக்கு மற்றும் 2001 யுனைடெட் கிங்டம் ஃபூட்-அண்ட்-மவுத் நெருக்கடி நிலை ஆகியவற்றைத் தொடர்ந்து அவசரநிலை நிர்வகித்தலின் மீது அதன் கவனத்தைச் செலுத்தியது. இதன் விளைவாக குடியியல் எதிர்பாராச் செலவினச் சட்டம் 2004 (CCA) உருவாக்கப்பட்டது. அது சில நிறுவனங்களை பகுப்பு 1 மற்றும் 2 பிரதிசெயல் புரிபவர்களாக வரையறுக்கிறது. இந்தப் பிரதிசெயல் புரிபவர்கள், அவசர நிலை ஆயத்தமாயிருத்தல் மற்றும் பிரதிசெயல் தொடர்பான சட்டமியற்றலின் கீழ் பொறுப்புக்களைக் கொண்டிருக்கின்றனர். CCA, மண்டல மீள்திறன் மன்றம் மற்றும் உள்ளூர் அதிகார நிலை

வழியாக குடியியல் எதிர்பாராச் செலவினச் செயலகம் மூலமாக நிர்வகிக்கப்படுகிறது.

பேரழிவு நிர்வகித்தல் பயிற்சி, ஏதேனும் ஒரு பிரதிசெயலில் தொடர்புடைய நிறுவனங்கள் மூலமாக உள்ளூர் நிலையில் பொதுவாக நடத்தப்படுகிறது. இது வணிக ரீதியான பயிற்சி வகுப்புகள் மூலமாகத் தொகுக்கப்பட்டு, அவை அவசரநிலைத் திட்டமிடல் கல்லூரியால் பொறுப்பேற்கப்படலாம். இதற்கு மேலும் டிப்ளமாக்கள், இளங்கலைப் பட்டம் மற்றும் முதுகலைப் பட்டத் தகுதிகள் நாடு முழுவதும் பெறப்படுகின்றன. இந்த வகையில் முதல் பயிற்சி வகுப்பானது 1994ஆம் ஆண்டில் கோவன்ட்ரி பல்கலைக்கழகத்தால் உருவாக்கப்பட்டது.

அவசரநிலை நிர்வகித்தல் நிறுவனம் என்பது ஒரு அறநிலை நிறுவனம் ஆகும். அரசாங்கம், ஊடகம் மற்றும் வணிக ரீதியான துறைகள் ஆகியவற்றுக்கான ஆலோசனைச் சேவைகள் வழங்குவதற் காக இது 1996 ஆம் ஆண்டில் நிறுவப்பட்டது.

அவசரநிலைத் திட்டமிடுபவர்களுக்கான அதிகாரப்பூர்வ சமூகம் என்பது அவசரநிலைத் திட்டமிடல் சமூகம் ஆகும்.

ஐக்கிய இராச்சியத்தில் மிகப்பெரிய அவசரநிலை பயிற்சிகளில் ஒன்று 20 மே 2007 அன்று வடக்கு அயர்லாந்தில் பெல்ஃபாஸ்டுக்கு அருகில் நடத்தப்பட்டது. மேலும் அது பெல்ஃபாஸ்ட் சர்வதேச விமான நிலையத்தில் தரையிறங்கல் விமான விபத்தின் விளக்கக் காட்சி தொடர்புடையதாக இருந்தது. ஐந்து மருத்துவமனைகளில் இருந்து பணியாளர்கள் மற்றும் மூன்று விமானநிலையங்கள் இந்தப் பயிற்சியில் பங்குபெற்றன. மேலும் கிட்டத்தட்ட 150 சர்வதேசப் பார்வையாளர்கள் அதன் செயல்திறனை மதிப்பிட்டார்கள்.

அமெரிக்கா

உள்நாட்டுப் பாதுகாப்புத் துறையின் கீழ் ஒருங்கிணைந்த அவசர நிலை நிர்வகித்தல் அமைப்பு அவசரநிலை நிர்வகித்தலுக்கானத் தலைமை அமைப்பாக இருக்கிறது. FEMAவால் உருவாக்கப்பட்ட HAZUS மென்பொருள் தொகுப்பு இந்த நாட்டில் இடர் மதிப்பீட்டுச்

செயல்பாட்டில் மையமாக இருக்கிறது. அமெரிக்கா மற்றும் அதன் பிரதேசங்கள் FEMAவின் அவசரநிலை நிர்வகித்தல் நோக்கங்களுக்கான பத்து மண்டலங்களில் ஒன்றாக உள்ளடக்கப்படுகின்றன. பழங்குடி, மாநில, நாட்டு மற்றும் உள்ளூர் அரசாங்கங்கள், அவசர நிலை நிர்வகித்தல் செயல்திட்டங்கள்/துறைகளை உருவாக்கியிருக்கின்றன.

மேலும் அவை ஒவ்வொரு மண்டலத்தினுள்ளும் மரபு ரீதியாக இயக்கப்படுகின்றன. அவசரநிலைகள், அருகாமையில் உள்ள அதிகார எல்லைகளுடன் பரஸ்பர உதவி ஒப்பந்தங்களைப் பயன்படுத்தி சாத்தியமுள்ளவரை மிகவும்-உள்ளூர் நிலைகளில் நிர்வகிக்கப்படுகின்றன. அவசரநிலை, தீவிரவாதம் சார்ந்ததாக இருந்தால் அல்லது 'தேசியச் சிறப்பு நிகழ்வாக' அறிவிக்கப்பட்டதாக இருந்தால் உள்நாட்டுப் பாதுகாப்பின் செயலர் தேசிய பிரதிசெயல் கட்டமைப்பை (NRF) உட்படுத்துவார். இந்தத் திட்டத்தின் கீழ் ஒருங்கிணைந்த வளங்களின் பங்களிப்பு உள்ளூர், நாட்டு, மாநில அல்லது பழங்குடி உட்பொருட்களுடன் ஒருங்கிணைக்கப்பட்டு சாத்தியமான வகையில் உருவாக்கப்படும். நிர்வகித்தல், தேசிய நிகழ்வு மேலாண்மை அமைப்பைப் (NIMS) பயன்படுத்தி குறைவான சாத்தியமுள்ள நிலையில் தொடர்ந்து கையாளப்படும்.

சிட்டிசன் கார்ப்ஸ் என்பது தன்னார்வலர் சேவை செயல்திட்டத்தின் அமைப்பு ஆகும். இது DHS மூலமாக உள்ளூரில் நிர்வகிக்கப்பட்டு மற்றும் தேசியளவில் ஒருங்கிணைக்கப்படுகிறது. இது பேரழிவுக்கான மட்டுப்படுத்தலைத் தேடுகிறது. மேலும் பொதுக்கல்வி, பயிற்சி மற்றும் எல்லை கடந்து செல்லுதல் மூலமாக அவசரநிலை பிரதி செயலுக்கான மக்களை உருவாக்குதல் ஆகியவற்றைச் செய்கிறது. சமூக அவசரநிலை பிரதிசெயல் அணிகள், பேரழிவு ஆயத்தமாயிருத்தல் மற்றும் அடிப்படைப் பேரழிவு பிரதிசெயல் திறன்களைப் பயிற்றுவித்தல் ஆகியவற்றின் மீது கவனம் செலுத்தும் சிட்டிசன் கார்ப்ஸ் செயல்திட்டத்துடன் இருக்கின்றன. இந்த தன்னார்வலர் அணிகள், பேரழிவானது ஏற்றுக்கொள்ளப்பட்ட அவசரநிலைச் சேவைகளை மீறும் போது அவசரநிலை ஆதரவு வழங்குவதற்குப் பயன்படுத்தப்படுகின்றன.

அமெரிக்க ஒன்றிய காங்கிரஸ், பேரழிவு நிர்வகித்தல் மற்றும் மனிதநேய உதவியில் சிறப்புக்கான மையத்தை (COE) நிறுவியது. இது ஆசியா-பசிபிக் மண்டலத்தில் பேரழிவு ஆயத்தமாயிருத்தல் மற்றும் சமுதாய நெகிழ்ச்சியை ஊக்குவிப்பதற்கான அடிப்படை அமைப்பாக இருக்கிறது. அதன் அதிகாரத்திற்கு உட்பட்ட பகுதியாக COE, பேரழிவு ஆயத்தமாயிருத்தல், உள்நாட்டை மேம்படுத்துவதற்கான பின்விளைவு நிர்வகித்தல் மற்றும் உடல்நலப் பாதுகாப்பு, வெளி நாட்டு மற்றும் சர்வதேசச் செயல்திறன் மற்றும் தகுதி ஆகியவற்றில் கல்வி மற்றும் பயிற்சி வசதிகளை வழங்குகிறது.

∎